डेटा म्हणजे नवे सोने

डिजिटल युगातील संपत्ती, सत्ता आणि गोपनीयतेचा संघर्ष

योगेश संजय काकडे

डॉ. अविनाश आनंदराव गेडाम

प्रकाशक: नोशन प्रेस

२०२६

हक्क माहिती

डेटा म्हणजे नवे सोनेः *डिजिटल युगातील संपत्ती, सत्ता आणि गोपनीयतेचा संघर्ष*

डॉ. अविनाश आनंदराव गेडाम, योगेश संजय काकडे, २०२६

प्रकाशक: नोशन प्रेस

मुखपृष्ठ संकल्पना: डॉ. अविनाश गेडाम, योगेश काकडे.

संस्करण: प्रथम संस्करण, २०२६

मूल्य:

अर्पित...

हे पुस्तक
समाजशास्त्र, राज्यशास्त्र, माध्यम व जनसंवाद, लोक प्रशासन, कायदा आणि मानसशास्त्र या क्षेत्रांतील विद्यार्थी, संशोधक व व्यावसायिकांना समर्पित आहे.

तसेच, डिजिटल युगातील डेटा, गोपनीयता आणि तंत्रज्ञानाच्या प्रभावाबद्दल जागरूक असणाऱ्या सर्व सजग नागरिकांना अर्पण.

लक्षित पाठक वर्ग

हे पुस्तक प्रामुख्याने खालील क्षेत्रांतील विद्यार्थी, संशोधक आणि व्यावसायिकांसाठी मार्गदर्शक आणि संदर्भग्रंथ म्हणून उपयुक्त ठरेलः

- समाजशास्त्र व सामाजिक कार्यः डिजिटल क्रांतीचा मानवी नातेसंबंध आणि ग्रामीण-शहरी दरीवर होणारा परिणाम अभ्यासणाऱ्या (MSW/MA) विद्यार्थ्यांसाठी.
- राज्यशास्त्र व सार्वजनिक धोरणः डेटा सार्वभौमत्व, निवडणूक राजकारण आणि सरकारी धोरणांचे विश्लेषण करणाऱ्या संशोधकांसाठी.
- माध्यम व जनसंवादः सोशल मीडिया अल्गोरिदम, फेक न्यूज आणि डीपफेक या विषयांत रस असलेल्या पत्रकारिता क्षेत्रातील अभ्यासकांसाठी.
- लोक प्रशासन व कायदाः ई-गव्हर्नन्स, सायबर सुरक्षा आणि 'डिजिटल वैयक्तिक माहिती संरक्षण कायदा २०२३' चा अभ्यास करणाऱ्या अधिकारी व विधी विद्यार्थ्यांसाठी.
- मानसशास्त्रः डिजिटल व्यसन आणि मानवी वर्तनाचे तांत्रिक नियंत्रण यावर संशोधन करणाऱ्यांसाठी.
- सजग नागरिकः तंत्रज्ञान कंपन्यांची मक्तेदारी आणि स्वतःच्या डिजिटल हक्कांबद्दल जागरूक असणाऱ्या सामान्य वाचकांसाठी.

आभार

कोणतेही संशोधन किंवा शैक्षणिक लेखन हे केवळ एका व्यक्तीच्या प्रयत्नांचे फळ नसते, तर ते अनेक अनुभवी व्यक्तींचे मार्गदर्शन आणि स्नेहीजनांच्या सहकार्याचे प्रतिफल असते.

मी अत्यंत कृतज्ञतेने माझ्या सर्व गुरुजनांचे आणि मार्गदर्शकांचे आभार मानतो, ज्यांच्या बौद्धिक सहवासामुळे आणि अनुभवामुळे या पुस्तकाला वैचारिक सखोलता प्राप्त झाली. मी विशेषतः **डॉ. एम. एस. अली, डॉ. अरुण नन्हई, डॉ. प्रशांत गावंडे, डॉ. एस. एस. खान, डॉ. हरीश साखरे सर, डॉ. अस्मिता ठोंबरे, डॉ. मेघा पाटील, प्रा. कृष्णा तेलंग्रे, प्रा. अर्जुन बोकडे आणि प्रा. संदीप मोठे** यांचा ऋणी आहे. आपणा सर्वांच्या निरंतर मार्गदर्शनामुळे, मोलाच्या सूचनांमुळे आणि शैक्षणिक प्रोत्साहनामुळेच "कृत्रिम बुद्धिमत्ता आणि समाजकार्य" यांसारख्या आधुनिक आणि जटिल विषयावर हे लेखन करणे मला शक्य झाले.

या पुस्तकाच्या निर्मिती प्रक्रियेत मला माझ्या मित्रांचे विशेष सहकार्य लाभले. मी माझे प्रिय मित्र— **श्री. गजानन लाघे, श्री. महेश खरात, श्री. कार्तिक थोरात, माधुरी खरात, कल्याणी काळे, श्री. उमेश सुरोशे आणि श्री. राम हिंगे** यांचा मनापासून धन्यवाद मानतो. संशोधन सामग्रीच्या संकलनापासून ते वैचारिक चर्चेपर्यंत प्रत्येक स्तरावर आपण दिलेली सक्रिय साथ ही या शैक्षणिक प्रवासातील माझी मोठी शक्ती ठरली आहे.

मी त्या सर्व प्रत्यक्ष आणि अप्रत्यक्ष सहकाऱ्यांचेही आभार मानतो, ज्यांनी आपल्या विचारांनी आणि प्रेरणेने या पुस्तकाला आकार देण्यास मदत

केली. हे पुस्तक आपल्या सर्वांच्या सामूहिक प्रेरणेचे आणि सामाजिक वास्तवाप्रती असलेल्या आपल्या सामायिक आस्थेचे परिणाम आहे.

शेवटी, मी माझे माता-पिता **सौ. दुर्गा काकडे आणि श्री. संजय काकडे** तसेच त्या सर्व शुभचिंतकांचे आभार मानतो, ज्यांच्या संयम आणि विश्वासाने मला हे शैक्षणिक ध्येय पूर्ण करण्यासाठी निरंतर बळ दिले.

— **योगेश संजय काकडे**

प्रास्ताविक

मानवी संस्कृतीच्या इतिहासात प्रत्येक युगाची ओळख एका विशिष्ट संसाधनाने झाली आहे. अश्मयुग, ताम्रयुग आणि औद्योगिक क्रांतीनंतर आता आपण 'माहिती युगात' वावरत आहोत. आजच्या काळात 'डेटा' (Data) हा केवळ तांत्रिक शब्द राहिला नसून, तो या युगातील सर्वात मौल्यवान संपत्ती, सत्तेचे केंद्र आणि सामाजिक परिवर्तनाचे मुख्य साधन बनला आहे. "डेटा म्हणजे नवे सोने" असे म्हटले जाते, परंतु हे सोने केवळ आर्थिक समृद्धी आणत नाही, तर ते मानवी वर्तन, राजकीय प्रक्रिया आणि वैयक्तिक गोपनीयतेवरही अभूतपूर्व नियंत्रण मिळवत आहे. या पार्श्वभूमीवर, "डेटा म्हणजे नवे सोने: डिजिटल युगातील संपत्ती, सत्ता आणि गोपनीयतेचा संघर्ष" हे पुस्तक लिहिण्यामागचा उद्देश केवळ तंत्रज्ञानाची माहिती देणे नसून, तंत्रज्ञानाचा आपल्या सामाजिक आणि मानसिक जीवनावर होणारा सखोल परिणाम अधोरेखित करणे हा आहे.

एक समाजकार्य आणि समाजशास्त्राचा अभ्यासक म्हणून काम करताना मला जाणवले की, डिजिटल क्रांतीचा परिणाम समाजातील सर्व घटकांवर एकसमान होत नाही. शहरात बसून हाय-स्पीड इंटरनेट वापरणारा वर्ग आणि तांत्रिक साक्षरतेपासून दूर असलेला ग्रामीण भारतातील सामान्य नागरिक यांच्यातील 'डिजिटल दरी' केवळ माहितीच्या अभावापुरती मर्यादित नाही, तर ती शोषणाचे एक नवीन स्वरूप बनत आहे. जेव्हा एखाद्या शेतकरी किंवा कष्टकऱ्याचा डेटा त्याच्या संमतीशिवाय विकला जातो, किंवा 'ओटीपी फ्रॉड' आणि 'सिम स्वॅप' सारख्या सायबर गुन्ह्यांमुळे कोणाचे आयुष्यभराचे उत्पन्न लुटले

जाते, तेव्हा तो केवळ तांत्रिक गुन्हा नसून तो सामाजिक न्यायाचा पराभव असतो. हे पुस्तक याच सामाजिक वास्तवाशी प्रामाणिक राहून लिहिलेले एक शैक्षणिक आणि विश्लेषणात्मक संशोधन आहे.

या पुस्तकाची मांडणी दहा प्रकरणांमध्ये विभागलेली आहे. यामध्ये डेटा संकलनाचे अर्थकारण, अल्गोरिद्मिक नियंत्रण, डिजिटल व्यसन, कृत्रिम बुद्धिमत्ता (AI) आणि डीपफेकचे धोके यांसारख्या गुंतागुंतीच्या विषयांवर सखोल चर्चा करण्यात आली आहे. विशेषतः भारतीय संदर्भात, 'डिजिटल वैयक्तिक माहिती संरक्षण कायदा २०२३' आणि सायबर सुरक्षा कायदे यांची चिकित्सक समीक्षा करताना, नागरिक आणि राज्य तसेच व्यक्ती आणि बाजार यांच्यातील बदलत्या सत्तासंबंधांचे विश्लेषण केले आहे. हे लेखन केवळ तांत्रिक दृष्टिकोनातून न करता समाजशास्त्र, राज्यशास्त्र, माध्यम अध्ययन आणि लोक प्रशासन या क्षेत्रांतील विद्यार्थ्यांसाठी आणि अभ्यासकांसाठी उपयुक्त ठरेल, अशा पद्धतीने अनुच्छेद स्वरूपात मांडले आहे.

हे पुस्तक पूर्ण करण्यासाठी मला अनेक मान्यवरांचे मार्गदर्शन लाभले. विशेषतः डॉ. अविनाश गेडाम, डॉ. हरिष साखरे, डॉ. अस्मिता ठोंबरे, प्रा. अर्जुन बोकाडे, प्रा. संदीप मोठे, यांच्या मौल्यवान मार्गदर्शनामुळे या विषयाला एक संशोधनाधारित शिस्त प्राप्त झाली. तसेच, प्रत्यक्ष आणि अप्रत्यक्ष मदत करणाऱ्या सर्व सहकाऱ्यांच्या प्रेरणेने हे लेखन शक्य झाले. माझे मित्र श्री. गजानन लाघे, श्री. महेश खरात, माधुरी खरात, कल्याणी काळे आणि कार्तिक थोरात यांनी या प्रकल्पात मोलाची मदत केली, त्याबद्दल मी त्यांचा ऋणी आहे.

शेवटी, हे पुस्तक वाचताना आपल्याला जाणीव होईल की, आपण 'डेटा लोकशाही'कडे जात आहोत की 'डेटा हुकूमशाही'कडे, हे ठरवण्याची वेळ आता आली आहे. तंत्रज्ञान हे मानवी मुक्तीचे साधन बनावे, शोषणाचे नव्हे, हाच विचार या पुस्तकाच्या मुळाशी आहे. हे संशोधन वाचक आणि अभ्यासकांना डिजिटल युगातील आव्हाने समजून घेण्यास आणि एक सजग नागरिक म्हणून स्वतःचे स्थान निश्चित करण्यास मदत करेल, अशी मला खात्री आहे.

- **योगेश संजय काकडे**

अनुक्रमणिका

प्रस्तावना 1

डेटा : संकल्पनात्मक पाया आणि डिजिटल युगातील त्याचे स्वरूप 1

“डेटा म्हणजे नवे सोने” का? 6

सामान्य माणसाने हे पुस्तक का वाचावे? 12

प्रकरण १ – डेटा म्हणजे काय? 17

डेटाचे विविध प्रकार आणि त्यांचे स्वरूप 17

आपण दररोज किती डेटा तयार करतो? मानवी क्रियांचे निरंतर डिजिटलीकरण 21

डेटा निर्मितीची व्यावहारिक उदाहरणे आणि प्रक्रियेचे विश्लेषण 26

प्रकरण २ : डेटा कसा गोळा केला जातो? 32

ॲप परवानग्या आणि डिजिटल देखरेखीचे तंत्र 32

कुकीज आणि ट्रॅकर्स : इंटरनेटवरील अदृश्य पाळत 36

स्थान निश्चिती आणि मागोवा : डिजिटल भूगोलातील नियंत्रण 41

डिजिटल मोफतपणाचा भ्रम : जाहिरात, नफा आणि मानवी अवधानाचे अर्थकारण 46

प्रकरण ३ : मोठ्या कंपन्या आणि डेटा साम्राज्य 51

गुगल : शोध, स्थान आणि जाहिरात अर्थव्यवस्थेचे जाळे 51

मेटा : सामाजिक संबंधांचे भांडवलीकरण आणि वर्चस्वाचे अर्थकारण 55

ॲमेझॉन : उपभोगवादी प्रवृत्तीचे संकलन आणि जागतिक डिजिटल पायाभूत सुविधांवरील वर्चस्व 60

मायक्रोसॉफ्ट : सॉफ्टवेअर मक्तेदारीकडून क्लाउड आणि कृत्रिम बुद्धिमत्तेच्या डेटा साम्राज्यापर्यंत 64

निगराणी भांडवलशाही आणि डेटा कमाईचे अर्थकारण 69

प्रकरण ४ : भारतातील डिजिटल क्रांती 72

आधार : ओळखीचे डिजिटलीकरण आणि हक्कांचा संघर्ष 72

एकात्मिक देय प्रणाली (यूपीआय) आणि डिजिटल अर्थव्यवहारांचे डेटा-आधारित राजकारण 76

डिजिटल इंडिया आणि ई-गव्हर्नन्स : प्रशासकीय पारदर्शकता आणि ग्रामीण वास्तव	81
कायदेशीर नियामक चौकटी : माहिती तंत्रज्ञान कायदा ते डिजिटल वैयक्तिक डेटा संरक्षण कायदा	86
प्रकरण ५ : डेटा आणि सत्ता	91
निवडणुकीतील डेटा वापर : लोकशाहीचे डिजिटल व्यवस्थापन आणि प्रचाराचे नवीन अर्थकारण	91
मतदार प्रोफाइलिंग : मानवी स्वभावाचे सांख्यिकीकरण आणि डिजिटल सत्तेची नवी गणिते	96
मायक्रो-टार्गेटिंग : डिजिटल प्रचाराचे सूक्ष्म आणि भेदक तंत्र	100
खोट्या बातम्या आणि अल्गोरिद्मिक प्रभाव : डिजिटल युगातील सत्याचा संकोच	105
'इको चेंबर' परिणाम : डिजिटल बंदिस्तपणा आणि लोकशाही संवादाचा संकोच	110
प्रकरण ६ : गोपनीयतेचा प्रश्न	116
गोपनीयतेची संकल्पना : वैयक्तिक अवकाश आणि डिजिटल स्वायत्तता	116
वैयक्तिक स्वातंत्र्य आणि राज्य नियंत्रण : डिजिटल युगातील सत्तासंघर्ष	121
डेटा गळती आणि सायबर सुरक्षा : वैयक्तिक माहितीच्या चोरीचे सामाजिक व संस्थात्मक परिणाम	126
सुरक्षिततेसाठी उपाय : वैयक्तिक सजगता आणि तांत्रिक संरक्षणाची नवीन मानके	130
प्रकरण ७ : डेटा विक्री प्रक्रिया	137
डेटा दलाल : डिजिटल युगातील अदृश्य माहिती बाजार आणि माहितीचे व्यापारीकरण	137
लक्ष्यित जाहिरात प्रणाली : वापरकर्त्यांच्या वर्तणुकीचे भांडवलीकरण आणि डिजिटल उपभोगाचे अर्थकारण	141
रिअल-टाइम बिडिंग : डिजिटल लिलावाचे अदृश्य राजकारण आणि गोपनीयतेचा क्षणिक संघर्ष	146

अल्गोरिद्मिक नियंत्रण : शिफारस प्रणाली आणि मानवी विवेकाचे तांत्रिक व्यवस्थापन 150
डिजिटल व्यसन : मानवी मेंदूचे तांत्रिक शोषण आणि डेटा-आधारित वर्तणुकीचे अर्थकारण 155
प्रकरण ८ : कृत्रिम बुद्धिमत्ता (AI) आणि डेटा 160
मशीन लर्निंगसाठी डेटा : यंत्रांच्या शिक्षणाचे इंधन आणि तांत्रिक निर्णयांचे वास्तव 160
प्रशिक्षण डेटा आणि लेबलिंग उद्योग : डिजिटल युगातील अदृश्य श्रमिक आणि माहितीचे संस्कार 164
चॅटबॉट्स आणि शिफारस प्रणाली : संवादाचे संगणकीकरण आणि निवडींचे अल्गोरिद्मिक व्यवस्थापन 168
अल्गोरिद्मिक पक्षपात : तांत्रिक तटस्थतेचा आभास आणि सामाजिक विषमतेचे पुनर्लेखन 174
डीपफेक धोका : डिजिटल सत्याचा संकोच आणि आभासी वास्तवाचे राजकारण 178
नोकरी ऑटोमेशन : स्वयंचलित यंत्रणा आणि मानवी श्रमाचे बदलणारे स्वरूप 183
प्रकरण ९ : डेटा चोरी आणि सायबर गुन्हे 188
फिशिंग आणि रॅन्समवेअर : डिजिटल असुरक्षितता आणि माहितीचे अपहरण 188
सिम स्वॅप फसवणूक : डिजिटल ओळखीचे अपहरण आणि वित्तीय असुरक्षिततेचे नवीन परिमाण 192
ओटीपी फ्रॉड : विश्वासाचे उल्लंघन आणि डिजिटल व्यवहारातील मानसशास्त्रीय सापळा 197
डार्क वेब : डिजिटल जगाचे अदृश्य तळघर आणि माहितीचा काळा बाजार 201
प्रकरण १० : भविष्यातील डेटा विश्व 207
डेटा मालकी हक्क : डिजिटल संसाधनांचे स्वामित्व आणि स्वायत्ततेचा संघर्ष 207
डेटा डिव्हिडंड : डिजिटल संपत्तीचे न्याय्य वाटप आणि सामाजिक न्यायाचा नवीन आयाम 211

GDPR तुलना : जागतिक गोपनीयता मानके आणि भारतीय कायदेशीर चौकटीचे चिकित्सक विश्लेषण 215
डिजिटल साक्षरता : तांत्रिक गुलामगिरीकडून माहितीपूर्ण स्वातंत्र्याकडे 220
डेटा लोकशाही की डेटा हुकूमशाही? : तांत्रिक सत्तेचे ध्रुवीकरण आणि भविष्यातील धोरणात्मक आव्हाने 224
अंतिम निष्कर्ष: डिजिटल लोकशाहीच्या दिशेने – आव्हाने आणि भविष्यातील शक्यता 230
परिशिष्ट : डिजिटल युगातील परिभाषा, संदर्भ आणि संशोधनासाठी मार्गदर्शक तत्त्वे 234
१. तांत्रिक पारिभाषिक शब्दावली (Glossary) 234
२. महत्त्वपूर्ण कायदेशीर आणि धोरणात्मक संदर्भ 235
३. संशोधकांसाठी दिशा आणि पद्धतशास्त्र 236
४. पुढील वाचनासाठी शिफारस केलेले विषय आणि साधने 236

सारांश

“डेटा म्हणजे नवे सोनेः डिजिटल युगातील संपत्ती, सत्ता आणि गोपनीयतेचा संघर्ष” हे पुस्तक २१ व्या शतकातील सर्वात प्रभावी आणि वेगाने बदलणाऱ्या 'डेटा' (Data) या संसाधनाचे बहुआयामी विश्लेषण करते. आजच्या काळात इंटरनेट, स्मार्टफोन आणि सोशल मीडियाच्या माध्यमातून आपण प्रत्येक क्षणाला जो डेटा निर्माण करत आहोत, तो केवळ तांत्रिक कचरा नसून जागतिक अर्थव्यवस्थेतील सर्वात मौल्यवान संपत्ती बनली आहे. या पुस्तकाचा मुख्य गाभा म्हणजे डेटा संकलनाचे हे अफाट सामर्थ्य कशा प्रकारे मानवी वर्तन, बाजारव्यवस्था, राज्यसंस्था आणि सामाजिक रचना यांना नियंत्रित करत आहे, याचा चिकित्सक वेध घेणे हा आहे.

पुस्तकाच्या प्रारंभी, डेटा संकलनाची ऐतिहासिक आणि सामाजिक पार्श्वभूमी स्पष्ट करण्यात आली आहे. 'डेटा दलाल' (Data Brokers) आणि मोठ्या तंत्रज्ञान कंपन्या कशा प्रकारे विनामूल्य सेवांच्या बदल्यात आपल्या खाजगी आयुष्यातील माहिती गोळा करतात आणि त्याचे नफ्यात रूपांतर करतात, याचे सखोल विवेचन येथे आढळते. 'अल्गोरिद्मिक नियंत्रण' (Algorithmic Control) आणि 'डिजिटल व्यसन' (Digital Addiction) या प्रकरणांमधून मानवी मानसशास्त्राचा तंत्रज्ञानाद्वारे कसा गैरफायदा घेतला जातो आणि त्यातून कशा प्रकारे विचारधारात्मक गटबांधणी (Echo Chambers) निर्माण केली जाते, हे या संशोधनातून सिद्ध झाले आहे. माहितीवर विश्वास ठेवण्याच्या मानवी प्रवृत्तीचा वापर करून 'मायक्रो-टार्गेटिंग' द्वारे मतदारांचे किंवा ग्राहकांचे मत कसे वळवले जाते, याचे राजकीय विश्लेषण राज्यशास्त्राच्या विद्यार्थ्यांसाठी अत्यंत महत्त्वाचे ठरेल.

पुस्तकाचा उत्तरार्ध हा प्रामुख्याने तांत्रिक आव्हाने आणि कायदेशीर चौकटीवर आधारित आहे. 'कृत्रिम बुद्धिमत्ता' (AI), 'डीपफेक' (Deepfakes), 'मशीन लर्निंग' आणि 'नोकरी ऑटोमेशन' यांसारख्या आधुनिक संकल्पनांचा अभ्यास करताना, तंत्रज्ञानाच्या अंधगौरवापेक्षा त्याच्या सामाजिक परिणामांवर अधिक भर दिला आहे. विशेषतः भारतीय सामाजिक रचनेत ग्रामीण-शहरी दरी (Digital Divide) आणि शैक्षणिक असमानता यामुळे 'सिम स्वॅप', 'ओटीपी फ्रॉड' आणि 'सायबर गुन्हेगारी' यांसारखी संकटे कशी गडद होत आहेत, याचे वास्तववादी चित्रण येथे मांडले आहे. 'डिजिटल वैयक्तिक माहिती संरक्षण कायदा २०२३' ची युरोपियन 'जीडीपीआर' (GDPR) शी केलेली तुलना अभ्यासकांना धोरणनिर्मितीमधील त्रुटी आणि मर्यादा समजून घेण्यास मदत करते.

शेवटी, हे पुस्तक 'डेटा लोकशाही' (Data Democracy) आणि 'डेटा हुकूमशाही' (Data Dictatorship) यांमधील संघर्षावर प्रकाश टाकते. डेटाची मालकी कोणाकडे असावी—व्यक्तीकडे की कंपनीकडे—आणि 'डेटा लाभांश' (Data Dividend) सारख्या संकल्पनांतून नागरिकांना आर्थिक लाभ कसा मिळू शकतो, यावर भविष्यातील धोरणात्मक दिशा सुचवली आहे. तंत्रज्ञान हे मानवी मुक्तीचे साधन बनावे, शोषणाचे नव्हे, हा या संपूर्ण ग्रंथाचा मूळ सूर आहे. हे पुस्तक वाचकांना केवळ तांत्रिक माहिती देत नाही, तर त्यांना डिजिटल युगातील एक 'सजग नागरिक' म्हणून स्वतःचे स्थान आणि अधिकार ओळखण्यास प्रवृत्त करते.

प्रस्तावना

मानव सभ्यतेचा इतिहास पाहिला तर प्रत्येक काळात काही ना काही मौल्यवान साधनसंपत्तीला विशेष महत्त्व मिळालेले दिसते. प्राचीन काळात जमीन, पाणी, धान्य आणि नैसर्गिक साधनसंपत्ती ही संपत्तीचे प्रमुख स्त्रोत मानली जात होती. पुढे व्यापार वाढू लागल्यावर सोने, चांदी आणि इतर मौल्यवान धातूंना संपत्तीचे प्रतीक मानले जाऊ लागले. त्या काळात ज्याच्याकडे अधिक सोने व संपत्ती असे, त्याला समाजात अधिक प्रतिष्ठा आणि सत्ता प्राप्त होत असे.

काळाच्या ओघात औद्योगिक क्रांती झाली आणि यंत्रसामग्री, उद्योगधंदे व तंत्रज्ञान यांना महत्त्व प्राप्त झाले. उत्पादन, व्यापार आणि बाजारपेठ यामध्ये माहितीचा वापर वाढू लागला. आधुनिक काळात तर संगणक, इंटरनेट आणि डिजिटल तंत्रज्ञानाच्या विकासामुळे जगात प्रचंड प्रमाणात माहिती निर्माण होऊ लागली. या माहितीला आपण डेटा असे म्हणतो.

आजच्या डिजिटल युगात डेटा हा अत्यंत मौल्यवान ठेवा बनला आहे. उद्योग, शिक्षण, आरोग्य, शासन, संशोधन आणि समाजजीवनाच्या जवळजवळ प्रत्येक क्षेत्रात डेटाचा मोठ्या प्रमाणावर उपयोग केला जात आहे. योग्य प्रकारे डेटा गोळा करणे, त्याचे विश्लेषण करणे आणि त्यातून योग्य निर्णय घेणे ही आजच्या काळातील अत्यंत आवश्यक प्रक्रिया बनली आहे. त्यामुळेच आधुनिक युगात “डेटा म्हणजे नवे सोने” असे म्हटले जाते. डेटाच्या माध्यमातून व्यक्ती, संस्था आणि सरकार विविध निर्णय अधिक अचूकपणे घेऊ शकतात. व्यवसाय क्षेत्रात ग्राहकांच्या गरजा समजून घेण्यासाठी, शिक्षण क्षेत्रात विद्यार्थ्यांच्या प्रगतीचा अभ्यास करण्यासाठी, तसेच आरोग्य, उद्योग, शेती आणि

प्रशासन अशा अनेक क्षेत्रांमध्ये डेटा महत्त्वाची भूमिका बजावत आहे. योग्य पद्धतीने डेटा गोळा करणे, त्याचे विश्लेषण करणे आणि त्यातून योग्य निष्कर्ष काढणे ही आजच्या काळातील अत्यावश्यक कौशल्ये बनली आहेत.

तथापि, डेटाचे महत्त्व जितके वाढले आहे तितकीच त्याच्या सुरक्षिततेची गरजही वाढली आहे. सायबर गुन्हे, डेटा चोरी आणि गोपनीयतेचे प्रश्न ही आजची गंभीर आव्हाने ठरत आहेत. त्यामुळे डेटाचा जबाबदारीने आणि सुरक्षिततेने वापर करणे अत्यंत आवश्यक आहे.

"डेटा म्हणजे नवे सोने" या पुस्तकामध्ये प्राचीन काळापासून आधुनिक डिजिटल युगापर्यंत संपत्तीच्या संकल्पनेत झालेला बदल स्पष्ट करताना डेटाचे महत्त्व, डेटाचे प्रकार, डेटा निर्मिती, ॲप परवानगी, कुकीज आणि ट्रकर्स, मोठ्याकंपण्या आणि डेटा साम्राज्य, मेटा, ॲमेझॉन, मायक्रोसॉफ्ट, भारतातीला डिजिटल क्रांती,डेटा आणि सत्ता, गोपनियतेचा प्रश्न, डेटा विक्री प्रक्रिया, कृत्रिम बुद्धिमत्ता, डेटा चोरी आणि सायबर गुन्हे, भविष्यातील डेटा विश्व, यांचे विविध उपयोग, तसेच त्यासमोरील संधी आणि आव्हाने यांचा सविस्तर आढावा घेण्याचा प्रयत्न करण्यात आला आहे. वाचकांना डिजिटल युगातील डेटाचे खरे मूल्य समजून घेण्यासाठी हे पुस्तक निश्चितच उपयुक्त ठरेल, अशी आशा आहे.

डॉ. अविनाश गेडाम
(कार्यकारी प्राचार्य)
महात्मा ज्योतिबा फुले समाजकार्य
महाविद्यालय, बुलडाणा.

प्रस्तावना

डेटा : संकल्पनात्मक पाया आणि डिजिटल युगातील त्याचे स्वरूप

मानवी संस्कृतीच्या इतिहासात नोंदणी ठेवण्याची प्रवृत्ती अत्यंत प्राचीन आहे. अश्मयुगातील गुहेतील चित्रे असोत किंवा प्राचीन व्यापारी नगरांतील मातीच्या विटांवरील नोंदी, मानवाने नेहमीच आपल्या सभोवतालच्या वास्तवाला चिन्हांमध्ये पकडण्याचा प्रयत्न केला आहे. आधुनिक युगात ज्याला आपण 'डेटा' म्हणतो, तो याच ऐतिहासिक संचयवृत्तीचा एक प्रगत आणि डिजिटल आविष्कार आहे. मूळतः डेटा म्हणजे केवळ कच्ची माहिती, ज्याला स्वतःचा कोणताही स्वतंत्र अर्थ नसतो. ते केवळ आकडे, शब्द, ध्वनी किंवा प्रतिमांचे समूह असतात. जोपर्यंत या कच्च्या घटकांवर कोणतीही प्रक्रिया केली जात नाही किंवा त्यांना विशिष्ट संदर्भात मांडले जात नाही, तोपर्यंत ते निर्जीव स्वरूपात असतात. मात्र, जेव्हा या विखुरलेल्या घटकांचे संकलन करून त्यांचे विश्लेषण केले जाते, तेव्हा त्याचे रूपांतर 'माहिती'मध्ये होते. माहिती आणि डेटा यांच्यातील हा सूक्ष्म भेद समजून घेणे समाजशास्त्रीय आणि राजकीय अभ्यासासाठी अनिवार्य आहे. कारण डेटा हा वास्तवाचा एक अंश असतो, तर माहिती ही त्या वास्तवाचे केलेले अर्थनिर्णयन असते. पारंपरिक काळात ही माहिती कागदावर, हस्तलिखितांमध्ये किंवा मानवी स्मृतीमध्ये साठवली जात असे. त्याकाळी माहितीचा वेग मर्यादित होता आणि ती विशिष्ट भौगोलिक परिघातच बंदिस्त असे. मात्र, संगणकीय क्रांतीने माहितीच्या या स्वरूपाला 'डिजिटल डेटा'मध्ये रूपांतरित केले, ज्यामुळे माहितीचे स्वरूप केवळ वेगवान

झाले नाही, तर ती अमर्यादपणे साठवण्याची आणि प्रसारित करण्याची क्षमता निर्माण झाली.

डिजिटल डेटा आणि पारंपरिक कागदी माहिती यांच्यातील मूलभूत फरक त्यांच्या लवचिकतेमध्ये आणि प्रक्रियेच्या गतीमध्ये आहे. कागदी माहिती हाताळण्यासाठी मानवी हस्तक्षेपाची आणि प्रत्यक्ष उपस्थितीची आवश्यकता असते, तर डिजिटल डेटा हा बायनरी कोडच्या स्वरूपात असल्याने तो यंत्रांद्वारे सेकंदाच्या काही भागात विश्लेषित केला जाऊ शकतो. पारंपरिक माहितीचे वर्गीकरण आणि शोध घेणे ही एक वेळखाऊ प्रक्रिया होती, परंतु डिजिटल युगात अल्गोरिदमच्या साहाय्याने लक्षावधी नोंदींमधून हवी ती माहिती क्षणार्धात शोधणे शक्य झाले आहे. या तांत्रिक सुलभतेने डेटाला एका व्यापक अर्थव्यवस्थेचे रूप दिले आहे. आज आपण जेव्हा डेटाचा विचार करतो, तेव्हा त्याचे वर्गीकरण प्रामुख्याने तीन प्रकारांत केले जाते. पहिला प्रकार म्हणजे 'स्ट्रक्चर्ड डेटा' किंवा संरचित डेटा, जो विशिष्ट साच्यात किंवा तक्त्यांमध्ये बसवता येतो, जसे की बँकिंग व्यवहारांचे आकडे किंवा जनगणना माहिती. दुसरा प्रकार 'अनस्ट्रक्चर्ड डेटा' किंवा असंरचित डेटा आहे, जो आजच्या इंटरनेट विश्वात सर्वाधिक प्रमाणात उपलब्ध आहे. यामध्ये सोशल मीडियावरील पोस्ट, ईमेलमधील मजकूर, व्हिडिओ आणि ध्वनीफितींचा समावेश होतो. तिसरा प्रकार 'सेमी-स्ट्रक्चर्ड' डेटाचा असतो, ज्यामध्ये काही अंशी शिस्त असते परंतु तो पूर्णतः तक्त्यांमध्ये बसवता येत नाही. या वर्गीकरणावरून हे स्पष्ट होते की, आधुनिक काळात मानवी जीवनाचा असा कोणताही पैलू उरलेला नाही ज्याचे रूपांतर डेटामध्ये होऊ शकत नाही.

या प्रक्रियेतूनच 'बिग डेटा' या संकल्पनेचा जन्म झाला आहे. बिग डेटा म्हणजे केवळ माहितीचा मोठा साठा नव्हे, तर तो पाच प्रमुख वैशिष्ट्यांनी (5 Vs) ओळखला जातोः प्रमाण (Volume), वेग (Velocity), विविधता (Variety), विश्वसनीयता (Veracity) आणि मूल्य (Value). आज दर सेकंदाला जगामध्ये इतक्या मोठ्या प्रमाणात डेटा निर्माण होत आहे की, त्याचे मोजमाप करणे मानवी क्षमतेच्या पलीकडे गेले आहे. हा डेटा केवळ वेगाने निर्माण होत नाही, तर तो अत्यंत विविधरंगी आहे. यामध्ये केवळ शासकीय आकडेवारी नसून लोकांच्या आवडीनिवडी, त्यांच्या हालचाली, त्यांचे संवाद आणि त्यांच्या भावनांचेही डिजिटल अंश समाविष्ट आहेत. या प्रचंड माहितीच्या साठ्यातून जेव्हा अर्थपूर्ण आकृतीबंध शोधले जातात, तेव्हा त्याचे रूपांतर राजकीय सत्तेत आणि आर्थिक नफ्यात होते. बिग डेटाची ही ताकदच त्याला 'नवे सोने' बनवते. मात्र, हे सोने खाणीतून काढण्यापेक्षा लोकांच्या दैनंदिन व्यवहारातून निर्माण होते, ज्याला आपण 'डिजिटल फूटप्रिंट' म्हणतो. जेव्हा एखादी व्यक्ती इंटरनेटचा वापर करते, तेव्हा ती कळत-नकळत आपल्या अस्तित्वाच्या खुणा मागे सोडत असते. मग ते एखाद्या वेबसाइटला दिलेली भेट असो, ऑनलाइन खरेदी असो किंवा गुगल मॅप्सचा वापर करून केलेला प्रवास असो. या खुणांचे संकलन करून व्यक्तीचे एक डिजिटल व्यक्तिमत्व तयार केले जाते, जे त्या व्यक्तीच्या प्रत्यक्ष ओळखीपेक्षाही अधिक प्रभावी ठरू शकते.

भारतीय समाजव्यवस्थेचा विचार करताना डेटाची ही संकल्पना अधिक गुंतागुंतीची ठरते. भारतासारख्या देशात, जिथे भाषिक विविधता आणि सामाजिक स्तरभेद मोठ्या प्रमाणावर आहेत, तिथे डिजिटल डेटाचे संकलन आणि वापर सर्वांसाठी समान नसतो. शहरी भागातील

उच्चशिक्षित वर्गाचा डिजिटल फूटप्रिंट अत्यंत सखोल असतो, कारण त्यांच्या जीवनातील बहुतांश व्यवहार डिजिटल मंचांवर होतात. याउलट, ग्रामीण भागातील किंवा उपेक्षित वर्गातील लोकांचा डिजिटल प्रवेश मर्यादित असल्याने त्यांचा डेटा 'अदृश्य' राहण्याची शक्यता असते. मात्र, याचा अर्थ असा नाही की त्यांच्यावर तंत्रज्ञानाचा परिणाम होत नाही. सरकारी योजनांचे लाभ घेताना किंवा आधार कार्डसारख्या ओळखपत्रांचा वापर करताना, या वर्गाचा डेटा प्रशासकीय नियंत्रणाचा भाग बनतो. डिजिटल प्रवेशातील ही विषमता 'डेटा गॅप' निर्माण करते, ज्यामुळे धोरणनिर्मिती करताना विशिष्ट वर्गाच्या गरजांना अधिक प्राधान्य दिले जाते, तर डेटा नसलेल्या वर्गाला व्यवस्थेबाहेर ढकलले जाण्याचा धोका निर्माण होतो. अशा प्रकारे, डेटा हा केवळ तांत्रिक घटक न राहता तो सामाजिक समावेश आणि बहिष्काराचे एक साधन बनतो.

राजकीय आणि प्रशासकीय दृष्टिकोनातून पाहिल्यास, डेटा हा केवळ माहितीचा स्रोत नसून तो सत्तेचे केंद्र बनला आहे. राज्यसंस्था आता नागरिकांच्या वर्तणुकीवर लक्ष ठेवण्यासाठी आणि धोरणांची अंमलबजावणी करण्यासाठी डेटाचा वापर करत आहे. पूर्वी लोकशाहीत संवादाचे माध्यम प्रामुख्याने सार्वजनिक सभा आणि वर्तमानपत्रे होती, परंतु आता सोशल मीडियावरील डेटाच्या विश्लेषणाद्वारे मतदारांच्या मानसिकतेचा अंदाज घेतला जातो. खासगी कंपन्या या डेटाचा वापर करून ग्राहकांच्या गरजांचे अनुमान लावतात आणि त्यांना विशिष्ट उत्पादनांची शिफारस करतात. या प्रक्रियेत बाजारव्यवस्था आणि राज्यसंस्था यांच्यातील सीमा धूसर होऊ लागल्या आहेत. डेटाचे संकलन करणाऱ्या मोठ्या तंत्रज्ञान कंपन्यांकडे आज अनेक देशांच्या

अर्थव्यवस्थेपेक्षाही अधिक माहिती आणि सत्ता एकवटलेली आहे. हे 'डेटा केंद्रीकरण' लोकशाही मूल्यांसमोर मोठे आव्हान उभे करत आहे. कारण ज्याच्याकडे डेटा आहे, त्याच्याकडे लोकांच्या विचारांवर आणि निर्णयांवर प्रभाव टाकण्याची क्षमता आहे.

डिजिटल युगातील हा डेटाचा खेळ केवळ माहिती तंत्रज्ञानापुरता मर्यादित नसून तो मानवी मानसशास्त्राशी खोलवर जोडलेला आहे. मानवी मेंदू हा निसर्गतःच माहितीवर विश्वास ठेवण्यासाठी आणि विशिष्ट आकृतीबंध शोधण्यासाठी प्रवृत्त असतो. जेव्हा अल्गोरिदम आपल्याला आपल्याच विचारांना पुष्टी देणारी माहिती सतत पुरवतात, तेव्हा आपली पूर्वधारणा अधिक घट्ट होत जाते. यालाच 'इको चेंबर' किंवा 'फिल्टर बबल' असे म्हणतात. डिजिटल मंचांवर माहितीचे प्रवाह अशा प्रकारे नियंत्रित केले जातात की, व्यक्तीला केवळ तिची विचारधारा जपणाऱ्या गोष्टीच दिसतात. यातून सामाजिक ध्रुवीकरण वाढते आणि संवादाची जागा संघर्षाने घेतली जाते. डेटाच्या या मानसिक प्रभावामुळेच अफवा, चुकीची माहिती आणि द्वेषपूर्ण मजकूर वेगाने पसरतो, कारण तो लोकांच्या भावनांना आणि भीतीला खतपाणी घालतो. तांत्रिक प्रगतीमुळे जरी माहिती मिळवणे सोपे झाले असले, तरी त्या माहितीची सत्यता पडताळणे आणि तिचे विवेकी विश्लेषण करणे हे मानवासमोरील मोठे आव्हान बनले आहे.

डेटा ही संकल्पना केवळ डिजिटल फाईल्स किंवा कोडिंगपुरती मर्यादित नसून ती आधुनिक समाजाची एक नवीन रचना आहे. ती संपत्ती आहे कारण ती नफा कमावून देते; ती सत्ता आहे कारण ती नियंत्रण मिळवून देते; आणि ती एक संघर्ष आहे कारण ती गोपनीयतेच्या अधिकाराला आव्हान देते. या प्रक्रियेत तांत्रिक साधनांना मुक्तीकारक

किंवा विनाशकारी असे एकतर्फी लेबल लावण्याऐवजी, त्यांचे सामाजिक संदर्भात मूल्यमापन करणे आवश्यक आहे. ग्रामीण भागातील शेतकऱ्याला हवामानाचा अंदाज देणारा डेटा असो किंवा शहरी तरुणाची खाजगी माहिती चोरणारा अल्गोरिदम असो, हे दोन्ही एकाच नाण्याच्या दोन बाजू आहेत. या डिजिटल युगात डेटाचा हा प्रवास मानवी हक्क, सामाजिक न्याय आणि लोकशाहीच्या भविष्याला नवी दिशा देणारा ठरणार आहे. म्हणूनच, डेटाचे हे बहुआयामी स्वरूप समजून घेणे हे केवळ अभ्यासकांसाठीच नव्हे, तर प्रत्येक जागरूक नागरिकासाठी अनिवार्य बनले आहे.

"डेटा म्हणजे नवे सोने" का?

मानवी संस्कृतीच्या इतिहासात प्रत्येक कालखंडाचे एक विशिष्ट इंधन राहिले आहे, ज्याने त्या काळातील आर्थिक, राजकीय आणि सामाजिक व्यवहारांना गती दिली. अठराव्या आणि एकोणिसाव्या शतकातील औद्योगिक क्रांतीने कोळसा आणि वाफेच्या शक्तीवर आधारित उत्पादनाची नवी प्रणाली जगाला दिली. त्यानंतरच्या काळात खनिज तेलाने जागतिक अर्थव्यवस्थेवर आणि भू-राजकारणावर आपले वर्चस्व प्रस्थापित केले. आज आपण ज्या तिसऱ्या मोठ्या स्थित्यंतराच्या उंबरठ्यावर उभे आहोत, तिथे ही जागा 'डेटा' किंवा माहितीच्या साठ्याने घेतली आहे. "डेटा म्हणजे नवे सोने" ही केवळ एक अलंकारिक उपमा नसून, ती आधुनिक जागतिक अर्थव्यवस्थेचे बदललेले स्वरूप अधोरेखित करते. ज्याप्रमाणे खनिज तेलाचे उत्खनन, शुद्धीकरण आणि वितरण यातून गेल्या शतकात प्रचंड संपत्ती आणि जागतिक सत्तासंबंधांची निर्मिती झाली, अगदी त्याचप्रमाणे आज डिजिटल माहितीचे संकलन आणि विश्लेषण यातून संपत्ती व

नियंत्रणाचे नवे स्रोत निर्माण झाले आहेत. मात्र, सोने किंवा तेलाप्रमाणे डेटा हा नैसर्गिक साठा नसून, तो मानवी व्यवहारातून, संवादातून आणि रोजच्या हालचालींतून सातत्याने निर्माण होणारा एक अक्षय स्रोत आहे. हा स्रोत आजच्या डिजिटल युगातील भांडवलशाहीची मुख्य प्रेरक शक्ती ठरत आहे.

ऐतिहासिकदृष्ट्या पाहिल्यास, भांडवलशाहीने नेहमीच नफ्याच्या शोधात नवीन क्षेत्रांचे विस्तारीकरण केले आहे. सुरुवातीला जमिनीचे व्यापारीकरण झाले, त्यानंतर मानवी श्रमाचे आणि आता मानवी अनुभवांचे डेटाच्या रूपात रूपांतर केले जात आहे. ज्याला आपण 'डेटा' म्हणतो, तो प्रत्यक्षात आपल्या दैनंदिन जीवनातील प्रत्येक क्रियेचा डिजिटल अंश असतो. आपण कोणाशी बोलतो, काय वाचतो, कोणत्या ठिकाणी जातो आणि कोणत्या वस्तूंना पसंती देतो, या सर्व गोष्टींचे रूपांतर 'डेटा पॉइंट्स'मध्ये केले जाते. ही कच्ची माहिती जेव्हा अवाढव्य स्वरूपात गोळा केली जाते, तेव्हा तिचे मूल्य एखाद्या मौल्यवान धातूच्या खाणीसारखे असते. आज जगातील सर्वात मोठ्या मानल्या जाणाऱ्या बहुराष्ट्रीय कंपन्यांच्या बाजारातील किमतीचे विश्लेषण केल्यास असे लक्षात येते की, त्यांची भौतिक मालमत्ता (इमारती, यंत्रसामग्री) तुलनेने कमी आहे, परंतु त्यांच्याकडे असलेला युझर डेटा किंवा वापरकर्त्यांची माहिती हीच त्यांची खरी संपत्ती आहे. एखाद्या कंपनीची बाजारातील पत ही आता तिच्या उत्पादनांपेक्षा तिच्याकडे असलेल्या डेटावर आणि तो डेटा भविष्यातील वर्तणुकीचा अंदाज वर्तवण्यासाठी किती अचूक आहे, यावर ठरवली जात आहे.

डेटाचे सोन्यात रूपांतर होण्याची प्रक्रिया ही एका विशिष्ट तार्किक साखळीतून जाते, ज्याला डेटा-विश्लेषण-अंदाज-नियंत्रण आणि नफा

असे संबोधता येईल. जेव्हा कच्चा डेटा संकलित केला जातो, तेव्हा तो स्वतःहून फारसा उपयुक्त नसतो. मात्र, प्रगत संगणकीय प्रणाली आणि अल्गोरिदमच्या साहाय्याने जेव्हा या विखुरलेल्या माहितीचे विश्लेषण केले जाते, तेव्हा त्यातून मानवी वर्तणुकीचे विशिष्ट आकृतीबंध (Patterns) समोर येतात. हे आकृतीबंध केवळ भूतकाळातील कृतींचा आरसा नसून, ते भविष्यातील निर्णयांचा अचूक अंदाज वर्तवण्याचे साधन बनतात. उदाहरणार्थ, एखादा व्यक्ती इंटरनेटवर काय शोधतो आहे, यावरून त्याला कोणत्या प्रकारच्या वस्तूची गरज भासू शकते, याचा अंदाज लावला जातो. हा अंदाजच विक्रीच्या संधीमध्ये रूपांतरित होतो. जेव्हा एखादी संस्था लोकांच्या निर्णयांवर, निवडींवर आणि गरजेवर नियंत्रण मिळवते, तेव्हा त्यातून नफ्याची निर्मिती होते. या साखळीत डेटा हे इंधन आहे आणि अल्गोरिदम हे इंजिन आहे. या प्रक्रियेमुळे पारंपरिक व्यापार पद्धतीत आमूलाग्र बदल झाला असून, आता कंपन्या ग्राहकाच्या मागणीची वाट पाहत नाहीत, तर डेटाच्या आधारे मागणी निर्माण करतात.

या अर्थव्यवस्थेचे सर्वात गंभीर आणि महत्त्वाचे वैशिष्ट्य म्हणजे वापरकर्त्याची बदललेली भूमिका. पारंपरिक अर्थशास्त्रात जो खरेदी करतो तो ग्राहक आणि जो काम करतो तो कामगार असतो. परंतु डिजिटल अर्थव्यवस्थेत वापरकर्ता हा केवळ ग्राहक उरलेला नाही, तर तो स्वतःच एक 'उत्पादन' बनला आहे. जेव्हा आपण एखादी डिजिटल सेवा मोफत वापरतो, तेव्हा प्रत्यक्षात आपण त्या सेवेचे शुल्क आपल्या खाजगी माहितीच्या रूपाने चुकवत असतो. आपल्या आवडीनिवडी, आपले सामाजिक संबंध आणि आपला वेळ हा या कंपन्यांसाठी कच्चा माल असतो. हा माल जाहिरातदारांना किंवा राजकीय सल्लागारांना

विकला जातो. येथे वापरकर्त्याचे श्रम हे त्याच्या डिजिटल क्रियांच्या रूपात असतात, ज्यातून कंपन्यांना मौल्यवान डेटा प्राप्त होतो. ही एक प्रकारची अदृश्य श्रमाची प्रक्रिया आहे, जिथे वापरकर्त्याला आपण काहीतरी उत्पादन करत आहोत याची जाणीवही नसते, परंतु त्याच्या प्रत्येक हालचालीतून डेटाचा व्यापार सुरू असतो.

भारतीय संदर्भात डेटाचे हे राजकीय अर्थकारण अत्यंत गुंतागुंतीचे आहे. भारताची मोठी लोकसंख्या आणि झपाट्याने वाढणारा इंटरनेटचा प्रसार यामुळे जागतिक कंपन्यांसाठी भारत ही डेटाची सर्वात मोठी 'खाण' ठरली आहे. परंतु, या डेटा व्यापाराचे फायदे सर्व समाजघटकांना समान प्रमाणात मिळत नाहीत. ग्रामीण आणि शहरी भागातील डिजिटल दरीमुळे डेटा संकलनाचे स्वरूपही बदलते. शहरी भागातील उच्च मध्यमवर्गाचा डेटा हा त्यांच्या उपभोगक्षमतेमुळे मार्केटिंग कंपन्यांसाठी महत्त्वाचा असतो, तर ग्रामीण भागातील गरिबांचा डेटा हा प्रामुख्याने सरकारी कल्याणकारी योजना आणि प्रशासकीय देखरेखीसाठी वापरला जातो. इथे 'डिजिटल विषमता' केवळ तंत्रज्ञानाच्या अभावापुरती मर्यादित नसून, ती डेटाच्या मालकीशी आणि त्यातून मिळणाऱ्या लाभाशी निगडित आहे. सामाजिक स्तरभेद आणि भाषिक वैविध्य असलेल्या भारतीय समाजात, इंग्रजी भाषिक आणि शहरी वापरकर्त्यांच्या डेटावर आधारित तयार केलेले अल्गोरिदम अनेकदा ग्रामीण वास्तवाशी विसंगत असतात, ज्यामुळे धोरणनिर्मितीमध्ये त्रुटी निर्माण होऊ शकतात.

डेटाच्या या 'सुवर्णयुगात' सत्तासंबंधांचे स्वरूपही बदलले आहे. पूर्वी सत्तेचे केंद्र राज्यसंस्था आणि तिची लष्करी ताकद हे असायचे. आज सत्ता ही माहितीच्या प्रवाहावर नियंत्रण ठेवणाऱ्यांच्या हाती एकवटत

आहे. ज्या कंपन्यांकडे किंवा राज्याकडे लोकांच्या खाजगी जीवनाचा सर्वात मोठा डेटाबेस आहे, ते लोकांच्या राजकीय मतांवर, सामाजिक धारणांवर आणि अगदी सांस्कृतिक मूल्यांवरही प्रभाव टाकू शकतात. हे नियंत्रण प्रत्यक्ष नसून अतिशय सूक्ष्म आणि मानसिक पातळीवर असते. अल्गोरिदमद्वारे लोकांना त्यांच्याच विचारसरणीचा मजकूर वारंवार दाखवला जातो, ज्यामुळे समाज विखंडित होतो आणि संवाद संपतो. माहितीचे हे प्रवाह नियंत्रित करणे म्हणजे लोकांच्या जाणिवांचे व्यवस्थापन करणे होय. यामुळेच आज डेटा हा केवळ आर्थिक नफ्याचे साधन नसून राजकीय वर्चस्व गाजवण्याचे प्रभावी अस्त्र बनला आहे.

गोपनीयतेचा प्रश्न हा या संपूर्ण प्रक्रियेच्या केंद्रस्थानी आहे. जेव्हा डेटाला सोन्याचे मूल्य प्राप्त होते, तेव्हा तो जास्तीत जास्त प्रमाणात गोळा करण्याची चढाओढ सुरू होते. या चढाओढीत व्यक्तीच्या खाजगी आयुष्याच्या सीमा धूसर होतात. भारतीय संदर्भात, जिथे डिजिटल साक्षरतेचे प्रमाण अद्यापही कमी आहे, तिथे डेटा संरक्षणाचे महत्त्व अधिक वाढते. नागरिकांना त्यांच्या डेटाचा वापर कसा केला जात आहे, याची माहिती नसते. अनेकदा 'संमती'ची प्रक्रिया ही केवळ एक तांत्रिक औपचारिकता म्हणून पूर्ण केली जाते. कायदा आणि धोरणनिर्मितीच्या स्तरावर भारतीय राज्यसंस्थेने 'डिजिटल वैयक्तिक माहिती संरक्षण' सारख्या कायद्यांच्या माध्यमातून पावले उचलली असली, तरी तांत्रिक अंमलबजावणी आणि आंतरराष्ट्रीय कंपन्यांवर नियंत्रण मिळवणे हे मोठे आव्हान आहे. डेटा हा केवळ व्यक्तीचा नसून तो एक सामूहिक सामाजिक ठेवा आहे, ही धारणा जोपर्यंत रुजत नाही, तोपर्यंत गोपनीयतेचा लढा हा केवळ तांत्रिक राहतो.

मानसशास्त्रीय दृष्टिकोनातून पाहिल्यास, डेटावर आधारित ही व्यवस्था मानवी मेंदूच्या असुरक्षिततेचा फायदा घेते. माणसाला स्वतःच्या मतांची पुष्टी हवी असते (Confirmation Bias). डिजिटल मंचांवरील अल्गोरिदम नेमके हेच ओळखतात आणि वापरकर्त्याला अशा माहितीच्या जाळ्यात अडकवतात, जिथून त्याला बाहेर पडणे कठीण होते. भीती, राग आणि भावनिक उत्तेजन देणारी माहिती अधिक वेगाने प्रसारित होते, कारण त्यातून अधिक डेटा निर्माण होतो. यातून एक प्रकारचे 'लक्ष वेधून घेणारे अर्थकारण' (Attention Economy) निर्माण झाले आहे, जिथे वापरकर्त्याचा वेळ हाच सर्वात मोठा नफा आहे. यामुळे समाजात पूर्वग्रह वाढतात आणि कोणत्याही विषयाचे संतुलित विश्लेषण करण्याची क्षमता कमी होते. माहितीची सततची पुनरावृत्ती ही अफवेला सत्य बनवू शकते, हे डिजिटल युगातील एक दाहक वास्तव आहे.

अशा प्रकारे, डेटा म्हणजे नवे सोने ही संकल्पना समजून घेताना आपल्याला केवळ तंत्रज्ञानाच्या पलीकडे जाऊन बघावे लागेल. हे सोने कोणाच्या हाती आहे, ते कोणाच्या श्रमातून निर्माण होत आहे आणि त्याचा वापर कोणाच्या हितासाठी केला जात आहे, हे प्रश्न आजच्या काळातील सर्वात महत्त्वाचे राजकीय आणि सामाजिक प्रश्न आहेत. डेटाच्या प्रक्रियेमुळे निर्माण झालेली ही नवीन संपत्ती आणि सत्तेची रचना जगाला एका अशा वळणावर घेऊन आली आहे, जिथे लोकशाही, स्वातंत्र्य आणि समता या मूल्यांची पुनर्व्याख्या करणे आवश्यक झाले आहे. तंत्रज्ञान हे जरी तटस्थ वाटत असले, तरी त्याचा वापर करणाऱ्या संस्थांचे हेतू आणि त्यांची कार्यपद्धती ही सामाजिक न्यायाच्या दृष्टीने तपासणे अनिवार्य आहे. डेटाचे हे नवे अर्थकारण केवळ नफ्यासाठी

नसून ते मानवी अस्तित्वाचे आणि समाजाच्या संरचनेचे पुनर्लेखन करत आहे, ज्याचा परिणाम येणाऱ्या पिढ्यांच्या जीवनावर खोलवर होणार आहे.

सामान्य माणसाने हे पुस्तक का वाचावे?

मानवी संस्कृतीच्या इतिहासात ज्ञान आणि माहितीचा ताबा नेहमीच सत्ताधारी वर्गाकडे राहिला आहे, परंतु डिजिटल युगात हे स्वरूप अधिक सूक्ष्म आणि व्यापक झाले आहे. आजच्या काळात सामान्य माणसाचा खिसा किंवा हातातील मोबाईल फोन हा केवळ संवादाचे साधन न राहता ते एक 'वैयक्तिक डेटा संग्रहालय' बनले आहे. या संग्रहालयात व्यक्तीच्या जीवनातील अत्यंत खाजगी क्षणांपासून ते त्याच्या आर्थिक व्यवहारांपर्यंत आणि सामाजिक संबंधांपासून ते वैचारिक कलपर्यंतची सर्व माहिती डिजिटल स्वरूपात साठवली जात असते. एखादी सामान्य व्यक्ती जेव्हा सकाळी उठल्यापासून रात्री झोपेपर्यंत इंटरनेटचा वापर करते, तेव्हा ती प्रत्येक क्षणी स्वतःच्या अस्तित्वाच्या खुणा डिजिटल विश्वात उमटवत असते. या खुणांचे संकलन करून मोठ्या तंत्रज्ञान कंपन्या आणि राज्यसंस्था त्या व्यक्तीचे एक अदृश्य 'डिजिटल प्रतिरूप' तयार करतात. हे प्रतिरूप त्या व्यक्तीला स्वतःला जेवढे माहिती नसते, त्यापेक्षाही अधिक अचूकपणे तिच्या भविष्यातील गरजा आणि निर्णय ओळखू शकते. म्हणूनच, हे पुस्तक वाचणे केवळ संशोधकांसाठीच नव्हे, तर प्रत्येक सामान्य नागरिकासाठी अनिवार्य आहे, कारण त्याच्या वैयक्तिक आयुष्याची ही 'डिजिटल डायरी' त्याच्या नकळत कुणीतरी तिसराच वाचत आहे आणि त्याचा वापर स्वतःच्या फायद्यासाठी करत आहे.

आधुनिक जीवनशैलीत आपण अनेकदा 'सोयीच्या बदल्यात स्वातंत्र्य' असा एक अलिखित आणि अदृश्य व्यवहार करत असतो. आपल्याला मोफत मिळणाऱ्या ईमेल सेवा, सोशल मीडिया प्लॅटफॉर्म किंवा नकाशे दाखवणारी प्रणाली यांच्या बदल्यात आपण आपली गोपनीयता आणि माहिती पणाला लावलेली असते. ही 'मोफत' मिळणारी प्रत्येक सुविधा प्रत्यक्षात आपल्या माहितीचा व्यापार करूनच चालवली जाते. सामान्य माणसाला असे वाटू शकते की, आपल्या साध्या माहितीने काय फरक पडणार आहे, परंतु जेव्हा कोट्यवधी लोकांची अशी माहिती एकत्र केली जाते, तेव्हा त्यातून मानवी वर्तणुकीचे जे आकृतीबंध तयार होतात, ते संपूर्ण समाजाला नियंत्रित करण्यासाठी वापरले जाऊ शकतात. हा व्यवहार किती न्याय्य आहे आणि त्याचे दीर्घकालीन परिणाम काय होऊ शकतात, याचे विश्लेषण या पुस्तकातून मांडले आहे. आपली गोपनीयता ही केवळ आपली वैयक्तिक मालमत्ता नसून ती आपल्या लोकशाहीतील स्वातंत्र्याचा पाया आहे, हे समजून घेणे आजच्या काळात अत्यंत निकडीचे ठरते.

डिजिटल युगात सामान्य माणसाला भेडसावणारे सर्वात मोठे संकट म्हणजे आर्थिक फसवणूक आणि गोपनीयतेचा धोका. सायबर गुन्हेगारीचे वाढते प्रमाण हे केवळ तांत्रिक अपयश नसून ते डेटाच्या असुरक्षिततेचे लक्षण आहे. आपली बँकिंग माहिती, खरेदीच्या सवयी आणि अगदी आरोग्याशी संबंधित माहितीचा लिलाव डिजिटल बाजारात होत असतो. या माहितीच्या आधारे लोकांना लक्ष्य करून त्यांची आर्थिक फसवणूक करणे सोपे झाले आहे. त्याहूनही गंभीर बाब म्हणजे गोपनीयतेचा भंग हा केवळ आर्थिक नसून तो सामाजिक आणि मानसिक पातळीवरही होतो. एखाद्या व्यक्तीची खाजगी माहिती

सार्वजनिक करणे किंवा तिचा वापर करून तिला ब्लॅकमेल करणे, यांसारख्या घटनांमधून व्यक्तीच्या प्रतिष्ठेला धक्का पोहोचू शकतो. संस्थात्मक स्तरावर आपली माहिती किती सुरक्षित आहे आणि कायद्याने आपल्याला कोणते अधिकार दिले आहेत, याची जाणीव सामान्य नागरिकाला असणे हाच या संकटावरचा प्रभावी उपाय आहे.

राजकीय प्रभावाचा विचार करता, डेटाचा वापर आता मतदारांच्या मानसिकतेवर ताबा मिळवण्यासाठी केला जात आहे. सामान्य माणसाला सोशल मीडियाच्या माध्यमातून ज्या प्रकारच्या बातम्या किंवा माहिती पुरवली जाते, ती त्याच्या पूर्वग्रहांना अधिक बळकट करणारी असते. यालाच 'अल्गोरिद्मिक मॅन्युपुलेशन' असे म्हणतात. लोकांच्या भीतीचा, रागाचा आणि अस्मितेचा फायदा घेऊन त्यांना विशिष्ट राजकीय विचारधारेकडे वळवणे आता डेटा विश्लेषणाद्वारे सहज शक्य झाले आहे. सामान्य माणसाला असे वाटते की तो स्वतंत्रपणे निर्णय घेत आहे, परंतु प्रत्यक्षात त्याच्यासमोर मांडली जाणारी माहिती ही आधीच कोणीतरी ठरवलेली असते. या प्रक्रियेत लोकशाहीतील 'विवेकनिष्ठ नागरिक' ही संकल्पना धोक्यात आली आहे. राजकीय प्रचारासाठी डेटाचा होणारा हा वापर सामाजिक सलोखा बिघडवण्यासाठी आणि समाजात ध्रुवीकरण निर्माण करण्यासाठी कसा कारणीभूत ठरतो, हे समजून घेणे राजकीय साक्षरतेचाच एक भाग आहे.

या सर्व आव्हानांवर मात करण्यासाठी 'डिजिटल साक्षरता' ही संकल्पना केवळ तंत्रज्ञान वापरण्यापुरती मर्यादित न राहता, ती माहितीच्या राजकारणाला समजून घेण्यापर्यंत विस्तारली पाहिजे. डिजिटल साक्षरता म्हणजे आपल्याला मिळणारी माहिती सत्य आहे की नाही हे ओळखण्याची क्षमता, आपला डेटा कोणाकडे जात आहे याची

जाणीव आणि डिजिटल मंचावर आपली सुरक्षितता कशी राखायची याचे ज्ञान. भारतीय समाजात जिथे भाषिक आणि शैक्षणिक विषमता मोठ्या प्रमाणावर आहे, तिथे ही साक्षरता पोहोचवणे अधिक आव्हानात्मक आहे. ग्रामीण भागातील नागरिक किंवा ज्येष्ठ नागरिक जे तंत्रज्ञानाशी नवीन आहेत, ते या डेटा युद्धाचे सर्वात सोपे बळी ठरू शकतात. हे पुस्तक सामान्य वाचकाला या डिजिटल गुंतागुंतीतून बाहेर पडण्यासाठी एक वैचारिक दिशा देते. तांत्रिक प्रगतीला नाकारण्याऐवजी, तिचा वापर अधिक सजगपणे आणि सुरक्षितपणे कसा करावा, हे शिकणे हाच या पुस्तकाचा एक मुख्य उद्देश आहे.

माहिती तंत्रज्ञानाचा परिणाम समाजातील सर्व घटकांवर एकसमान होत नाही, हे विदारक सत्य आहे. उच्चभ्रू वर्गाकडे आपला डेटा सुरक्षित ठेवण्यासाठी संसाधने आणि ज्ञान असू शकते, परंतु उपेक्षित वर्गासाठी डिजिटल प्रवेश हा अनेकदा केवळ उपभोग किंवा सरकारी सेवांपुरताच मर्यादित असतो. या विषमतेमुळे डेटावर आधारित धोरणनिर्मिती करताना गरीबांच्या गरजांकडे दुर्लक्ष होण्याचा धोका असतो. प्रशासकीय नियंत्रणासाठी जेव्हा डेटाचा वापर होतो, तेव्हा तो नागरिकांच्या हितासाठी आहे की त्यांच्यावर लक्ष ठेवण्यासाठी, हा प्रश्न उपस्थित होतो. सामान्य नागरिकाने या प्रक्रियेत केवळ एक 'डेटा पॉइंट' म्हणून न राहता एक 'सक्रिय नागरिक' म्हणून आपली भूमिका निभावली पाहिजे. बाजारव्यवस्था, राज्यसंस्था आणि तंत्रज्ञान कंपन्या यांच्या या त्रिकोणात व्यक्तीचे स्थान कुठे आहे, याचे चिकित्सक विश्लेषण सामान्य माणसाला आपले हक्क ओळखण्यास मदत करते.

मानसशास्त्रीय दृष्टीने विचार केला तर, सततच्या माहितीच्या ओघामुळे मानवी मेंदूवर जो ताण येतो, त्यातून निर्णयक्षमता कमकुवत होते.

माहितीवर आंधळेपणाने विश्वास ठेवण्याची प्रवृत्ती किंवा समूह ओळखीसाठी चुकीच्या माहितीचा प्रसार करणे, या मानवी स्वभाववैशिष्ट्यांचा फायदा डिजिटल मंचांकडून घेतला जातो. या पुस्तकातील विवेचन वाचकाला आपल्या स्वतःच्या वागण्यातील या बदलांकडे तटस्थपणे पाहण्यास प्रवृत्त करते. आपण जे पाहतो, जे वाचतो आणि ज्यावर विश्वास ठेवतो, त्यामागे कोणत्या अदृश्य शक्ती कार्य करत आहेत, हे समजल्यास आपण डिजिटल व्यसनाधीनतेतून आणि वैचारिक गुलामगिरीतून मुक्त होऊ शकतो. हे पुस्तक केवळ माहिती देत नाही, तर ते वाचकाला प्रश्न विचारण्यास प्रवृत्त करते, जे एका निकोप लोकशाहीसाठी अत्यंत आवश्यक आहे.

थोडक्यात सांगायचे तर, "डेटा म्हणजे नवे सोने" हे पुस्तक वाचणे म्हणजे स्वतःच्या डिजिटल अस्तित्वाचा आरसा पाहण्यासारखे आहे. हे पुस्तक सामान्य माणसाला त्याच्या खिशातील मोबाईलपासून ते जागतिक सत्तासंघर्षापर्यंतच्या धाग्यांची ओळख करून देते. आपली माहिती हे केवळ सोने नसून ते आपले चारित्र्य, आपले विचार आणि आपले स्वातंत्र्य आहे, हे सत्य या विवेचनातून अधोरेखित होते. तांत्रिक क्लिष्टता बाजूला ठेवून, सामाजिक वास्तवाच्या भिंगातून डेटाचा हा खेळ समजून घेतल्यास, आपण एक सुरक्षित आणि अधिक स्वायत्त डिजिटल भविष्य घडवू शकतो. प्रत्येक व्यक्तीने या पुस्तकातील विश्लेषणाकडे केवळ एक शैक्षणिक विषय म्हणून न पाहता, आपल्या स्वतःच्या जीवनावर होणाऱ्या परिणामांचे दस्तऐवज म्हणून पाहावे, हीच या लेखनाची फलश्रुती असेल.

प्रकरण १ – डेटा म्हणजे काय?

डेटाचे विविध प्रकार आणि त्यांचे स्वरूप

मानवी व्यवहारांचे डिजिटल रूपांतरण होत असताना निर्माण होणारा डेटा हा केवळ माहितीचा एक एकजिनसी गोळा नसून तो अत्यंत वैविध्यपूर्ण आणि गुंतागुंतीचा आहे. या माहितीचे वर्गीकरण समजून घेणे हे समाजशास्त्रीय आणि धोरणात्मक दृष्टिकोनातून अत्यंत आवश्यक आहे, कारण प्रत्येक प्रकारचा डेटा हा व्यक्तीच्या जीवनावर आणि सामाजिक रचनेवर वेगवेगळ्या पद्धतीने प्रभाव टाकतो. ऐतिहासिकदृष्ट्या माहितीची नोंद केवळ लिखित स्वरूपात आणि मर्यादित क्षेत्रात होत असे, परंतु आजच्या प्रगत तंत्रज्ञानामुळे मानवी अस्तित्वाचे प्रत्येक पैलू डेटाच्या वेगवेगळ्या कप्प्यांत विभागले गेले आहेत. यामध्ये सर्वात प्राथमिक आणि पायाभूत प्रकार म्हणजे 'वैयक्तिक डेटा' होय. वैयक्तिक डेटा म्हणजे अशी माहिती, ज्याद्वारे एखाद्या व्यक्तीची ओळख पटवता येते. यामध्ये व्यक्तीचे नाव, तिचा भ्रमणध्वनी क्रमांक, पत्ता आणि ई-मेल यांसारख्या मूलभूत माहितीचा समावेश होतो. ही माहिती डिजिटल विश्वातील व्यक्तीचे 'पत्ता' असते, ज्याद्वारे विविध सेवा पुरवठादार किंवा संस्था त्या व्यक्तीपर्यंत पोहोचू शकतात. हा डेटा जरी सामान्य वाटत असला तरी, तो डिजिटल ओळखीचा आधार असतो आणि त्याचा वापर करूनच पुढील माहितीची साखळी जोडली जाते.

वैयक्तिक डेटाच्या पलीकडे जाऊन जेव्हा आपण अधिक खाजगी आणि महत्त्वाच्या माहितीचा विचार करतो, तेव्हा 'संवेदनशील डेटा' ही संकल्पना समोर येते. या प्रकारच्या माहितीमध्ये व्यक्तीचे आर्थिक

तपशील, जसे की बँक खात्याचा क्रमांक, व्यवहारांचा इतिहास, तसेच तिची आरोग्यविषयक माहिती आणि वैद्यकीय अहवाल यांचा समावेश होतो. संवेदनशील डेटा हा व्यक्तीच्या अत्यंत खाजगी आयुष्याशी निगडित असतो आणि त्याच्या चोरीमुळे किंवा गैरवापरामुळे व्यक्तीचे केवळ आर्थिक नुकसान होत नाही, तर तिच्या सामाजिक प्रतिष्ठेला आणि आरोग्यालाही धोका निर्माण होऊ शकतो. भारतीय संदर्भात, जिथे डिजिटल बँकिंगचा प्रसार वेगाने होत आहे, तिथे या संवेदनशील डेटाची सुरक्षा करणे हे प्रशासकीय आणि कायदेशीर चौकटीसमोरील मोठे आव्हान आहे. या माहितीचा ताबा केवळ व्यक्तीकडे न राहता तो विविध वित्तीय संस्था आणि सेवा पुरवठादारांकडे विखुरलेला असतो, ज्यामुळे सत्तासंबंधांमध्ये व्यक्तीचे स्थान अधिक असुरक्षित होते.

डिजिटल युगातील सर्वात प्रभावी आणि सत्ताकेंद्रित प्रकार म्हणजे 'वर्तनात्मक डेटा' होय. हा डेटा व्यक्तीने जाणीवपूर्वक दिलेला नसून, तिच्या ऑनलाइन क्रियाकलापातून तो आपोआप निर्माण होतो. आपण कोणत्या पोस्ट 'लाईक' करतो, गुगलवर काय शोधतो, यूट्यूबवर कोणते व्हिडिओ पाहतो किंवा ऑनलाइन खरेदी करताना कोणत्या वस्तूंना प्राधान्य देतो, यावरून आपला वर्तनात्मक डेटा तयार होतो. हा डेटा व्यक्तीच्या मानसिकतेचा, तिच्या आवडीनिवडीचा आणि भविष्यातील गरजांचा आरसा असतो. कंपन्या आणि राजकीय संस्था या डेटाचे विश्लेषण करून 'अल्गोरिद्मिक प्रोफाइलिंग' करतात, ज्याद्वारे व्यक्तीला विशिष्ट प्रकारच्या जाहिराती किंवा विचारधारेकडे वळवले जाते. वर्तनात्मक डेटा हा केवळ नफा कमवण्याचे साधन नसून तो मानवी निर्णयांवर प्रभाव टाकण्याचे एक सूक्ष्म अस्त्र बनले आहे. यात

वापरकर्त्याला कळतही नाही की त्याच्या निवडी या प्रत्यक्षात त्याच्या वर्तनात्मक डेटाच्या आधारे कोणीतरी आधीच ठरवल्या आहेत.

आधुनिक सुरक्षा आणि ओळख पटवण्याच्या प्रक्रियेत 'बायोमेट्रिक डेटा' या प्रकाराला अनन्यसाधारण महत्त्व प्राप्त झाले आहे. व्यक्तीच्या शरीराची वैशिष्ट्ये, जसे की बोटांचे ठसे (फिंगरप्रिंट), डोळ्यांच्या बाहुल्यांची रचना (आयरिस) आणि चेहरा ओळख (फेशियल रिकग्निशन), यांचा वापर करून हा डेटा तयार केला जातो. बायोमेट्रिक डेटा हा कायमस्वरूपी असतो, कारण व्यक्तीचे नाव किंवा मोबाईल क्रमांक बदलता येतो, परंतु तिच्या शरीराची वैशिष्ट्ये बदलता येत नाहीत. भारताची 'आधार' यंत्रणा हे बायोमेट्रिक डेटाच्या जागतिक स्तरावरील सर्वात मोठ्या प्रयोगाचे उदाहरण आहे. या डेटाचा वापर करून सरकारी योजनांचे लाभ थेट लाभार्थ्यांपर्यंत पोहोचवणे सुलभ झाले असले, तरी त्याच्या सुरक्षिततेचा प्रश्न कायम आहे. जर बायोमेट्रिक डेटा एकदा चोरीला गेला, तर तो पुन्हा मिळवणे किंवा दुरुस्त करणे अशक्य असते, ज्यामुळे व्यक्तीची डिजिटल ओळख कायमची संकटात येऊ शकते. हा डेटा राज्यसंस्थेला नागरिकांवर अभूतपूर्व नियंत्रण मिळवण्याची संधी देतो.

या सर्व प्रकारांमध्ये 'मेटाडेटा' हा अत्यंत तांत्रिक परंतु तितकाच प्रभावी प्रकार आहे, ज्याला अनेकदा 'माहितीबद्दलची माहिती' असे म्हटले जाते. उदाहरणार्थ, आपण एखाद्याला फोन करतो तेव्हा त्या संभाषणात काय बोललो हा डेटा झाला, पण तो फोन किती वाजता केला, कोणाला केला, किती वेळ बोललो आणि फोन करताना आपले स्थान (लोकेशन) काय होते, हा सर्व 'मेटाडेटा' झाला. मेटाडेटा हा वरवर पाहता निर्जीव वाटत असला तरी, तो व्यक्तीच्या जीवनातील आकृतीबंध (Patterns)

शोधण्यासाठी सर्वात जास्त वापरला जातो. एखाद्या व्यक्तीच्या मेटाडेटाचे विश्लेषण केल्यास तिच्या दैनंदिन सवयी, तिचे सामाजिक संबंध आणि तिच्या हालचालींचा संपूर्ण नकाशा तयार करता येतो. अनेकदा संदेश एनक्रिप्टेड (कोड भाषेत) असले तरी, मेटाडेटा उघडा असतो, ज्याचा वापर करून गुप्तचर यंत्रणा किंवा खाजगी कंपन्या व्यक्तीच्या गोपनीयतेत डोकावू शकतात.

डेटाच्या या विविध प्रकारांचे सामाजिक परिणाम अभ्यासताना असे लक्षात येते की, माहितीचे संकलन हे समाजातील सर्व थरांवर सारख्याच पद्धतीने होत नाही. शहरी आणि तंत्रज्ञान स्नेही वर्गाचा वर्तनात्मक डेटा अधिक प्रगत असतो, तर ग्रामीण आणि उपेक्षित वर्गाचा बायोमेट्रिक आणि वैयक्तिक डेटा हा केवळ सरकारी योजनांच्या नोंदणीपुरता मर्यादित असतो. ही 'डेटा विषमता' धोरणनिर्मितीमध्ये पक्षपात निर्माण करू शकते. ज्यांचा डेटा अधिक उपलब्ध आहे, त्यांच्या गरजांना बाजारव्यवस्था आणि राज्यसंस्था अधिक प्राधान्य देतात. या उलट, ज्यांचा डेटा उपलब्ध नाही, ते व्यवस्थेच्या दृष्टिकोनातून अदृश्य राहतात. अशा प्रकारे, डेटाचे प्रकार हे केवळ तांत्रिक वर्गीकरण नसून ते सामाजिक स्तरभेद आणि विषमतेचे नवीन निकष बनले आहेत.

डेटा आणि सत्तासंबंधांच्या विश्लेषणात खासगी कंपन्या आणि राज्यसंस्था यांची भूमिका कळीची आहे. कंपन्या वर्तनात्मक डेटाचा वापर करून ग्राहकांचे मानसिक 'मॅपिंग' करतात, तर राज्यसंस्था बायोमेट्रिक आणि मेटाडेटाचा वापर करून 'देखरेख समाज' (Surveillance Society) निर्माण करते. या प्रक्रियेत गोपनीयता केवळ वैयक्तिक नैतिकतेचा प्रश्न न राहता तो संस्थात्मक चौकटीचा भाग बनतो. भारतीय संदर्भात डिजिटल वैयक्तिक माहिती संरक्षण

कायद्यासारख्या नियामक चौकटी या डेटाच्या वर्गीकरणानुसार वेगवेगळ्या सुरक्षा पातळ्या ठरवतात. मात्र, तांत्रिक अंमलबजावणीतील मर्यादांमुळे सामान्य नागरिकाला आपल्या कोणत्या प्रकारच्या माहितीवर आपला हक्क आहे आणि कोणावर नाही, हे अद्याप स्पष्ट झालेले नाही. नागरिक आणि बाजार यांच्यातील हा सत्तासंघर्ष डेटाच्या या विविध प्रकारांभोवतीच फिरत राहतो.

मानसशास्त्रीय आयामांचा विचार केल्यास, वर्तनात्मक डेटाच्या माध्यमातून तयार होणारी विचारधारात्मक गटबांधणी ही मानवी मेंदूच्या पूर्वधारणा पुष्टीकरणाच्या (Confirmation Bias) प्रवृत्तीचा गैरफायदा घेते. जेव्हा अल्गोरिदमला व्यक्तीच्या आवडीनिवडीचा डेटा मिळतो, तेव्हा ते तिला केवळ त्याच माहितीच्या चक्रात अडकवतात. यातून समाजात संवादाची जागा ध्रुवीकरणाने घेतली जाते. माहितीची सततची पुनरावृत्ती आणि भावनिक उत्तेजन देणारा मजकूर हा डेटा विश्लेषणाचेच फळ आहे. कृत्रिम बुद्धिमत्ता आणि स्वयंचलित निर्णयप्रणाली या डेटाचा वापर करून समाजातील वर्णभेदी, जातिभेदी किंवा लिंगभेदी पूर्वग्रहांना अधिक बळकट करू शकतात, जर तो डेटा स्वतः पूर्वग्रहदूषित असेल. म्हणूनच डेटाचे प्रकार आणि त्यांचे स्वरूप समजून घेणे हे आधुनिक समाजातील सत्तेचे राजकारण आणि सामाजिक न्याय समजून घेण्यासाठी अनिवार्य आहे.

आपण दररोज किती डेटा तयार करतो? मानवी क्रियांचे निरंतर डिजिटलीकरण

ऐतिहासिकदृष्ट्या मानवाच्या रोजच्या हालचाली आणि त्याचे संवाद हे त्या क्षणापुरते मर्यादित असायचे. केवळ निवडक ऐतिहासिक घटनांची

किंवा महत्त्वाच्या व्यवहारांची नोंद कागदोपत्री ठेवली जात असे. परंतु, २१व्या शतकातील तंत्रज्ञानाच्या क्रांतीने मानवी जीवनातील हा नैसर्गिक प्रवाह बदलून टाकला आहे. आज प्रत्येक सामान्य व्यक्ती आपल्या नकळत एका अवाढव्य 'डेटा कारखान्याचा' भाग बनली आहे. आपण सकाळी उठल्यापासून रात्री झोपेपर्यंत ज्या काही क्रिया करतो—मग ते कोणाला संदेश पाठवणे असो, एखादी बातमी वाचणे असो किंवा केवळ रस्त्यावरून चालणे असो—या प्रत्येक कृतीतून डिजिटल नोंदी तयार होत असतात. ज्याला आपण 'डेटा निर्मिती' म्हणतो, ती आता केवळ जाणीवपूर्वक केलेली कृती राहिलेली नाही, तर ती मानवी अस्तित्वाचा एक अविभाज्य आणि स्वयंचलित भाग बनली आहे. या प्रक्रियेत 'डिजिटल ठसा' ही संकल्पना केंद्रस्थानी येते, जी व्यक्तीच्या प्रत्यक्ष जीवनापेक्षाही अधिक सखोल माहिती साठवून ठेवते.

सोशल मीडिया हे आजच्या काळातील डेटा निर्मितीचे सर्वात मोठे आणि प्रभावी माध्यम बनले आहे. आपण जेव्हा एखाद्या समाजमाध्यमावरील पोस्टवर केवळ एक 'लाईक' देतो किंवा एखादा मजकूर 'शेअर' करतो, तेव्हा ती केवळ एक साधी कृती नसते. त्या एका 'लाईक'च्या मागे आपली आवड, आपली राजकीय विचारधारा, आपली सामाजिक ओळख आणि आपली मानसिक स्थिती या सर्वांचा डेटा दडलेला असतो. आपण कोणत्या व्हिडिओवर किती सेकंद थांबलो, कोणत्या प्रकारच्या जाहिरातींकडे आपण आकर्षित झालो आणि कोणत्या व्यक्तींच्या संपर्कात आपण जास्त आहोत, या सर्व सूक्ष्म क्रियांचा डेटा निरंतर गोळा केला जात असतो. ही माहिती अल्गोरिदमसाठी कच्चा माल म्हणून काम करते. विशेषतः भारतातील तरुण पिढी, जी तासनतास या मंचांवर व्यतीत करते, ती दररोज इतक्या मोठ्या

प्रमाणात डेटा तयार करत आहे की, त्यातून त्यांच्या संपूर्ण व्यक्तिमत्त्वाचे एक डिजिटल नकाशे (Profile) तयार करणे सहज शक्य झाले आहे.

केवळ सोशल मीडियाच नव्हे, तर आपल्या हातातील मोबाईल फोन हा डेटा निर्मितीचे एक अखंड कार्यरत असणारे यंत्र आहे. आपण कुणाला फोन केला, किती वेळ बोललो आणि कोणाचे कॉल उचलले नाहीत, या सर्व 'कॉल लॉग्स'मधून आपले सामाजिक संबंध आणि व्यावसायिक जाळे स्पष्ट होते. याहीपेक्षा महत्त्वाचा घटक म्हणजे 'जीपीएस' किंवा जागतिक स्थाननिश्चिती प्रणालीद्वारे तयार होणारा डेटा. आपला मोबाईल फोन सतत आपल्या स्थानाची नोंद करत असतो. आपण दररोज कोणत्या मार्गाने कामावर जातो, कोणत्या दुकानात खरेदी करतो किंवा सुट्टीच्या दिवशी कोणत्या पर्यटन स्थळाला भेट देतो, यावरून आपल्या जीवनशैलीचे आणि आर्थिक क्षमतेचे विश्लेषण केले जाते. हा स्थानविषयक डेटा (Location Data) खाजगी कंपन्यांसाठी अत्यंत मौल्यवान असतो, कारण त्यावरून त्या विशिष्ट भौगोलिक क्षेत्रातील बाजारपेठेचा अंदाज लावू शकतात.

आधुनिक युगात केवळ आपणच डेटा तयार करत नाही, तर आपल्या वापरातील 'स्मार्ट' उपकरणेही या प्रक्रियेत सहभागी झाली आहेत. ज्याला आपण 'इंटरनेट ऑफ थिंग्ज' (IoT) म्हणतो, त्यामध्ये स्मार्ट घड्याळे, घराला लावलेले सीसीटीव्ही कॅमेरे, स्मार्ट टीव्ही आणि अगदी स्वयंपाकघरातील काही आधुनिक उपकरणेही डेटा तयार करत असतात. उदाहरणार्थ, स्मार्ट घड्याळ आपल्या हृदयाचे ठोके, आपली झोप आणि आपल्या शारीरिक हालचालींची नोंद करते. हा आरोग्यविषयक डेटा विमा कंपन्यांसाठी आणि औषध उत्पादकांसाठी

अत्यंत महत्त्वाचा ठरतो. अशा प्रकारे, मानवाच्या खाजगी अवकाशात शिरकाव करून ही उपकरणे सतत माहितीचे संकलन करत असतात. ही माहिती जेव्हा मोठ्या साठ्यांमध्ये विलीन होते, तेव्हा ती व्यक्तीचे नियंत्रण करणाऱ्या सत्ताकेंद्रांकडे पोहोचते.

एका व्यक्तीचा अंदाजे डिजिटल डेटा ठसा (Digital Footprint) किती मोठा असू शकतो, याचा विचार केल्यास थक्क व्हायला होते. एका संशोधनानुसार, सरासरी इंटरनेट वापरकर्ता दररोज कित्येक मेगाबाइट ते गिगाबाइट डेटा तयार करत असतो. यात केवळ त्याने पाठवलेले संदेश नसून, त्याच्या उपकरणांनी पार्श्वभूमीवर (Background) केलेली विविध सर्व्हरशी केलेली देवाणघेवाणही समाविष्ट असते. हा डेटा ठसा व्यक्तीच्या मृत्यूनंतरही डिजिटल विश्वात जिवंत राहतो. भारतीय सामाजिक रचनेत, जिथे ग्रामीण भागातही स्मार्टफोनचा प्रसार झाला आहे, तिथे शिक्षणाच्या अभावामुळे अनेक लोकांना आपण दररोज किती आणि कसा डेटा तयार करत आहोत, याची पुसटशी कल्पनाही नसते. या अज्ञानाचा फायदा घेऊन अनेकदा लोकांच्या गोपनीयतेचा भंग केला जातो. माहिती तंत्रज्ञानाचा हा परिणाम सर्व समाजघटकांवर समान नसून, तो ज्याच्याकडे तांत्रिक समज आहे आणि ज्याच्याकडे नाही, अशा दोन स्पष्ट गटांत विभागलेला दिसतो.

डेटा निर्मितीची ही प्रक्रिया राज्यसंस्था आणि बाजारव्यवस्था यांच्या सत्तासंबंधांना नवीन परिमाण देते. कंपन्या या डेटाचा वापर करून आपल्या ग्राहकांना 'ओळखतात' आणि त्यांच्या गरजांचे व्यवस्थापन करतात, तर राज्यसंस्था या डेटाचा वापर करून नागरिकांवर देखरेख (Surveillance) ठेवू शकते. धोरणनिर्मितीमध्ये या डेटाचा वापर

सकारात्मक वाटत असला, तरी त्यातून सामाजिक नियंत्रणाचे नवीन मार्गही खुले होतात. नागरिक आणि बाजार यांच्यातील हा संबंध आता पारदर्शक राहिलेला नाही. सामान्य माणसाला वाटते की तो तंत्रज्ञानाचा वापर करत आहे, परंतु वास्तवात तंत्रज्ञान त्याच्या माध्यमातून डेटा तयार करून त्यालाच उत्पादनामध्ये रूपांतरित करत आहे. या प्रक्रियेत व्यक्तीची स्वायत्तता आणि निर्णयक्षमता हळूहळू कमकुवत होत जाते, कारण तिला मिळणारी प्रत्येक माहिती ही तिच्या आधीच्या डेटाच्या आधारे 'फिल्टर' केलेली असते.

मानसशास्त्रीय दृष्टिकोनातून पाहिल्यास, दररोज मोठ्या प्रमाणात डेटा तयार करण्याची ही प्रक्रिया मानवी वर्तनात बदल घडवून आणते. लोक आता 'दिसण्यासाठी' आणि 'नोंदवण्यासाठी' जगू लागले आहेत. एखादा अनुभव घेण्यापेक्षा तो डिजिटल स्वरूपात जतन करणे आणि तो डेटा म्हणून प्रसारित करणे यात लोकांना अधिक रस वाटतो. यातून एक प्रकारची 'दिसण्याची स्पर्धा' निर्माण झाली आहे, जी माहितीच्या महापुरात अधिक भर घालते. भावनिक उत्तेजन आणि सततच्या माहितीच्या देवाणघेवाणीमुळे मानवी मेंदूवर जो ताण येतो, त्यातून पूर्वग्रह अधिक तीव्र होतात. आपण तयार करत असलेल्या डेटाचा वापर करून आपल्यालाच विशिष्ट विचारधारेच्या जाळ्यात अडकवणे आता अधिक सोपे झाले आहे, कारण आपल्या भीती आणि इच्छांचा डेटा अल्गोरिदमला आधीच माहित असतो.

आपण दररोज जो डेटा तयार करतो, तो केवळ तांत्रिक कचरा नसून ते आधुनिक जगाचे सर्वात मौल्यवान चलन आहे. हे चलन कोणाच्या तिजोरीत जमा होत आहे आणि त्याचा वापर कोणाच्या हितासाठी केला जात आहे, हे तपासणे आजच्या काळातील सर्वात मोठे आव्हान आहे.

डिजिटल युगातील या संपत्तीचा संघर्ष केवळ कंपन्यांपुरता मर्यादित नसून तो व्यक्तीच्या गोपनीयतेशी आणि स्वातंत्र्याशी जोडलेला आहे. ग्रामीण भागातील डिजिटल दरी आणि भाषिक मर्यादांमुळे भारतातील एक मोठा वर्ग या डेटा अर्थव्यवस्थेत केवळ 'कच्चा माल' म्हणून वापरला जाण्याची भीती आहे. म्हणूनच, आपण तयार करत असलेल्या प्रत्येक 'डिजिटल ठशा'बद्दल सजग असणे, हे केवळ तांत्रिक ज्ञान नसून ते एक सामाजिक आणि राजकीय कर्तव्य बनले आहे.

डेटा निर्मितीची व्यावहारिक उदाहरणे आणि प्रक्रियेचे विश्लेषण

डिजिटल युगातील डेटाची व्याप्ती समजून घेण्यासाठी केवळ तांत्रिक व्याख्या पुरेशा ठरत नाहीत, तर आपल्या दैनंदिन जीवनातील साध्या वाटणाऱ्या कृतींमधून माहितीचा अवाढव्य प्रवाह कसा निर्माण होतो, हे पाहणे महत्त्वाचे ठरते. ऐतिहासिकदृष्ट्या माहितीचे संकलन हे केवळ जाणीवपूर्वक केलेल्या नोंदींपुरते मर्यादित होते, परंतु आज 'गुगल सर्च' (Google Search) सारख्या शोधयंत्रांचा वापर करताना आपण नकळतपणे आपल्या विचारप्रक्रियेचा आणि जिज्ञासांचा एक सखोल नकाशा तयार करत असतो. जेव्हा एखादी व्यक्ती गुगलवर एखादा शब्द शोधते, तेव्हा तो केवळ एक प्रश्न नसतो, तर तो त्या व्यक्तीच्या तत्कालीन गरजा, तिची मानसिक स्थिती, तिची भौगोलिक उपस्थिती आणि तिच्या आवडीनिवडी यांचा एकत्रित डेटा संच असतो. हा शोधनिबंध किंवा साधी माहिती शोधण्याची प्रक्रिया यंत्रणेद्वारे केवळ उत्तर देण्यासाठी वापरली जात नाही, तर ती माहिती कायमस्वरूपी साठवली जाते. यामध्ये आपण काय शोधले, कोणत्या वेळी शोधले,

कोणत्या उपकरणाचा वापर केला आणि शोध निकालानंतर आपण कोणत्या दुव्यावर (Link) क्लिक केले, या सर्वांची नोंद ठेवली जाते. या माहितीच्या आधारे शोधयंत्रे वापरकर्त्याचे एक वैयक्तिक 'प्रोफाईल' तयार करतात, ज्यामुळे भविष्यात त्याला त्याच्या आवडीनुसार जाहिराती आणि माहिती पुरवणे सोपे होते. अशा प्रकारे, आपली जिज्ञासा हे एका मोठ्या बाजारव्यवस्थेसाठी मौल्यवान इंधन ठरते.

आर्थिक व्यवहारांच्या क्षेत्रात 'यूपीआय' (UPI) किंवा एकात्मिक देय प्रणालीच्या माध्यमातून होणारा डेटा प्रवाह हा डिजिटल अर्थव्यवस्थेचा कणा बनला आहे. पूर्वी जेव्हा आपण रोख स्वरूपात व्यवहार करत होतो, तेव्हा त्या व्यवहाराची नोंद केवळ खरेदीदार आणि विक्रेता यांच्यापुरती मर्यादित असे. मात्र, आज जेव्हा एखादा नागरिक चहाच्या टपरीवर किंवा मोठ्या मॉलमध्ये 'क्यूआर कोड' स्कॅन करून पैसे देतो, तेव्हा त्या व्यवहारासोबतच माहितीचा एक मोठा प्रवाह सुरू होतो. यामध्ये केवळ पैशांचे हस्तांतरण होत नाही, तर त्या व्यक्तीची आर्थिक क्षमता, तिच्या खरेदीच्या सवयी, व्यवहाराची वारंवारता आणि तिचे स्थान यांचा डेटा बँक, सेवा पुरवठादार कंपन्या आणि प्रसंगी नियामक संस्थांकडे पोहोचतो. हा डेटा प्रवाह आर्थिक फसवणूक रोखण्यासाठी आणि धोरणनिर्मितीसाठी उपयुक्त असला, तरी तो व्यक्तीच्या खाजगी आर्थिक जीवनावर सतत देखरेख ठेवण्याचे साधनही बनतो. विशेषतः भारतीय संदर्भात, जिथे ग्रामीण भागातील लोकही या प्रणालीचा वापर करत आहेत, तिथे त्यांच्या आर्थिक व्यवहारांचे हे विश्लेषण बँकांसाठी 'क्रेडिट स्कोअर' किंवा कर्ज देण्याची पात्रता ठरवण्यासाठी वापरले जाते. येथे डेटा हा केवळ तांत्रिक संदेश नसून तो व्यक्तीच्या सामाजिक आणि आर्थिक प्रतिष्ठेचे मोजमाप करणारा घटक ठरतो.

सोशल मीडियाच्या जगात 'इंस्टाग्राम' (Instagram) सारख्या मंचांवर आपण दिलेले एक 'लाईक' किंवा केलेली 'कमेंट' ही डेटा निर्मितीची एक अत्यंत सूक्ष्म परंतु प्रभावी प्रक्रिया आहे. आपण एखाद्या छायाचित्राला लाईक करतो, तेव्हा आपण केवळ दाद देत नसतो, तर आपण अल्गोरिदमला (संगणकीय कार्यप्रणालीला) आपल्या भावनांचे आणि आवडीचे संकेत देत असतो. या एका क्रियेमुळे 'वर्तनात्मक डेटा' तयार होतो, जो ही कंपनी जाहिरातदारांना विकू शकते. आपण कोणत्या प्रकारच्या प्रतिमांवर जास्त वेळ थांबतो, कोणत्या हॅशटॅगचा वापर करतो आणि आपल्या मित्रपरिवारात कोणाला जास्त प्रतिसाद देतो, यावरून आपली विचारधारा आणि उपभोगवादी प्रवृत्ती निश्चित केली जाते. हा डेटा केवळ बाजारपेठेसाठीच नव्हे, तर राजकीय प्रचारासाठीही वापरला जाऊ शकतो. जेव्हा हजारो लोक एकाच वेळी विशिष्ट प्रकारच्या आशयाला प्रतिसाद देतात, तेव्हा त्यातून सामाजिक मतनिर्मितीचे आकृतीबंध तयार होतात. अशा प्रकारे, आपले भावनिक प्रतिसाद हे तांत्रिक चौकटीत बसवून त्यांचे 'कमोडिफिकेशन' किंवा वस्तूकरण केले जाते.

माहिती तंत्रज्ञानाचा हा परिणाम भारतीय सामाजिक संरचनेवर अत्यंत विषम पद्धतीने होतो. शहरी भागात जिथे उच्च वेगवान इंटरनेट उपलब्ध आहे, तिथे डेटा निर्मितीचा वेग प्रचंड आहे, ज्यामुळे या वर्गाला बाजारव्यवस्था अधिक सुविधा पुरवते. याउलट, ग्रामीण भागात भाषिक विविधतेमुळे आणि डिजिटल साक्षरतेच्या अभावामुळे डेटा निर्मितीचे स्वरूप वेगळे असते. अनेकदा ग्रामीण भागातील नागरिक केवळ सरकारी योजनांसाठी आपला डेटा देतात, परंतु त्यांना जागतिक डेटा व्यापाराची आणि त्यातून निर्माण होणाऱ्या सत्तासंबंधांची पुसटशी

कल्पनाही नसते. यातून एक प्रकारची 'डेटा दरी' निर्माण होते, जिथे एका वर्गाचा डेटा त्याच्या प्रगतीसाठी वापरला जातो, तर दुसऱ्या वर्गाचा डेटा केवळ त्याच्यावर नियंत्रण मिळवण्यासाठी किंवा त्याला ग्राहक बनवण्यासाठी वापरला जातो. ही विषमता शैक्षणिक आणि सामाजिक स्तरावर भविष्यात मोठे आव्हान उभे करू शकते.

डेटा संकलन आणि वापराच्या या प्रक्रियेत राज्यसंस्था आणि खाजगी कंपन्यांची भूमिका अत्यंत कळीची असते. खाजगी कंपन्या आपला नफा वाढवण्यासाठी डेटाचा वापर करतात, तर राज्यसंस्था प्रशासकीय नियंत्रणासाठी आणि धोरणनिर्मितीसाठी या माहितीवर अवलंबून असते. उदाहरणार्थ, सार्वजनिक वाहतूक व्यवस्थेचा वापर करताना किंवा सरकारी पोर्टलवर नोंदणी करताना तयार होणारा डेटा हा धोरणकर्त्यांना शहरांचे नियोजन करण्यासाठी मदत करतो. मात्र, जेव्हा या डेटाचा वापर नागरिकांच्या हालचालींवर लक्ष ठेवण्यासाठी किंवा विशिष्ट समुदायांना लक्ष्य करण्यासाठी केला जातो, तेव्हा सत्तासंबंधांचे संतुलन बिघडते. अल्गोरिद्मिक शिफारस प्रणाली (Recommendation Systems) आपल्याला केवळ तीच माहिती दाखवतात जी आपल्याला आवडते, ज्यामुळे समाजात 'इको चेंबर' तयार होतात. यातून व्यक्तीचे विचार करण्याची क्षमता मर्यादित होते आणि ती एका विशिष्ट विचारधारेच्या प्रभावाखाली येते.

गोपनीयतेच्या मुद्द्यावर चर्चा करताना हे लक्षात येते की, भारतात 'डिजिटल वैयक्तिक माहिती संरक्षण' सारखे कायदे असले तरी, तांत्रिक अंमलबजावणीमध्ये अनेक मर्यादा आहेत. नागरिक आणि बाजार यांच्यातील सत्तासंबंधात नागरिक नेहमीच कमकुवत ठरतो, कारण त्याला आपल्या माहितीचा नेमका वापर कसा केला जात आहे,

हे माहित नसते. 'युझर एग्रीमेंट' किंवा वापराच्या अटी इतक्या क्लिष्ट असतात की सामान्य माणूस त्या न वाचताच स्वीकारतो. यामुळे कंपन्यांना माहितीवर कायदेशीर ताबा मिळवणे सोपे होते. गोपनीयतेचा हा प्रश्न केवळ वैयक्तिक नैतिकतेचा नसून तो संस्थात्मक संरचनेचा आणि धोरणांचा आहे. व्यक्ती आणि बाजार यांच्यातील हे नाते अधिक पारदर्शक होण्यासाठी नियामक चौकटींची गरज आहे, जी नागरिकांच्या हक्कांचे संरक्षण करेल.

मानसशास्त्रीय दृष्टीने विचार केला तर, माहितीवर विश्वास ठेवण्याच्या मानवी प्रवृत्तीचा गैरफायदा डिजिटल माध्यमांकडून घेतला जातो. सतत पुनरावृत्ती होणाऱ्या माहितीमुळे आणि भावनिक उत्तेजन देणाऱ्या संदेशांमुळे व्यक्तीच्या मनात पूर्वग्रह घट्ट होतात. आपण एखाद्या पोस्टला लाईक करतो तेव्हा मिळणारे 'डोपामाइन' हे आपल्याला अधिक डेटा तयार करण्यास प्रवृत्त करते. यातून एक प्रकारचे डिजिटल व्यसन निर्माण होते, जे डेटा संकलनासाठी अत्यंत पोषक असते. अल्गोरिदम आपल्या भावनांचा वापर करून आपल्याला एका ठराविक वर्तनपद्धतीत अडकवतात, ज्यामुळे सामाजिक मतनिर्मितीवर मोठा प्रभाव पडतो. या प्रक्रियेत तांत्रिक प्रगतीला केवळ मुक्तीकारक न मानता तिचे सामाजिक मूल्यमापन करणे गरजेचे आहे.

शेवटी, गुगल सर्चपासून ते यूपीआय व्यवहारांपर्यंतचा हा डेटा प्रवास मानवी अस्तित्वाचे डिजिटल दस्तऐवजीकरण आहे. हे दस्तऐवजीकरण भविष्यात संपत्ती आणि सत्तेचे मुख्य स्रोत ठरणार आहे. कृत्रिम बुद्धिमत्ता आणि स्वयंचलित निर्णयप्रणाली या डेटाचा वापर करून जगाचे भविष्य ठरवणार आहेत. मात्र, या प्रवासात अंधगौरव किंवा भीतीजनक अतिशयोक्ती टाळून, तांत्रिक प्रगतीचा मानवी

कल्याणासाठी कसा वापर करता येईल, यावर लक्ष केंद्रित करणे आवश्यक आहे. डेटा हा केवळ 'नवे सोने' नसून तो मानवी संस्कृतीचा नवीन आरसा आहे, ज्यामध्ये आपल्याला आपली बदललेली प्रतिमा आणि सत्तेचे नवे चेहरे स्पष्टपणे दिसतात.

प्रकरण २ : डेटा कसा गोळा केला जातो?

ॲप परवानग्या आणि डिजिटल देखरेखीचे तंत्र

डिजिटल युगातील डेटा संकलनाची प्रक्रिया ही अत्यंत सूक्ष्म, तांत्रिक आणि अनेकदा वापरकर्त्याच्या नकळत घडणारी प्रक्रिया आहे. ऐतिहासिकदृष्ट्या माहिती गोळा करण्यासाठी प्रत्यक्ष सर्वेक्षणे किंवा लिखित नोंदींचा आधार घेतला जात असे, परंतु आधुनिक माहिती तंत्रज्ञानाने हे स्वरूप पूर्णतः बदलून टाकले आहे. आज आपण आपल्या भ्रमणध्वनीमध्ये जे विविध उपयोजन (ॲप्स) डाऊनलोड करतो, ते केवळ सेवा देणारी साधने नसून ते डेटा गोळा करणारे सक्रिय प्रतिनिधी आहेत. जेव्हा एखादी व्यक्ती एखादे ॲप वापरण्यास सुरुवात करते, तेव्हा तिला विविध 'परवानग्या' मागितल्या जातात. या परवानग्या म्हणजे प्रत्यक्षात त्या व्यक्तीच्या खाजगी डिजिटल अवकाशात प्रवेश मिळवण्याची अधिकृत सनद असते. यामध्ये संपर्क यादी (कॉन्टॅक्ट लिस्ट), कॅमेरा, मायक्रोफोन, गॅलरी आणि स्थानाचा (लोकेशन) समावेश असतो. समाजशास्त्रीय दृष्टिकोनातून पाहिल्यास, हे केवळ तांत्रिक प्रवेशद्वार नसून ते नागरिक आणि तंत्रज्ञान कंपन्यांमधील सत्तासंबंधांचे नवीन स्वरूप आहे, जिथे सेवा मिळवण्यासाठी नागरिकाला आपली गोपनीयता पणाला लावावी लागते.

ॲप परवानग्यांच्या या चौकटीत 'मायक्रोफोन' आणि 'कॅमेरा' यांचा प्रवेश हा सर्वात संवेदनशील मानला जातो. अनेकदा आपल्याला असा अनुभव येतो की, आपण एखाद्या वस्तूबद्दल केवळ बोललो तरी थोड्याच वेळात त्या वस्तूच्या जाहिराती आपल्या सोशल मीडिया फीडवर दिसू लागतात. हे जादू नसून 'पार्श्वभूमीत चालणारे डेटा संकलन'

(Background Data Collection) आहे. अनेक ॲप्स वापरकर्त्याने परवानगी दिल्यानंतर पार्श्वभूमीवर कार्यरत राहतात आणि त्याच्या सभोवतालचे ध्वनी किंवा क्रियांचे विश्लेषण करतात. तांत्रिक भाषेत याला 'अकौस्टिक फिंगरप्रिंटिंग' किंवा ध्वनीलहरींच्या आधारे ओळख पटवणे असे म्हटले जाते. यामुळे व्यक्तीचा खाजगी संवाद हा डेटाच्या स्वरूपात कंपन्यांच्या सर्व्हरपर्यंत पोहोचतो. कॅमेरा प्रवेशाच्या बाबतीतही असेच घडते; केवळ फोटो काढण्यासाठी वापरला जाणारा कॅमेरा, ॲपच्या अल्गोरिदमला वापरकर्त्याच्या चेहऱ्यावरील भाव, त्याची राहणीमान आणि त्याच्या सभोवतालच्या वातावरणाचे विश्लेषण करण्याची संधी देतो. यातून व्यक्तीचे मानसशास्त्रीय प्रोफाइलिंग करणे सोपे होते, ज्याचा वापर बाजारपेठेतील धोरणनिर्मितीसाठी केला जातो.

पार्श्वभूमीवर चालणारे डेटा संकलन हे केवळ ऑडिओ-व्हिडिओपुरते मर्यादित नाही, तर ते 'मेटाडेटा' आणि 'लोकेशन डेटा'च्या बाबतीत अधिक आक्रमक असते. एखादे ॲप आपण प्रत्यक्ष वापरत नसलो, तरी ते आपल्या हालचालींवर लक्ष ठेवून असते. आपण कोणाला भेटलो, कोणत्या दुकानात गेलो आणि किती वेळ तिथे थांबलो, याची नोंद ठेवली जाते. या माहितीचा उपयोग करून कंपन्या व्यक्तीच्या जीवनातील 'पॅटर्न' किंवा आकृतीबंध ओळखतात. उदाहरणार्थ, जर एखादी व्यक्ती वारंवार रुग्णालयात जात असेल, तर त्या माहितीचा वापर विमा कंपन्या आपल्या जोखमीचे मूल्यमापन करण्यासाठी करू शकतात. भारतीय सामाजिक रचनेत, जिथे ग्रामीण भागात डिजिटल साक्षरतेचे प्रमाण कमी आहे, तिथे लोकांना या पार्श्वभूमीवर चालणाऱ्या प्रक्रियेची मुळीच जाणीव नसते. त्यांना वाटते की ॲप बंद केले की संकलन थांबले, परंतु

वास्तवात डिजिटल देखरेख २४ तास सुरू असते. ही प्रक्रिया माहितीच्या विषमतेतून निर्माण होणाऱ्या शोषणाला निमंत्रण देते.

या संदर्भात 'अटी व शर्ती' (Terms and Conditions) या संकल्पनेचे विश्लेषण करणे अत्यंत गरजेचे आहे. ॲप वापरण्यापूर्वी आपण ज्या लांबलचक कायदेशीर मजकुराखाली 'मान्य आहे' (I Agree) वर क्लिक करतो, तो प्रत्यक्षात एक एकतर्फी करार असतो. हा करार इतका क्लिष्ट आणि तांत्रिक भाषेत लिहिलेला असतो की, सर्वसामान्य वापरकर्ता तो न वाचताच स्वीकारतो. कंपन्या याला 'संमती' (Consent) मानतात, परंतु ही संमती खरोखरच माहितीपूर्ण आणि ऐच्छिक असते का, हा मोठा प्रश्न आहे. या अटींमध्ये अनेकदा असे नमूद असते की कंपनी वापरकर्त्याचा डेटा तिसऱ्या पक्षाला (थर्ड पार्टी) विकू शकते किंवा तो संशोधनासाठी वापरू शकते. भारतीय प्रशासकीय यंत्रणेने 'डिजिटल वैयक्तिक माहिती संरक्षण' कायद्याच्या माध्यमातून यावर काही मर्यादा आणण्याचे प्रयत्न केले असले, तरी तांत्रिक अंमलबजावणीतील त्रुटींमुळे कंपन्या आजही या कायदेशीर पळवाटांचा वापर करतात. नागरिक आणि कंपनी यांच्यातील हा सत्तासंबंध कमालीचा असमतोलाचा आहे, कारण अटी मान्य न केल्यास सेवा नाकारली जाते.

माहिती तंत्रज्ञानाचा हा प्रभाव सर्व समाजघटकांवर एकसमान होत नाही. शहरी उच्चशिक्षित वर्ग कदाचित काही अंशी या परवानग्यांचे नियंत्रण करू शकतो, परंतु भाषिक विविधतेमुळे आणि शैक्षणिक असमानतेमुळे ग्रामीण भागातील वापरकर्ते पूर्णपणे उघडे पडतात. अनेक ॲप्सची भाषा इंग्रजी असल्याने ग्रामीण भागातील लोकांना आपण कशाला परवानगी देत आहोत हे समजत नाही. यातून एक प्रकारची

'डिजिटल वसाहतवाद' (Digital Colonialism) निर्माण होत आहे, जिथे लोकांच्या डेटाचे उत्खनन करून जागतिक कंपन्या आपले साम्राज्य विस्तारत आहेत. विशेषतः सरकारी सेवांसाठी जेव्हा ॲप्स अनिवार्य केले जातात, तेव्हा नागरिकाकडे पर्याय उरत नाही. अशा वेळी राज्यसंस्था आणि खाजगी कंपन्या यांच्यातील हितसंबंधांची चौकटी तपासावी लागते. धोरणनिर्मिती प्रक्रियेत डेटा संकलनाचा वापर प्रशासकीय सुलभतेसाठी केला जात असला, तरी त्यातून नागरिकांच्या गोपनीयतेचा जो संकोच होतो, त्याचे चिकित्सक विश्लेषण होणे आवश्यक आहे.

अल्गोरिद्मिक शिफारस प्रणाली या डेटाचा वापर करून सामाजिक मतनिर्मितीवर प्रभाव पाडतात. आपल्या संपर्क यादीचा प्रवेश मिळाल्यानंतर ॲप्सना आपले सामाजिक संबंध समजतात. आपण कोणाच्या विचारसरणीशी जवळ आहोत, हे ओळखून तसाच मजकूर आपल्याला पुरवला जातो. यातून 'इको चेंबर्स' किंवा वैचारिक बंदिस्त गट तयार होतात. मानसशास्त्रीय दृष्टिकोनातून पाहिल्यास, ही प्रक्रिया मानवी मेंदूच्या 'पुष्टीकरण पूर्वग्रहाचा' (Confirmation Bias) फायदा घेते. माहितीवर विश्वास ठेवण्याच्या मानवी प्रवृत्तीचा उपयोग करून भीती-आधारित संदेश किंवा भावनिक उत्तेजन देणारी माहिती प्रसारित केली जाते. यामुळे समाजात विचारधारात्मक गटबांधणी अधिक तीव्र होते, ज्याचा परिणाम निवडणुकांपासून ते सामाजिक सलोख्यापर्यंत सर्वत्र दिसून येतो.

डेटा आणि सत्तासंबंधांच्या या खेळात केवळ तंत्रज्ञानाला दोष देऊन चालणार नाही, तर बाजारव्यवस्था आणि राज्यसंस्थेची भूमिकाही तितकीच महत्त्वाची आहे. कंपन्यांना आर्थिक नफा हवा असतो, तर

राज्यसंस्थेला प्रशासकीय नियंत्रणासाठी डेटा हवा असतो. या दोन्ही संस्था वापरकर्त्यांच्या डेटावर हक्क सांगू लागतात तेव्हा नागरिक आणि बाजार किंवा नागरिक आणि राज्य यांच्यातील संघर्ष अधिक तीव्र होतो. कृत्रिम बुद्धिमत्ता आणि स्वयंचलित निर्णयप्रणाली आता या डेटाचा वापर करून व्यक्तीचे भविष्य ठरवू लागल्या आहेत. अशा वेळी तंत्रज्ञानाला केवळ मुक्तीकारक मानण्याऐवजी तिचे सामाजिक आणि राजकीय संदर्भात मूल्यमापन करणे गरजेचे आहे. अंधगौरव किंवा भीतीजनक अतिशयोक्ती टाळून, डेटा संकलनाचे हे तंत्र मानवी स्वातंत्र्याला कसे बाधक ठरू शकते, याचा उहापोह या प्रकरणात अपेक्षित आहे.

ॲप परवानग्या हा केवळ एक क्लिकचा विषय नसून तो आधुनिक काळातील आपल्या मूलभूत अधिकारांचा लढा आहे. जोपर्यंत सामान्य नागरिक आपल्या डेटाच्या मूल्याबद्दल आणि त्याच्या संकलनाच्या प्रक्रियेबद्दल साक्षर होत नाही, तोपर्यंत डिजिटल युगातील हा संपत्ती आणि सत्तेचा संघर्ष एकतर्फीच राहील. माहिती तंत्रज्ञानाचा हा परिणाम संरचनात्मक असून तो भारतीय सामाजिक वास्तवाशी प्रामाणिक राहूनच समजून घेतला पाहिजे. डेटा संकलन, विश्लेषण आणि वापर यांचा नफ्याशी असलेला संबंध तोडणे कठीण असले तरी, त्यावर कायदेशीर आणि सामाजिक नियंत्रण मिळवणे ही काळाची गरज आहे.

कुकीज आणि ट्रॅकर्स : इंटरनेटवरील अदृश्य पाळत

इंटरनेटचा वापर करत असताना आपण एका संकेतस्थळावरून दुसऱ्या संकेतस्थळावर जात असतो, तेव्हा आपल्या प्रत्येक हालचालीवर कोणाची तरी नजर असते, ही जाणीव सामान्य वापरकर्त्याला नसते. या अदृश्य देखरेखीचे सर्वात प्रभावी तांत्रिक साधन म्हणजे 'कुकीज'

(Cookies). ऐतिहासिकदृष्ट्या पाहिल्यास, कुकीजचा शोध संकेतस्थळांना वापरकर्त्यांची ओळख लक्षात ठेवण्यासाठी आणि इंटरनेटचा अनुभव अधिक सुलभ करण्यासाठी लागला होता. उदाहरणार्थ, एखाद्या संकेतस्थळावर आपण एकदा आपली भाषा निवडली की ती पुढच्या वेळी आपोआप निवडलेली असणे, ही कुकीजची सकारात्मक बाजू आहे. मात्र, डिजिटल अर्थव्यवस्थेच्या विस्तारात या साध्या तांत्रिक सुविधेचे रूपांतर एका अवाढव्य देखरेख यंत्रणेत झाले आहे. कुकीज म्हणजे प्रत्यक्षात संकेतस्थळाने वापरकर्त्याच्या ब्राऊझरमध्ये साठवलेली एक लहान मजकूर फाईल असते. या फाईलच्या माध्यमातून संकेतस्थळ हे ओळखू शकते की वापरकर्ता कोण आहे आणि त्याने मागील वेळी काय केले होते. समाजशास्त्रीय दृष्टिकोनातून, ही केवळ तांत्रिक प्रक्रिया नसून व्यक्तीच्या डिजिटल वागणुकीचे निरंतर दस्तऐवजीकरण करण्याची एक पद्धत आहे, जी बाजारव्यवस्थेसाठी संपत्तीचा स्रोत ठरते.

कुकीजचे विश्लेषण करताना त्यांचे दोन प्रमुख प्रकार समजून घेणे अनिवार्य आहे, ते म्हणजे 'फर्स्ट-पार्टी' (First-party) आणि 'थर्ड-पार्टी' (Third-party) कुकीज. जेव्हा आपण एखाद्या विशिष्ट संकेतस्थळाला भेट देतो आणि तेच संकेतस्थळ आपली माहिती साठवते, तेव्हा त्याला फर्स्ट-पार्टी कुकी असे म्हणतात. ही माहिती प्रामुख्याने वापरकर्त्याच्या सोयीसाठी असते. मात्र, खरी समस्या 'थर्ड-पार्टी' कुकीजमुळे निर्माण होते. या कुकीज आपण भेट दिलेल्या संकेतस्थळाकडून न येता, त्या संकेतस्थळावर जाहिरात देणाऱ्या किंवा डेटा गोळा करणाऱ्या तिसऱ्याच कंपनीकडून येतात. आपण एखादे वर्तमानपत्राचे संकेतस्थळ वाचत असू, तरी त्यावरील जाहिरातींच्या

माध्यमातून एखादी जागतिक तंत्रज्ञान कंपनी आपल्या ब्राऊझरमध्ये आपली कुकी सोडू शकते. या प्रक्रियेमुळे, आपण इंटरनेटवर जिथे जिथे जातो, तिथे या थर्ड-पार्टी कुकीज आपला पाठलाग करतात. यातून व्यक्तीच्या संपूर्ण इंटरनेट प्रवासाचा एक सलग इतिहास तयार होतो, ज्याला 'क्रॉस-साइट ट्रॅकिंग' असे म्हणतात. या माहितीच्या आधारे कंपन्यांना हे समजते की व्यक्तीला कोणते आजार आहेत, तिची आर्थिक स्थिती काय आहे किंवा तिचा राजकीय कल काय आहे.

डेटा संकलनाचे हे तंत्र केवळ कुकीजपुरते मर्यादित राहिलेले नाही, तर त्यामध्ये 'ट्रॅकिंग पिक्सेल' (Tracking Pixel) सारख्या अधिक प्रगत आणि अदृश्य साधनांचा समावेश झाला आहे. ट्रॅकिंग पिक्सेल हा एक अत्यंत लहान, १ बाय १ पिक्सेलचा पारदर्शक ठिपका असतो, जो संकेतस्थळावर किंवा ईमेलमध्ये लपवलेला असतो. वापरकर्त्याला तो डोळ्यांनी दिसत नाही, परंतु जेव्हा वापरकर्ता तो ईमेल उघडतो किंवा त्या संकेतस्थळाला भेट देतो, तेव्हा तो पिक्सेल कार्यान्वित होतो आणि सर्व्हरला संकेत पाठवतो. या लघू चित्राच्या माध्यमातून कंपनीला हे समजते की वापरकर्त्याने ईमेल कधी उघडला, तो कोणत्या उपकरणावर वाचला आणि तो वाचताना वापरकर्त्याचे भौगोलिक स्थान काय होते. हे तंत्र कुकीजपेक्षा अधिक धोकादायक आहे कारण वापरकर्ता कुकीज डिलिट करू शकतो किंवा ब्लॉक करू शकतो, परंतु ट्रॅकिंग पिक्सेलला रोखणे तांत्रिकदृष्ट्या अधिक कठीण असते. हे डिजिटल युगातील एक असे गुप्तहेर तंत्र आहे जे व्यक्तीच्या संमतीशिवाय तिच्या खासगी अवकाशात डोकावते.

याहीपेक्षा प्रगत आणि व्यक्तीची स्वतंत्र ओळख पटवणारे तंत्र म्हणजे 'ब्राऊझर फिंगरप्रिंटिंग' (Browser Fingerprinting). जेव्हा आपण

इंटरनेट वापरतो, तेव्हा आपला ब्राऊझर संकेतस्थळाला आपल्या उपकरणाची तांत्रिक माहिती पुरवतो, जसे की ऑपरेटिंग सिस्टमची आवृत्ती, स्क्रीनचे रिझोल्यूशन, इन्स्टॉल केलेले फॉन्ट्स आणि वेळ क्षेत्र (Time Zone). या सर्व माहितीचे एकत्रित मिश्रण प्रत्येक वापरकर्त्यासाठी एकमेव (Unique) असते. जरी वापरकर्त्याने कुकीज साफ केल्या किंवा 'इनकॉग्निटो' मोड वापरला, तरी या तांत्रिक वैशिष्ट्यांच्या आधारे त्याची ओळख पटवली जाऊ शकते. यालाच 'फिंगरप्रिंटिंग' किंवा तांत्रिक ठसा उमटवणे म्हणतात. या तंत्राचा वापर करून कंपन्या वापरकर्त्याच्या गोपनीयतेच्या सर्व भिंती ओलांडून त्याचे कायमस्वरूपी प्रोफाइल तयार करतात. राज्यसंस्था आणि खासगी कंपन्यांसाठी हे तंत्र नागरिकांवर लक्ष ठेवण्यासाठी अत्यंत प्रभावी साधन ठरत आहे, कारण व्यक्तीला आपण ओळखले जात आहोत याची साधी जाणीवही नसते.

भारतीय संदर्भात या अदृश्य देखरेखीचा परिणाम अधिक गंभीर आहे. भारतातील बहुतांश जनता स्मार्टफोनवरून इंटरनेटचा वापर करते, जिथे ॲप्स आणि ब्राऊझरमध्ये हे ट्रॅकर्स आधीच सामावलेले असतात. ग्रामीण भागातील वापरकर्त्यांना तांत्रिक प्रक्रियेची माहिती नसल्यामुळे ते या देखरेखीचे सोपे बळी ठरतात. भाषिक विविधतेमुळे अनेकदा गोपनीयतेच्या अटी वाचणे अशक्य असते, ज्यामुळे 'माहितीपूर्ण संमती' (Informed Consent) ही संकल्पना केवळ नावापुरती उरते. डिजिटल प्रवेशातील ही विषमता डेटा संकलनाच्या प्रक्रियेत उपेक्षित वर्गाला अधिक असुरक्षित बनवते. धोरणनिर्मिती करताना राज्यसंस्थेने अशा तांत्रिक ट्रॅकर्सवर मर्यादा घालणे आवश्यक आहे, परंतु अनेकदा प्रशासकीय यंत्रणा स्वतःच नागरिकांच्या वर्तनाचे विश्लेषण

करण्यासाठी अशा डेटावर अवलंबून असते, ज्यामुळे नागरिक आणि राज्य यांच्यातील सत्तासंबंधात नागरिकाचे पारडे जड होत नाही.

या डेटा संकलनाचा आर्थिक नफ्याशी थेट संबंध आहे. जाहिरात कंपन्या या माहितीचा वापर करून 'बिहेविअरल टार्गेटिंग' करतात. आपण एखादी वस्तू शोधली की तिची जाहिरात आपल्याला सतत दिसत राहणे, हे याच ट्रॅकर्सचे यश असते. मात्र, हा नफा मिळवताना व्यक्तीच्या गोपनीयतेच्या अधिकाराचा बळी दिला जातो. अल्गोरिद्मिक शिफारस प्रणाली आपल्याला माहितीच्या अशा चौकटीत बंदिस्त करतात, जिथे नवीन आणि विरुद्ध विचार पोहोचू शकत नाहीत. मानसशास्त्रीय दृष्टिकोनातून, ही सततची पाळत मानवी वर्तनात बदल घडवून आणते. जेव्हा व्यक्तीला माहित असते की तिच्यावर नजर आहे, तेव्हा ती नैसर्गिकपणे वागणे थांबवते, याला 'चिलिंग इफेक्ट' असे म्हणतात. डिजिटल माध्यमांमधील हा अदृश्य पहारा व्यक्तीच्या विचारांच्या स्वातंत्र्यावर गदा आणतो आणि समाजात विचारधारात्मक गटबांधणी मजबूत करतो.

गोपनीयतेच्या प्रश्नावर चर्चा करताना हे स्पष्ट होते की, केवळ वैयक्तिक स्तरावर सावधगिरी बाळगून हे थांबवणे शक्य नाही. यासाठी संस्थात्मक संरचना आणि कडक कायदे असणे गरजेचे आहे. भारतीय डिजिटल वैयक्तिक माहिती संरक्षण कायद्यामध्ये अशा ट्रॅकर्सच्या वापराबाबत काही नियमावली अपेक्षित असली, तरी तांत्रिक अंमलबजावणीमधील मर्यादा आव्हानात्मक आहेत. नागरिक आणि बाजार यांच्यातील सत्तासंबंध अधिक पारदर्शक होण्यासाठी 'प्रायव्हसी बाय डिझाइन' सारख्या तत्त्वांचा अवलंब करणे आवश्यक आहे, जिथे तंत्रज्ञान बनवतानाच गोपनीयता जपली जाईल. डेटा संकलन हे केवळ

तांत्रिक प्रगतीचे लक्षण नसून ते एक सामाजिक वास्तवाचे अंग आहे, ज्याचा परिणाम लोकशाहीतील व्यक्तीच्या स्वायत्ततेवर होत आहे.

कुकीज, ट्रॅकर्स आणि फिंगरप्रिंटिंग या गोष्टी आधुनिक इंटरनेटचे अविभाज्य भाग बनल्या आहेत. तांत्रिक प्रगतीला पूर्णपणे नाकारणे शक्य नसले, तरी तिचे सामाजिक आणि राजकीय संदर्भात मूल्यमापन करणे अनिवार्य आहे. डेटा हा केवळ 'नवे सोने' नसून ते व्यक्तीच्या ओळखीचे डिजिटल अस्तित्व आहे. या अस्तित्वावर कोणाचे नियंत्रण असावे, हे ठरवणे ही आजच्या काळातील सर्वात मोठी लोकशाही लढाई आहे. या प्रकरणात आपण पाहिलेले डेटा संकलनाचे हे मार्ग सूचित करतात की, डिजिटल युगात गोपनीयता ही आता केवळ एक वैयक्तिक गरज नसून तो एक महत्त्वाचा सार्वजनिक धोरणाचा विषय बनला आहे.

स्थान निश्चिती आणि मागोवा : डिजिटल भूगोलातील नियंत्रण

मानवी इतिहासात एखाद्या व्यक्तीचे नेमके स्थान माहित असणे हे लष्करी आणि प्रशासकीय सत्तेचे एक महत्त्वाचे साधन राहिले आहे. प्राचीन काळी गुप्तचर यंत्रणांमार्फत शत्रूच्या किंवा नागरिकांच्या हालचालींवर लक्ष ठेवले जात असे. मात्र, डिजिटल युगात या 'स्थान निश्चिती' किंवा लोकेशन ट्रॅकिंगचे स्वरूप पूर्णपणे बदलले असून ते आता केवळ संशयास्पद व्यक्तीपुरते मर्यादित न राहता प्रत्येक सामान्य नागरिकाच्या दैनंदिन जीवनाचा भाग बनले आहे. आजच्या काळात व्यक्तीचे भौगोलिक स्थान हे केवळ एक तांत्रिक माहिती नसून तो तिच्या सामाजिक आणि आर्थिक वर्तनाचा सर्वात मोठा पुरावा आहे. आपण कुठे राहतो, कुठे काम करतो, कोणत्या प्रार्थनास्थळाला भेट देतो किंवा

कोणत्या राजकीय सभेला उपस्थित राहतो, या सर्व माहितीचे संकलन करून व्यक्तीच्या खाजगी आयुष्याचा एक जिवंत नकाशा तयार केला जातो. हा डिजिटल भूगोल व्यक्तीच्या गोपनीयतेवर होणाऱ्या आक्रमणाचे एक प्रभावी अस्त्र ठरत आहे.

स्थान निश्चितीच्या तंत्राचे विश्लेषण करताना 'जागतिक स्थान निश्चिती प्रणाली' अर्थात जीपीएस (GPS) आणि 'इंटरनेट प्रोटोकॉल' (IP) आधारित ट्रॅकिंग या दोन प्रमुख पद्धती समजून घेणे आवश्यक आहे. जीपीएस तंत्रज्ञान हे प्रामुख्याने उपग्रहांच्या साहाय्याने व्यक्तीच्या उपकरणाचे नेमके अक्षांश आणि रेखांश मोजते. हे तंत्र इतके अचूक आहे की, व्यक्ती एखादी ठराविक वस्तू किंवा दुकान कोणत्या मजल्यावर पाहत आहे, याचीही नोंद केली जाऊ शकते. दुसरीकडे, आयपी पत्ता हा इंटरनेटशी जोडलेल्या प्रत्येक उपकरणाची एक विशिष्ट डिजिटल ओळख असते. जेव्हा एखादी व्यक्ती इंटरनेटचा वापर करते, तेव्हा त्या आयपी पत्त्यावरून ती कोणत्या शहरात किंवा भागात आहे, याचा अंदाज लावला जातो. जरी एखाद्या व्यक्तीने आपल्या भ्रमणध्वनीचे जीपीएस बंद ठेवले, तरी तिच्या आयपी पत्त्यावरून किंवा जवळच्या मोबाईल टॉवरच्या लहरींवरून (Cell Tower Triangulation) तिचे अंदाजे स्थान निश्चित करणे तंत्रज्ञान कंपन्यांना सहज शक्य होते. या प्रक्रियेमुळे व्यक्तीला पूर्णपणे 'अदृश्य' राहणे जवळपास अशक्य झाले आहे.

या तांत्रिक प्रक्रियेतूनच 'जिओफेन्सिंग' (Geofencing) ही एक अत्यंत प्रगत आणि प्रभावी संकल्पना विकसित झाली आहे. जिओफेन्सिंग म्हणजे एखाद्या विशिष्ट भौगोलिक क्षेत्राभोवती तयार केलेले एक 'डिजिटल कुंपण' होय. जेव्हा एखादा वापरकर्ता आपल्या मोबाईलसह

या अदृश्य कुंपणामध्ये प्रवेश करतो किंवा तिथून बाहेर पडतो, तेव्हा संबंधित ॲप किंवा यंत्रणेला त्याचा त्वरित संकेत मिळतो. बाजारव्यवस्थेसाठी हे तंत्र वरदान ठरले आहे. उदाहरणार्थ, एखादा ग्राहक एखाद्या मॉलच्या परिसरात आला की त्याला त्या मॉल मधील दुकानांच्या सवलतींचे संदेश त्याच्या मोबाईलवर दिसू लागतात. मात्र, या तंत्राचा वापर केवळ व्यापारासाठीच होतो असे नाही, तर तो राजकीय आणि प्रशासकीय नियंत्रणासाठीही केला जाऊ शकतो. विशिष्ट आंदोलनाच्या ठिकाणी किंवा संवेदनशील क्षेत्रात उपस्थित असलेल्या लोकांची ओळख पटवण्यासाठी जिओफेन्सिंगचा वापर केला जातो, ज्यामुळे नागरिकांच्या एकत्र येण्याच्या स्वातंत्र्यावर आणि निषेध करण्याच्या अधिकारावर एक प्रकारची टांगती तलवार राहते.

भारतीय सामाजिक वास्तवात स्थान निश्चितीचा हा मागोवा घेण्याचे परिणाम अत्यंत विषम आहेत. भारतातील ग्रामीण भागात जिथे शिक्षणाची आणि डिजिटल साक्षरतेची पातळी कमी आहे, तिथे लोकांना आपले लोकेशन 'ऑन' ठेवण्याचे धोके माहित नसतात. अनेकदा हवामान किंवा शेतीविषयक ॲप्स वापरताना लोक आपल्या स्थानाचा प्रवेश (ॲक्सेस) देतात, परंतु तो डेटा नंतर जाहिरात कंपन्यांना विकला जातो. शहरी भागात हे ट्रॅकिंग उपभोगवादी संस्कृतीला खतपाणी घालते, तर ग्रामीण भागात ते अनेकदा प्रशासकीय देखरेखीचे साधन बनते. भाषिक विविधतेमुळे या तंत्राच्या वापराच्या अटी वाचणे आणि समजणे कठीण असते, ज्यामुळे 'माहितीपूर्ण संमती' ही संकल्पना येथेही कुचकामी ठरते. डिजिटल प्रवेशातील ही दरी केवळ माहिती मिळवण्यापुरती नसून ती आपली माहिती सुरक्षित ठेवण्याबाबतही स्पष्टपणे दिसून येते.

स्थान निश्चिती आणि सत्तासंबंधांच्या चौकटीत राज्यसंस्था आणि खाजगी कंपन्यांची भूमिका महत्त्वाची आहे. राज्यसंस्थेसाठी गुन्हेगारी रोखण्यासाठी आणि कायदा व सुव्यवस्था राखण्यासाठी लोकेशन ट्रॅकिंग उपयुक्त ठरू शकते, परंतु त्याचा वापर जेव्हा राजकीय विरोधकांवर किंवा सामाजिक कार्यकर्त्यांवर लक्ष ठेवण्यासाठी केला जातो, तेव्हा लोकशाही मूल्यांचा संकोच होतो. खाजगी कंपन्या या डेटाचा वापर करून व्यक्तीचे 'मोबिलिटी प्रोफाइल' तयार करतात. आपण दररोज ज्या मार्गाने प्रवास करतो, त्यावरून आपली आर्थिक क्षमता आणि सामाजिक दर्जा निश्चित केला जातो. या माहितीच्या आधारे आपल्याला दिल्या जाणाऱ्या सेवा आणि त्यांच्या किमती ठरवल्या जाऊ शकतात, ज्याला 'डायनॅमिक प्रायसिंग' असे म्हणतात. व्यक्ती आणि बाजार यांच्यातील हा संबंध पारदर्शक नसून तो पूर्णपणे डेटाच्या मालकीवर आधारित आहे.

गोपनीयतेच्या मुद्द्यावर चर्चा करताना केवळ व्यक्तीच्या नैतिक जबाबदारीवर भर देणे अपुरे आहे. संस्थात्मक संरचना आणि कायदेशीर चौकटींचा विचार करणे अनिवार्य आहे. भारतीय संदर्भात डिजिटल वैयक्तिक माहिती संरक्षण कायद्यामध्ये स्थान निश्चितीच्या डेटाला संवेदनशील मानले गेले असले तरी, तांत्रिक अंमलबजावणीमध्ये अनेक त्रुटी आहेत. नागरिक आणि राज्य यांच्यातील सत्तासंबंधात नागरिक कमकुवत ठरतो कारण त्याला आपली माहिती कधी आणि कुठे साठवली जात आहे, याची रिअल-टाइम माहिती नसते. प्रशासकीय यंत्रणांनी अशा डेटाचा वापर करताना पारदर्शकता राखणे आणि डेटा संकलनाचा उद्देश स्पष्ट करणे गरजेचे आहे. अन्यथा, तंत्रज्ञान हे कल्याणाचे साधन न राहता नियंत्रणाचे साधन बनते.

मानसशास्त्रीय आयामांचे विश्लेषण करताना सततच्या लोकेशन ट्रॅकिंगमुळे निर्माण होणाऱ्या 'सुरक्षा बनाम स्वातंत्र्य' या द्वंद्वाचा विचार करावा लागतो. माहितीवर विश्वास ठेवण्याच्या मानवी प्रवृत्तीमुळे लोक स्वतःच्या सुरक्षेसाठी आपले लोकेशन शेअर करणे सोयीचे मानतात, परंतु त्यातून निर्माण होणाऱ्या विचारधारात्मक गटबांधणीचे परिणाम गंभीर असतात. अल्गोरिद्मिक शिफारस प्रणाली आपल्याला आपल्या स्थानानुसार माहिती पुरवतात, ज्यामुळे आपल्या विचारांची व्याप्ती एका ठराविक भौगोलिक आणि सामाजिक परिघात बंदिस्त होते. यामुळे ग्रामीण आणि शहरी विचारधारेतील अंतर अधिक रुंदावते आणि संवादाची जागा पूर्वग्रहांनी घेतली जाते.

लोकेशन ट्रॅकिंग हे केवळ तंत्रज्ञानाचे यश नसून ते डिजिटल युगातील सत्तेचे नवीन चलन आहे. डेटा संकलन, विश्लेषण आणि वापर यांचा आर्थिक नफ्याशी असलेला संबंध यातून स्पष्ट होतो. कृत्रिम बुद्धिमत्ता आणि स्वयंचलित निर्णयप्रणाली या डेटाचा वापर करून व्यक्तीचे सामाजिक आणि राजकीय स्थान निश्चित करत आहेत. अशा वेळी तांत्रिक प्रगतीला अंधगौरव किंवा भीतीजनक अतिशयोक्तीच्या पलीकडे जाऊन सामाजिक संदर्भात मूल्यांकन करणे गरजेचे आहे. व्यक्तीची स्वायत्तता जपण्यासाठी आणि गोपनीयतेचा संघर्ष जिंकण्यासाठी, आपण आपल्या डिजिटल भूगोलावर कोणाचे नियंत्रण आहे, याबद्दल सजग राहणे ही काळाची गरज आहे.

डिजिटल मोफतपणाचा भ्रम : जाहिरात, नफा आणि मानवी अवधानाचे अर्थकारण

मानवी व्यवहाराच्या इतिहासात 'मोफत' या संकल्पनेला नेहमीच एक विशिष्ट आकर्षण राहिले आहे. पारंपरिक बाजारव्यवस्थेत जेव्हा एखादी वस्तू मोफत दिली जात असे, तेव्हा त्यामागे एकतर धर्मादाय हेतू असायचा किंवा ग्राहकाला आकर्षित करून भविष्यात दुसरी एखादी सशुल्क वस्तू विकण्याचा व्यावसायिक डाव असायचा. मात्र, डिजिटल युगातील 'मोफत' ही संकल्पना या दोन्हीपेक्षा पूर्णतः भिन्न आणि अधिक गुंतागुंतीची आहे. आज आपण ज्या विविध शोधयंत्रांचा, सामाजिक माध्यमांचा (सोशल मीडिया) किंवा संदेशवहन प्रणालींचा वापर करतो, त्यातील बहुतांश सेवा वापरकर्त्यासाठी विनामूल्य असतात. समाजशास्त्र आणि अर्थशास्त्राच्या दृष्टिकोनातून येथे एक कळीचा प्रश्न निर्माण होतो की, जर वापरकर्ता या सेवांसाठी पैसे मोजत नसेल, तर या अवाढव्य कंपन्यांचा अब्जावधी रुपयांचा नफा कोठून येतो? या प्रश्नाचे उत्तर 'डेटा' आणि 'लक्ष अर्थव्यवस्था' (Attention Economy) या संकल्पनांमध्ये दडलेले आहे. येथे व्यक्ती स्वतः ग्राहक नसून, ती या डिजिटल कारखान्यातील एक कच्चा माल किंवा उत्पादन बनली आहे.

डिजिटल अर्थव्यवस्थेचे सर्वात प्रमुख आधारस्तंभ म्हणजे 'जाहिरातीवर आधारित उत्पन्न प्रारूप' (Ad-based Revenue Model) होय. जेव्हा एखादी कंपनी आपली सेवा मोफत देते, तेव्हा ती वापरकर्त्याचा वेळ आणि त्याची माहिती संकलित करत असते. वापरकर्त्याने ॲपवर काय पाहिले, काय शोधले आणि कोणत्या गोष्टीवर किती वेळ घालवला, यावरून त्याचे एक सखोल मानसिक आणि वर्तनात्मक प्रोफाइल तयार

केले जाते. हे प्रोफाइल जाहिरातदारांना विकले जाते. जाहिरातदार केवळ जागा विकत घेत नाहीत, तर ते विशिष्ट प्रकारच्या वापरकर्त्याची 'मानसिकता' विकत घेतात. यामुळेच, जाहिराती आता सरसकट सर्वांना न दिसता, केवळ ज्याला त्या वस्तूची गरज असू शकते, अशाच व्यक्तीला दिसतात. यालाच 'अचूक जाहिरातबाजी' (Targeted Advertising) असे म्हणतात. या प्रक्रियेत डेटा हा चलनाच्या रूपात काम करतो. त्यामुळे, तांत्रिकदृष्ट्या हे ॲप्स मोफत नसून, वापरकर्ता आपली खाजगी माहिती आणि आपला वेळ या स्वरूपात त्याचे मूल्य मोजत असतो.

उत्पन्न मिळवण्याची दुसरी महत्त्वाची पद्धत म्हणजे 'फ्रीमियम' (Freemium) प्रारूप होय. यामध्ये सेवेचा एक मूलभूत भाग मोफत दिला जातो, परंतु प्रगत वैशिष्ट्ये किंवा जाहिरातमुक्त अनुभवासाठी वापरकर्त्याकडून शुल्क आकारले जाते. हे केवळ व्यावसायिक धोरण नसून, ते वापरकर्त्याला त्या सेवेचे व्यसन लावण्याचे एक मानसशास्त्रीय तंत्र आहे. सुरुवातीला मोफत सेवेच्या माध्यमातून मोठ्या प्रमाणावर डेटा गोळा केला जातो. एकदा का वापरकर्ता त्या यंत्रणेचा अविभाज्य भाग बनला आणि त्याचा सर्व डेटा (संपर्क, फोटो, इतिहास) तिथे साठवला गेला की, त्याला दुसरीकडे जाणे (Switching Cost) कठीण होते. या स्थितीचा फायदा घेऊन कंपन्या हळूहळू सशुल्क सेवांकडे वापरकर्त्याला वळवतात. भारतीय बाजारपेठेत, जिथे ग्राहकांची किंमत संवेदनशीलता (Price Sensitivity) जास्त आहे, तिथे हे प्रारूप अत्यंत यशस्वी ठरले आहे. मात्र, या प्रक्रियेत मोफत सेवा वापरणाऱ्या बहुसंख्य लोकांचा डेटा हा सशुल्क सेवा देणाऱ्या प्रणालींना

अधिक अचूक बनवण्यासाठी वापरला जातो, ज्यातून सामाजिक आणि आर्थिक स्तरावर एक नवीन प्रकारची विषमता निर्माण होते.

या संपूर्ण प्रक्रियेच्या केंद्रस्थानी 'लक्ष अर्थव्यवस्था' (Attention Economy) ही संकल्पना आहे. माहितीच्या या महापुरात मानवाचे 'अवधान' किंवा 'लक्ष' हे सर्वात दुर्मिळ संसाधन बनले आहे. डिजिटल मंचांचे यश हे वापरकर्त्याने तिथे किती वेळ घालवला, यावर मोजले जाते. जेवढा जास्त वेळ वापरकर्ता ॲपवर असेल, तेवढा जास्त डेटा तयार होईल आणि तेवढ्या जास्त जाहिराती त्याला दाखवता येतील. यामुळेच, ही ॲप्स मानवी मेंदूच्या 'डोपामाइन' चक्राचा वापर करून अधिक व्यसनाधीन बनवली जातात. सततचे नोटिफिकेशन, रिल्स किंवा शॉर्ट व्हिडिओचा अखंड प्रवाह आणि 'लाईक्स'ची ओढ यातून वापरकर्त्याचे लक्ष जास्तीत जास्त काळ खेचून ठेवले जाते. हे केवळ तांत्रिक यश नसून, ते मानवी मानसशास्त्रावर मिळवलेले नियंत्रण आहे. जेव्हा आपले लक्ष हे नफ्याचे साधन बनते, तेव्हा विचार करण्याची आणि विवेकी निर्णय घेण्याची मानवी क्षमता हळूहळू कमी होऊ लागते.

भारतीय सामाजिक रचनेत 'मोफत'चा हा व्यवहार अधिक गंभीर परिणाम घडवतो. ग्रामीण आणि शहरी भागातील डिजिटल साक्षरतेतील दरीमुळे, अनेक वापरकर्त्यांना हे समजत नाही की त्यांच्या विनामूल्य वापराची किंमत त्यांची गोपनीयता आहे. भाषिक विविधतेमुळे अटी आणि शर्तींचे वाचन न होणे, हे कंपन्यांच्या पथ्यावर पडते. विशेषतः शैक्षणिक आणि रोजगाराच्या संधी शोधणाऱ्या उपेक्षित वर्गासाठी ही मोफत ॲप्स एक वरदान वाटतात, परंतु त्यातून होणारे डेटा संकलन त्यांना भविष्यात राजकीय आणि आर्थिक शोषणास बळी पाडू शकते. माहिती तंत्रज्ञानाचा हा प्रभाव संरचनात्मक असून, तो

समाजातील विविध स्तरांवर विषम पद्धतीने कार्य करतो. ज्याच्याकडे तंत्रज्ञानाचे आकलन आहे, तो आपली गोपनीयता काही प्रमाणात वाचवू शकतो, परंतु सामान्य नागरिक या 'मोफत'च्या जाळ्यात पूर्णतः अडकलेला असतो.

राज्यसंस्था आणि खाजगी कंपन्या यांच्यातील सत्तासंबंधांमध्ये या मोफत सेवांची भूमिका कळीची आहे. अनेकदा सरकारे लोककल्याणकारी योजनांची अंमलबजावणी करण्यासाठी खाजगी कंपन्यांच्या मोफत प्लॅटफॉर्मचा वापर करतात. यामुळे प्रशासकीय सुलभता येत असली, तरी नागरिकांचा संवेदनशील डेटा खाजगी कंपन्यांच्या ताब्यात जातो. धोरणनिर्मिती करताना डेटा संकलन, विश्लेषण आणि वापर यांचा नफ्याशी असलेला हा संबंध अनेकदा दुर्लक्षित केला जातो. नागरिक आणि बाजार यांच्यातील हा व्यवहार पारदर्शक नसून, तो पूर्णतः कंपन्यांच्या बाजूने झुकलेला आहे. अशा वेळी, 'डिजिटल वैयक्तिक माहिती संरक्षण' कायद्यासारख्या नियामक चौकटींची भूमिका महत्त्वाची ठरते, ज्याने नागरिकाला त्याच्या डेटावर हक्क मिळवून दिला पाहिजे.

मानसशास्त्रीय आयामांचे विश्लेषण करताना हे स्पष्ट होते की, डिजिटल माध्यमांमधील सामग्रीचे अल्गोरिद्मिक वर्गीकरण हे केवळ माहिती देण्यासाठी नसून, ते वापरकर्त्याला त्या प्लॅटफॉर्मवर खिळवून ठेवण्यासाठी असते. भीती-आधारित संदेश, भावनिक उत्तेजन आणि सतत पुनरावृत्ती होणाऱ्या माहितीमुळे समाजात विचारधारात्मक गटबांधणी मजबूत होते. आपण ज्या माहितीवर विश्वास ठेवतो, ती अनेकदा आपल्या डेटाच्या आधारे आपल्याला जाणीवपूर्वक दाखवली गेलेली असते. यातून निर्माण होणारी 'पुष्टीकरण पूर्वधारणा'

(Confirmation Bias) लोकशाहीतील निकोप संवादाला बाधक ठरते. तांत्रिक प्रगतीला केवळ मुक्तीकारक मानण्याऐवजी, तिचे मानवी वर्तनावरील आणि सामाजिक सलोख्यावरील परिणाम तपासणे ही काळाची गरज आहे.

डिजिटल जगात काहीही खरोखर 'मोफत' नसते, हे सत्य स्वीकारणे हीच खऱ्या डिजिटल साक्षरतेची सुरुवात आहे. आपण देत असलेला डेटा हा केवळ तांत्रिक घटक नसून तो सत्तेचा आणि संपत्तीचा नवा स्रोत आहे. कृत्रिम बुद्धिमत्ता आणि स्वयंचलित निर्णयप्रणाली या डेटाचा वापर करून भविष्यातील सामाजिक आणि राजकीय रचना ठरवत आहेत. अशा वेळी, तांत्रिक साधनांचे अंधगौरव टाळून, त्यांच्या वापरामागील अर्थकारण आणि मानसशास्त्र समजून घेणे आवश्यक आहे. नागरिक आणि ग्राहक म्हणून आपली स्वायत्तता टिकवून ठेवण्यासाठी, आपण या 'मोफत'च्या व्यवहारातील छुप्या किमतीबद्दल सजग राहणे, हाच गोपनीयतेच्या संघर्षातील पहिला विजय असेल.

प्रकरण ३ : मोठ्या कंपन्या आणि डेटा साम्राज्य

गुगल : शोध, स्थान आणि जाहिरात अर्थव्यवस्थेचे जाळे

माहिती तंत्रज्ञानाच्या इतिहासात ज्या कंपन्यांनी जागतिक सत्तासंबंधांची समीकरणे बदलली, त्यामध्ये गुगल या संस्थेचे स्थान अनन्यसाधारण आहे. विसाव्या शतकाच्या अखेरीस केवळ एक शोधयंत्र (सर्च इंजिन) म्हणून सुरू झालेल्या या कंपनीने आज मानवी जीवनाच्या प्रत्येक पैलूवर आपला प्रभाव प्रस्थापित केला आहे. ऐतिहासिक दृष्टिकोनातून पाहिल्यास, माहितीचे लोकशाहीकरण करण्याच्या उद्देशाने सुरू झालेला हा प्रवास आज एका अशा टप्प्यावर पोहोचला आहे, जिथे ही कंपनी जगातील सर्वात मोठी 'डेटा बँक' बनली आहे. समाजशास्त्रीय परिप्रेक्ष्यातून विचार करताना गुगल केवळ एक तांत्रिक सुविधा उरलेली नसून, ती मानवी जिज्ञासा, गरज आणि वर्तणुकीचे संकलन करणारी एक अवाढव्य संस्थात्मक संरचना बनली आहे. या संरचनेचा पाया 'डेटा' या संपत्तीवर उभा आहे, जो जागतिक जाहिरात अर्थव्यवस्थेचे मुख्य इंधन म्हणून कार्य करतो.

गुगलच्या डेटा साम्राज्याचा कणा म्हणजे वापरकर्त्याचा 'शोध इतिहास' (सर्च हिस्ट्री) होय. जेव्हा एखादी व्यक्ती गुगलवर काही शोधते, तेव्हा ती केवळ माहिती विचारत नसते, तर ती आपल्या अंतर्मनातील प्रश्न, भीती, इच्छा आणि आर्थिक नियोजनाचे संकेत यंत्रणेला देत असते. ही माहिती कच्च्या स्वरूपात साठवली जाते आणि त्यानंतर प्रगत

अल्गोरिदमच्या साहाय्याने तिचे विश्लेषण केले जाते. या विश्लेषणातून वापरकर्त्याचे एक 'डिजिटल व्यक्तिमत्त्व' (डिजिटल प्रोफाइल) तयार होते. या प्रक्रियेत 'जाहिरात मॉडेल' (ॲड मॉडेल) अत्यंत प्रभावीपणे कार्य करते. जाहिरातदार गुगलला पैसे देऊन केवळ जागा विकत घेत नाहीत, तर ते अशा वापरकर्त्यांचा संच विकत घेतात ज्यांच्या गरजा त्यांच्या उत्पादनाशी जुळतात. उदाहरणार्थ, जर एखाद्याने आजाराबद्दल शोध घेतले असतील, तर त्याला औषधांच्या जाहिराती दिसू लागतात. हे केवळ व्यावसायिक तंत्र नसून, ते मानवी विचारांच्या प्रवाहावर मिळवलेले नियंत्रण आहे. यामुळेच गुगल ही जगातील सर्वात शक्तिशाली जाहिरात संस्था बनली आहे, जिथे नफा हा वापरकर्त्याच्या खाजगी माहितीच्या लिलावातून मिळवला जातो.

गुगलच्या या डेटा संकलनात 'यूट्यूब' (YouTube) या माध्यमाची भूमिका अधिक सखोल आणि मानसशास्त्रीय आहे. यूट्यूबवर आपण कोणते व्हिडिओ पाहतो, किती वेळ पाहतो आणि कोणते भाग पुन्हा पुन्हा पाहतो, यावरून आपल्या सांस्कृतिक आणि राजकीय जाणिवांचे मोजमाप केले जाते. या मंचावरील 'शिफारस प्रणाली' (रिकमेंडेशन इंजिन) वापरकर्त्याला एका विशिष्ट माहितीच्या वर्तुळात (फिल्टर बबल) बंदिस्त करते. जर एखादी व्यक्ती विशिष्ट राजकीय विचारधारेचे व्हिडिओ पाहत असेल, तर अल्गोरिदम तिला तशाच प्रकारचे अधिक तीव्र मजकूर दाखवू लागते. यातून 'पुष्टीकरण पूर्वधारणा' (कन्फर्मेशन बायस) अधिक घट्ट होते, ज्यामुळे समाजात वैचारिक ध्रुवीकरण वाढते. डेटाचा हा वापर केवळ नफ्यासाठी नसून, तो सामाजिक मतनिर्मिती आणि विचारधारात्मक गटबांधणीसाठी कसा कारणीभूत ठरतो, याचे हे ज्वलंत उदाहरण आहे.

गुगलच्या देखरेखीचे दुसरे महत्त्वाचे अस्त्र म्हणजे 'गुगल मॅप्स' (Google Maps) आणि त्याद्वारे होणारे स्थान निश्चितीचे संकलन होय. मॅप्सच्या सुविधेमुळे रस्ते शोधणे सोपे झाले असले तरी, त्या बदल्यात वापरकर्ता आपल्या प्रत्येक हालचालीचा डेटा कंपनीला पुरवत असतो. आपण दररोज कोठे जातो, किती वेळ थांबतो आणि कोणत्या मार्गाचा वापर करतो, या माहितीवरून आपल्या जीवनशैलीचे आणि आर्थिक स्तराचे अचूक विश्लेषण केले जाते. हा 'लोकेशन डेटा' अत्यंत संवेदनशील असतो कारण त्यातून व्यक्तीच्या भेटीगाठी, तिचे आरोग्यविषयक व्यवहार आणि तिचे खाजगी संबंध उघड होऊ शकतात. भारतीय संदर्भात, जिथे शहरी नियोजनासाठी आणि वाहतूक व्यवस्थापनासाठी या डेटाचा वापर केला जातो, तिथे खाजगी कंपन्यांच्या ताब्यात असलेली ही माहिती प्रशासकीय नियंत्रणाचेही साधन बनू शकते. ग्रामीण आणि शहरी दरीचा विचार करता, शहरी भागातील वापरकर्त्यांच्या हालचालींचा डेटा अधिक सखोल असल्याने तेथील बाजारपेठ या कंपन्यांच्या अधिक प्रभावाखाली राहते.

या सर्व प्रक्रियेत राज्यसंस्था, खाजगी कंपन्या आणि बाजारव्यवस्था यांचे हितसंबंध एकमेकांत गुंतलेले आहेत. गुगलसारख्या कंपन्यांकडे असलेला हा प्रचंड डेटा अनेकदा धोरणनिर्मितीसाठी सरकारांना आवश्यक वाटतो. मात्र, यामुळे नागरिक आणि राज्य यांच्यातील सत्तासंबंधात एक प्रकारचा असमतोल निर्माण होतो. नागरिकाला आपल्या माहितीवर कोणताही ताबा राहत नाही, तर कंपन्यांकडे माहितीचे केंद्रीकरण झाल्यामुळे त्या एकाधिकारशाहीकडे झुकू लागतात. 'डिजिटल वैयक्तिक माहिती संरक्षण' कायद्यांतर्गत जरी काही निर्बंध घालण्याचे प्रयत्न होत असले, तरी गुगलच्या तांत्रिक

गुंतागुंतीसमोर हे कायदे अनेकदा अपुरे पडतात. माहिती तंत्रज्ञानाचा हा परिणाम समाजातील सर्व घटकांवर एकसमान होत नाही; ज्यांच्याकडे तांत्रिक साक्षरता कमी आहे, असा वर्ग या डेटा शोषणाला अधिक बळी पडतो.

गोपनीयतेच्या प्रश्नावर चर्चा करताना गुगलची 'ट्रॅकिंग' यंत्रणा ही केवळ ॲपपुरती मर्यादित नसून ती इंटरनेटच्या संपूर्ण गाभ्यात पसरलेली आहे. आपण गुगल वापरत नसलो तरी, अनेक संकेतस्थळांवर असलेले गुगलचे ट्रॅकर्स आपली माहिती संकलित करत असतात. यालाच 'अदृश्य पाळत' (इनविजिबल सर्व्हिलन्स) असे म्हणता येईल. ग्राहक आणि कंपनी या नात्यात पारदर्शकता नसल्यामुळे वापरकर्त्याला ही माहिती साठवली जात असल्याची जाणीवही नसते. मानसशास्त्रीय दृष्टिकोनातून विचार केला तर, या सततच्या देखरेखीमुळे मानवी वर्तनात एक प्रकारचा संकोच निर्माण होतो, ज्याला 'चिलिंग इफेक्ट' म्हणतात. व्यक्ती जेव्हा सततच्या निगराणीखाली असते, तेव्हा तिचे नैसर्गिक अभिव्यक्ती स्वातंत्र्य बाधित होते.

कृत्रिम बुद्धिमत्ता (AI) आणि स्वयंचलित निर्णयप्रणालीच्या युगात गुगलकडे असलेला हा डेटा अधिक घातक ठरू शकतो. हा डेटा केवळ भूतकाळातील नोंदी नसून, तो भविष्यातील मानवी निर्णयांचे भाकीत वर्तवणारे साधन आहे. या साधनांचा वापर करून राजकीय प्रचार, सामाजिक नियंत्रण आणि आर्थिक नफेखोरीचे नवीन प्रकार समोर येत आहेत. तांत्रिक प्रगतीला पूर्णपणे नाकारणे शक्य नसले तरी, गुगलसारख्या महाकाय कंपन्यांच्या डेटा साम्राज्यावर लोकशाही नियंत्रण असणे अनिवार्य आहे. अंधगौरव किंवा भीतीजनक

अतिशयोक्ती टाळून, या तंत्रज्ञानाचे सामाजिक मूल्यमापन करणे ही अभ्यासकांची आणि धोरणकर्त्यांची महत्त्वाची जबाबदारी आहे.

गुगलचे हे डेटा साम्राज्य आधुनिक जगातील सत्तेचे नवीन केंद्र आहे. ज्याच्याकडे माहितीचे विश्लेषण करण्याची क्षमता आहे, तोच आजच्या युगात सर्वश्रेष्ठ सत्ताधीश आहे. सामान्य नागरिकाने या यंत्रणेकडे केवळ एक सोयीचे साधन म्हणून न पाहता, आपल्या गोपनीयतेच्या आणि स्वातंत्र्याच्या संघर्षाचा एक मुख्य टप्पा म्हणून पाहिले पाहिजे. डेटा हा केवळ 'नवे सोने' नसून तो मानवी अस्तित्वाचा आणि लोकशाहीच्या भविष्याचा पाया आहे, ज्यावर आज मोठ्या कंपन्यांनी आपले वर्चस्व प्रस्थापित केले आहे.

मेटा : सामाजिक संबंधांचे भांडवलीकरण आणि वर्चस्वाचे अर्थकारण

मानवी इतिहासाच्या प्रदीर्घ प्रवासात सामाजिक संबंध हे नेहमीच भावनिक आणि सांस्कृतिक स्तरावर जपले गेले आहेत. नातेवाईक, मित्र आणि परिचित यांच्यातील संवाद हा खाजगी आणि अनौपचारिक स्वरूपाचा असायचा. मात्र, 'मेटा' (पूर्वीचे फेसबुक) या कंपनीने या नैसर्गिक मानवी संवादाचे आणि सामाजिक जाळ्याचे संपूर्णतः डिजिटल रूपांतर करून त्याचे आर्थिक मूल्य निर्माण केले. समाजशास्त्रीय दृष्टिकोनातून पाहिल्यास, मेटाने 'सोशल नेटवर्क' किंवा सामाजिक नेटवर्कच्या माध्यमातून मानवी नात्यांचे एक अवाढव्य 'डेटा साम्राज्य' उभे केले आहे. ऐतिहासिकदृष्ट्या माहिती तंत्रज्ञानाच्या क्षेत्रात अनेक बदल झाले, पण व्यक्तीच्या वैयक्तिक आवडीनिवडी, तिचे सामाजिक संबंध, तिचे फोटो आणि तिचे विचार एकाच ठिकाणी संकलित

करण्याचा सर्वात मोठा प्रयोग मेटाने यशस्वी करून दाखवला. आज हे साम्राज्य केवळ एका ॲपपुरते मर्यादित नसून त्यात फेसबुक, इंस्टाग्राम आणि व्हॉट्सॲप यांसारख्या बलाढ्य मंचांचा समावेश आहे, ज्यांच्या माध्यमातून जागतिक स्तरावर अब्जावधी लोकांच्या जीवनाचे नियंत्रण केले जाते.

मेटाच्या डेटा संकलनाचा सर्वात महत्त्वाचा आणि कळीचा भाग म्हणजे 'सोशल नेटवर्क विश्लेषण' (Social Network Analysis) होय. जेव्हा एखादी व्यक्ती मेटाच्या मंचावर येते, तेव्हा ती केवळ स्वतःची माहिती देत नाही, तर तिच्या 'फ्रेंड लिस्ट' किंवा संपर्कांच्या माध्यमातून ती इतर लोकांच्या माहितीचा दुवा बनते. एखादी व्यक्ती कोणाच्या संपर्कात आहे, ती कोणाच्या पोस्टला प्रतिसाद देते आणि तिचे कोणाशी तीव्र मतभेद आहेत, यावरून त्या व्यक्तीचे 'ग्राफ' तयार केले जातात. हे ग्राफ म्हणजे केवळ नावांची यादी नसून, ते व्यक्तीच्या सामाजिक, राजकीय आणि आर्थिक वर्तुळाचे अचूक नकाशे असतात. या विश्लेषणाद्वारे मेटाला हे समजते की, समाजातील प्रभावशाली व्यक्ती कोण आहेत आणि माहितीचा प्रवाह कोणत्या दिशेने वाहत आहे. हे नियंत्रण अत्यंत सूक्ष्म असते कारण ते व्यक्तीच्या भावनांशी आणि ओळखीशी निगडित असते.

या अफाट सामाजिक डेटाचा वापर 'लक्ष्यित जाहिरातबाजी' (Targeted Advertising) करण्यासाठी केला जातो, जो मेटाच्या उत्पन्नाचा मुख्य स्रोत आहे. जेव्हा एखादा वापरकर्ता आपल्या आयुष्यातील महत्त्वाचे प्रसंग जसे की लग्न, प्रवास किंवा पदवीदान समारंभाचे फोटो शेअर करतो, तेव्हा तो अनवधानाने जाहिरातदारांना स्वतःच्या गरजेची माहिती देत असतो. मेटाचे अल्गोरिदम या माहितीचे

विश्लेषण करून वापरकर्त्याला अशा जाहिराती दाखवतात ज्या त्याच्या तत्कालीन गरजेला किंवा इच्छेला प्रतिसाद देतात. ही केवळ जाहिरात नसून ते मानवी वर्तणुकीचे व्यवस्थापन आहे. जाहिरातदार केवळ उत्पादने विकण्यासाठी या डेटाचा वापर करत नाहीत, तर ते वापरकर्त्यांच्या मानसिकतेवर प्रभाव पाडण्यासाठी पैसे मोजतात. यामुळेच मेटाकडे असलेला डेटा हा जागतिक अर्थव्यवस्थेतील सर्वात मौल्यवान चलनाच्या रूपात समोर आला आहे, जिथे मानवी नातेसंबंधांचे 'वस्तूकरण' केले जाते.

राजकीय सत्तासंबंधांच्या संदर्भात मेटाचे हे डेटा साम्राज्य अधिक वादग्रस्त ठरले आहे. सामाजिक संबंधांच्या डेटाचा वापर करून मतदारांचे 'मायक्रो-टार्गेटिंग' करणे आता शक्य झाले आहे. विशिष्ट राजकीय विचारधारा असलेल्या लोकांना त्यांच्याच विचारांना पुष्टी देणारा मजकूर वारंवार दाखवला जातो, ज्यामुळे समाजात 'इको चेंबर' किंवा वैचारिक बंदिस्तपणा निर्माण होतो. भारतीय संदर्भात, जिथे भाषिक विविधता आणि जातीय किंवा धार्मिक अस्मिता प्रबळ आहेत, तिथे मेटाचे मंच या अस्मितांना अधिक तीव्र करण्याचे साधन बनू शकतात. ग्रामीण आणि शहरी अशा दोन्ही भागांत व्हॉट्सॲप आणि फेसबुकचा प्रसार मोठ्या प्रमाणात असल्याने, चुकीची माहिती आणि द्वेषपूर्ण मजकूर वेगाने पसरण्यासाठी या डेटा साम्राज्याचा नकळत वापर होतो. डेटा संकलनाची ही प्रक्रिया राजकीय प्रचाराशी इतकी खोलवर जोडली गेली आहे की, तिने लोकशाहीतील निवडणुकीच्या प्रक्रियेवरच प्रश्नचिन्ह निर्माण केले आहे.

माहिती तंत्रज्ञानाचा हा प्रभाव भारतीय सामाजिक रचनेतील विषमतेला अधिक अधोरेखित करतो. उच्चवर्णीय किंवा शहरी वर्गाचा डेटा हा

उपभोगवादी संस्कृतीसाठी महत्त्वाचा असतो, तर उपेक्षित वर्गाचा डेटा अनेकदा केवळ राजकीय मतदानासाठी किंवा सरकारी निगराणीसाठी वापरला जातो. भाषिक विविधतेमुळे इंग्रजी मधील अल्गोरिदम अनेकदा प्रादेशिक भाषांमधील द्वेषपूर्ण मजकूर ओळखण्यास अपयशी ठरतात, ज्याचा परिणाम सामाजिक सलोख्यावर होतो. शैक्षणिक असमानतेमुळे अनेक वापरकर्त्यांना हे समजत नाही की त्यांचे खाजगी फोटो आणि संवाद हे प्रत्यक्षात एका जागतिक डेटा व्यापाराचा भाग आहेत. माहितीच्या या असमान वितरणामुळे आणि वापरामुळे नागरिकांची स्वायत्तता धोक्यात आली असून, सत्तेचे केंद्र आता लोकांच्या हातून या कंपन्यांच्या हाती सरकले आहे.

गोपनीयतेच्या प्रश्नावर चर्चा करताना मेटाच्या धोरणांवर नेहमीच टीका झाली आहे. 'प्रायव्हसी सेटिंग्स' कितीही बदलल्या तरी, कंपनीकडे वापरकर्त्याच्या प्रत्येक हालचालीची नोंद असते. व्यक्ती आणि बाजार यांच्यातील हा संबंध पारदर्शक नसून तो पूर्णपणे कंपनीच्या अटींवर आधारित आहे. भारतीय संदर्भात डिजिटल वैयक्तिक माहिती संरक्षण कायद्याची अंमलबजावणी करताना मेटासारख्या जागतिक कंपन्यांना जबाबदार धरणे हे प्रशासकीय यंत्रणेसमोरील मोठे आव्हान आहे. नागरिक आणि राज्य यांच्यातील सत्तासंबंधांत जेव्हा या कंपन्या मध्यस्थ म्हणून येतात, तेव्हा नागरिकाच्या गोपनीयतेचा बळी दिला जाण्याची शक्यता अधिक असते. धोरणनिर्मिती प्रक्रियेत या कंपन्यांचे लॉबिंग इतके प्रबळ असते की, नागरिकांच्या हितापेक्षा कंपन्यांच्या नफ्याला अधिक प्राधान्य दिले जाते.

मानसशास्त्रीय आयामांचे विश्लेषण करताना मेटाच्या मंचांनी मानवी मेंदूच्या 'समूह ओळख' आणि 'मान्यतेची भूक' (Social Validation) या

प्रवृत्तींचा अत्यंत धूर्तपणे वापर केला आहे. 'लाईक' आणि 'कॉमेंट' यांसारख्या सोयी केवळ संवादासाठी नसून, त्या वापरकर्त्याला प्लॅटफॉर्मवर खिळवून ठेवण्यासाठी आणि त्याच्याकडून अधिक डेटा काढून घेण्यासाठी बनवल्या आहेत. सततच्या नोटिफिकेशनमुळे आणि रिल्सच्या प्रवाहामुळे मानवी अवधानाची क्षमता कमी होत आहे. माहितीवर विश्वास ठेवण्याच्या मानवी प्रवृत्तीचा गैरफायदा घेऊन भीती-आधारित संदेशांचा प्रभाव वाढवला जातो, ज्यामुळे समाजात ध्रुवीकरण आणि अविश्वासाचे वातावरण निर्माण होते. तांत्रिक प्रगतीला केवळ मुक्तीकारक न मानण्याचे हे सर्वात मोठे कारण आहे, कारण तिने मानवी भावनांचे आणि नात्यांचे एका थंड अशा डेटा सांख्यिकीमध्ये रूपांतर केले आहे.

कृत्रिम बुद्धिमत्ता आणि स्वयंचलित निर्णयप्रणालीच्या युगात मेटाकडे असलेले हे सामाजिक नात्यांचे डेटा साम्राज्य भविष्यातील सामाजिक रचनेवर नियंत्रण मिळवण्यासाठी वापरले जाऊ शकते. हा डेटा केवळ भूतकाळातील नोंदी नसून, तो भविष्यातील सामाजिक क्रांती किंवा संघर्षाचे भाकीत वर्तवणारे साधन आहे. अशा वेळी, अंधगौरव किंवा भीतीजनक अतिशयोक्ती टाळून, या तंत्रज्ञानाचे सामाजिक आणि राजकीय मूल्यांच्या चौकटीत मूल्यांकन करणे गरजेचे आहे. तांत्रिक प्रगती ही एकतर्फी विनाशकारी किंवा मुक्तीकारक नसते; तिचे स्वरूप आपण तिचे नियमन कसे करतो यावर अवलंबून असते.

मेटाचे हे डेटा साम्राज्य आधुनिक भांडवलशाहीचे एक नवीन आणि धोकादायक स्वरूप आहे. येथे संपत्ती ही केवळ नफ्यात नसून, ती मानवी मनावर आणि नात्यांवर मिळवलेल्या नियंत्रणात आहे. सामान्य नागरिकाने या मंचांकडे केवळ 'मोफत' सुविधा म्हणून न पाहता,

आपल्या गोपनीयतेच्या आणि सामाजिक स्वास्थ्याच्या संघर्षाचे एक मुख्य रणमैदान म्हणून पाहिले पाहिजे. डेटा हा 'नवे सोने' आहेच, पण ते सोने कोणाच्या नात्यांच्या आणि भावनेच्या खाणीतून उत्खनन केले जात आहे, हे ओळखणे हीच खरी डिजिटल साक्षरता आहे.

ॲमेझॉन : उपभोगवादी प्रवृत्तीचे संकलन आणि जागतिक डिजिटल पायाभूत सुविधांवरील वर्चस्व

विसाव्या शतकाच्या उत्तरार्धात जागतिक व्यापाराचे स्वरूप प्रामुख्याने भौतिक साखळीवर आणि प्रत्यक्ष बाजारपेठेवर अवलंबून होते. मात्र, एकविसाव्या शतकात 'ॲमेझॉन' (Amazon) सारख्या महाकाय कंपनीने या व्यापाराचे पूर्णतः 'डेटा-आधारित' अर्थव्यवस्थेत रूपांतर केले आहे. ॲमेझॉनची ऐतिहासिक पार्श्वभूमी पाहिल्यास, तिची सुरुवात केवळ पुस्तकांच्या विक्रीपासून झाली असली, तरी आज ती केवळ एक विक्री केंद्र राहिलेली नाही. समाजशास्त्रीय आणि आर्थिक परिप्रेक्ष्यातून ॲमेझॉन हे मानवी उपभोगवादी प्रवृत्तीचे सर्वात मोठे 'डेटा उत्खनन केंद्र' बनले आहे. या कंपनीने डेटाला केवळ माहिती म्हणून न पाहता, तिचे रूपांतर थेट आर्थिक नफ्यात आणि जागतिक डिजिटल पायाभूत सुविधांच्या नियंत्रणात केले आहे. भारतीय संदर्भात, जिथे मध्यमवर्गाचा कल झपाट्याने ऑनलाइन खरेदीकडे झुकत आहे, तिथे ॲमेझॉनचे हे डेटा साम्राज्य सामाजिक आणि आर्थिक सत्तासंबंधांची नवीन व्याख्या तयार करत आहे.

ॲमेझॉनच्या कार्यपद्धतीचा सर्वात महत्त्वाचा पैलू म्हणजे 'खरेदी पद्धतींचा सखोल अभ्यास' (Consumer Behavior Analysis) होय. जेव्हा एखादा वापरकर्ता ॲमेझॉनच्या मंचावर एखादी वस्तू शोधतो,

तेव्हा तो केवळ खरेदी करत नसून तो आपल्या आवडीनिवडी, आर्थिक क्षमता आणि जीवनशैलीचा विस्तृत डेटा कंपनीला सोपवत असतो. ॲमेझॉनचे अल्गोरिदम केवळ आपण काय विकत घेतले याची नोंद ठेवत नाहीत, तर आपण कोणत्या वस्तूवर किती वेळ घालवला, कोणत्या वस्तूंना पसंती क्रमाने पाहिले आणि खरेदी न करता कोणत्या वस्तू टोपलीत (Cart) ठेवून सोडून दिल्या, या सर्वांचे सूक्ष्म विश्लेषण करतात. या विश्लेषणातून वापरकर्त्याचे एक 'प्रिडिक्टिव प्रोफाइल' किंवा भविष्यसूचक व्यक्तिमत्व तयार होते. यामुळे ॲमेझॉनला वापरकर्त्याच्या गरजेपेक्षाही आधी त्याला काय हवे असू शकते, याचे भाकीत वर्तवता येते. हे केवळ विक्री वाढवण्याचे तंत्र नसून, ते मानवी गरजेच्या आणि उपभोगाच्या प्रवृत्तीचे केलेले तांत्रिक व्यवस्थापन आहे. या प्रक्रियेत डेटा हा 'अचूक जाहिरातबाजी' (Targeted Advertising) आणि उत्पादनांच्या शिफारसींचा कणा बनला आहे.

ॲमेझॉनचे साम्राज्य केवळ किरकोळ विक्रीपुरते मर्यादित नाही, तर त्याचा सर्वात महत्त्वाचा आणि शक्तिशाली भाग म्हणजे 'ॲमेझॉन वेब सर्व्हिसेस' (AWS) अर्थात क्लाउड सेवा होय. क्लाउड सेवा म्हणजे इंटरनेटवरील असा एक अवाढव्य पायाभूत ढाचा, जिथे जगातील लक्षावधी कंपन्या, संस्था आणि अगदी सरकारेही आपला डेटा साठवतात आणि आपली संकेतस्थळे चालवतात. तांत्रिक भाषेत सांगायचे तर, आजच्या इंटरनेटचा एक मोठा हिस्सा हा ॲमेझॉनच्या सर्व्हरवर उभा आहे. राज्यशास्त्राच्या दृष्टिकोनातून हे अत्यंत संवेदनशील आहे, कारण जेव्हा खाजगी कंपन्या आणि सार्वजनिक संस्थांचा डेटा एकाच खाजगी कंपनीच्या पायाभूत सुविधांवर अवलंबून असतो, तेव्हा सत्तेचे प्रचंड केंद्रीकरण होते. 'पायाभूत सुविधा म्हणून

डेटा' (Data as Infrastructure) या चौकटीत पाहिल्यास, ॲमेझॉनला जागतिक स्तरावर माहितीच्या प्रवाहावर नियंत्रण मिळवणे सोपे झाले आहे. ही केवळ एक सेवा नसून, ती आधुनिक जगाच्या डिजिटल अर्थव्यवस्थेवर मिळवलेली 'स्ट्रक्चरल पॉवर' किंवा संरचनात्मक सत्ता आहे.

भारतीय सामाजिक रचनेत ॲमेझॉनचा हा प्रभाव विषमतेच्या नवीन छटा निर्माण करतो. शहरी भागातील ग्राहकांसाठी ॲमेझॉन सोयीस्कर वाटत असले, तरी ग्रामीण भागातील लहान व्यापारी आणि असंघटित क्षेत्रातील विक्रेते या डेटा साम्राज्यासमोर टिकू शकत नाहीत. ॲमेझॉनकडे असलेल्या प्रचंड डेटाच्या आधारे ते हे ओळखू शकतात की कोणत्या वस्तूची मागणी जास्त आहे, आणि त्याच माहितीचा वापर करून ते स्वतःची उत्पादने (Amazon Basics) बाजारात आणून स्थानिक स्पर्धकांना मागे टाकू शकतात. ही 'डेटा-आधारित मक्तेदारी' आहे, जिथे माहितीच्या अभावामुळे स्थानिक बाजारपेठांचे अस्तित्व धोक्यात येते. ग्रामीण आणि शहरी अशा दोन्ही स्तरांवर, ॲमेझॉनचे अल्गोरिदम उपभोगाच्या ज्या पद्धती रुजवत आहेत, त्यातून पाश्चात्य उपभोगवादी संस्कृतीचा प्रसार वेगाने होत असून, स्थानिक सांस्कृतिक आणि आर्थिक स्वायत्तता कमी होत चालली आहे.

डेटा आणि सत्तासंबंधांच्या चौकटीत, ॲमेझॉनची भूमिका केवळ एका बाजारपेठेपुरती मर्यादित नसून, ती धोरणनिर्मिती प्रक्रियेवरही प्रभाव टाकते. ॲमेझॉनकडे असलेल्या डेटाचा वापर करून कंपन्या लॉबिंग करतात आणि स्वतःच्या हिताचे कायदे बनवून घेण्याचा प्रयत्न करतात. नागरिक आणि बाजार यांच्यातील या संबंधात, नागरिक केवळ एक 'डेटा पॉइंट' उरतो, तर कंपनी सत्तेचे एक स्वायत्त केंद्र बनते.

गोपनीयतेच्या प्रश्नावर चर्चा करताना हे लक्षात येते की, ॲमेझॉन केवळ आपली खरेदीची माहितीच नाही, तर आपल्या घरातील 'स्मार्ट' उपकरणांच्या (उदा. अलेक्सा) माध्यमातून आपला खाजगी संवाद आणि आपल्या सवयींचा डेटाही गोळा करत असते. जेव्हा खाजगी अवकाश आणि बाजारपेठ यांच्यातील सीमा अशा प्रकारे धूसर होतात, तेव्हा गोपनीयतेचा हक्क हा केवळ एक तांत्रिक अडथळा वाटू लागतो.

मानसशास्त्रीय आयामांचा विचार केल्यास, ॲमेझॉन मानवी मेंदूच्या 'तात्काळ समाधानाची ओढ' (Instant Gratification) या प्रवृत्तीचा गैरफायदा घेते. सततच्या शिफारसी, मर्यादित काळातील सवलती आणि सोपी खरेदी प्रक्रिया यातून मानवी वर्तनाला उपभोगासाठी प्रवृत्त केले जाते. माहितीवर विश्वास ठेवण्याच्या मानवी प्रवृत्तीमुळे, अल्गोरिदमने सुचवलेल्या वस्तू या खरोखरच गरजेच्या आहेत असा भास निर्माण होतो. डिजिटल मंचावरील हे वर्गीकरण विचारधारात्मक गटबांधणीप्रमाणेच उपभोगवादी गटबांधणी तयार करते. तांत्रिक प्रगतीला केवळ मुक्तीकारक न मानण्याचे हे एक महत्त्वाचे कारण आहे, कारण तिने मानवाच्या विवेकनिष्ठ निर्णयक्षमतेवर डेटाच्या आधारे ताबा मिळवला आहे.

कृत्रिम बुद्धिमत्ता आणि स्वयंचलित निर्णयप्रणालीच्या युगात, ॲमेझॉनकडे असलेला हा अफाट डेटा भविष्यातील जागतिक पुरवठा साखळी आणि श्रम बाजाराचे स्वरूप ठरवणारा आहे. ॲमेझॉनच्या गुदामांमध्ये (Warehouses) काम करणाऱ्या कामगारांच्या प्रत्येक हालचालीचा डेटा संकलित केला जातो, ज्यावरून त्यांची कार्यक्षमता मोजली जाते. हे 'अल्गोरिद्मिक व्यवस्थापन' (Algorithmic Management) श्रमिकांच्या शोषणाचे नवीन आणि तांत्रिक स्वरूप

समोर आणते. अशा वेळी, तंत्रज्ञानाचे मूल्यांकन केवळ ग्राहकाच्या सोयीवरून न करता, त्याच्या सामाजिक आणि मानवी परिणामांवरून करणे आवश्यक आहे. सनसनाटी शैली किंवा अंधगौरव टाळून, या डेटा साम्राज्याचा अभ्यास हा लोकशाहीतील उत्तरदायित्वाच्या दृष्टीने अत्यंत महत्त्वाचा ठरतो.

ॲमेझॉन हे केवळ एक संकेतस्थळ नसून ते आधुनिक काळातील डेटा-आधारित वसाहतवादाचे एक स्वरूप आहे. माहितीचे संकलन, त्याचे विश्लेषण आणि त्यातून मिळणारा नफा या साखळीने जागतिक अर्थव्यवस्थेचा चेहरामोहरा बदलला आहे. सामान्य नागरिकाने या यंत्रणेकडे केवळ एक ग्राहक म्हणून न पाहता, सत्तेच्या या नवीन रचनेचा भाग म्हणून पाहिले पाहिजे. डेटा हा 'नवे सोने' आहे, पण हे सोने वेचताना आपण आपले स्वातंत्र्य आणि स्वायत्तता तर गमावत नाही ना, हा या पुस्तकाचा कळीचा प्रश्न आहे. ॲमेझॉनच्या या डेटा साम्राज्यावर कायदेशीर नियंत्रण आणि सामाजिक देखरेख असणे ही काळाची गरज आहे, जेणेकरून तंत्रज्ञान हे शोषणाचे साधन न राहता समता आणि न्यायाचे साधन बनेल.

मायक्रोसॉफ्ट : सॉफ्टवेअर मक्तेदारीकडून क्लाउड आणि कृत्रिम बुद्धिमत्तेच्या डेटा साम्राज्यापर्यंत

ऐतिहासिक दृष्टिकोनातून जागतिक तंत्रज्ञान क्षेत्रातील सत्तासंबंधांचा अभ्यास केल्यास, 'मायक्रोसॉफ्ट' (Microsoft) या कंपनीचा प्रवास अत्यंत महत्त्वपूर्ण ठरतो. १९८० आणि ९० च्या दशकात वैयक्तिक संगणकांच्या (पर्सनल कम्प्युटर) कार्यप्रणालीवर (ऑपरेटिंग सिस्टम) पूर्णतः मक्तेदारी प्रस्थापित करणाऱ्या या कंपनीने आज आपल्या

रणनीतीमध्ये आमूलाग्र बदल केला आहे. सुरुवातीच्या काळात केवळ सॉफ्टवेअर विकणारी कंपनी म्हणून ओळखली जाणारी ही संस्था आज जागतिक 'क्लाउड संगणन' (Cloud Computing) आणि 'कृत्रिम बुद्धिमत्ता' (Artificial Intelligence) या क्षेत्रातील डेटा संकलनाचे सर्वात मोठे केंद्र बनली आहे. समाजशास्त्रीय परिप्रेक्ष्यातून, मायक्रोसॉफ्टचे हे स्थित्यंतर केवळ व्यवसायाचा विस्तार नसून, ते कॉर्पोरेट जगतातील माहितीवर नियंत्रण मिळवण्याचे एक पद्धतशीर पाऊल आहे. ज्याप्रमाणे एखाद्या साम्राज्याला आपले वर्चस्व टिकवण्यासाठी भूभागावर ताबा मिळवावा लागत असे, त्याचप्रमाणे आजच्या डिजिटल युगात मायक्रोसॉफ्टने जगातील संस्थात्मक आणि कॉर्पोरेट माहितीच्या प्रवाहावर आपले 'डेटा साम्राज्य' उभे केले आहे.

मायक्रोसॉफ्टच्या आधुनिक डेटा साम्राज्याचा पाया हा 'अझूर' (Azure) सारख्या क्लाउड संगणन सेवांवर उभा आहे. क्लाउड संगणन म्हणजे इंटरनेटच्या माध्यमातून साठवली जाणारी आणि विश्लेषित केली जाणारी माहिती होय. आज जगातील लक्षावधी बहुराष्ट्रीय कंपन्या, बँका, आरोग्य संस्था आणि सरकारी विभाग आपला अत्यंत संवेदनशील डेटा मायक्रोसॉफ्टच्या सर्व्हरवर साठवत आहेत. या प्रक्रियेत 'कॉर्पोरेट डेटा नियंत्रण' हा अत्यंत कळीचा मुद्दा ठरतो. जेव्हा एखाद्या संस्थेचा संपूर्ण डेटा—मग तो कर्मचाऱ्यांचे पगार असोत, संशोधनातील गोपनीय माहिती असो किंवा धोरणात्मक निर्णय असोत—एका खाजगी कंपनीच्या पायाभूत सुविधांवर अवलंबून असतो, तेव्हा त्या कंपनीकडे अफाट 'संरचनात्मक सत्ता' (Structural Power) जमा होते. हे नियंत्रण केवळ माहिती साठवण्यापुरते मर्यादित नसून, त्या माहितीच्या प्रक्रियेवर आणि वापरावरही मायक्रोसॉफ्टचे अप्रत्यक्ष वर्चस्व असते.

लोक प्रशासन आणि सार्वजनिक धोरणाच्या अभ्यासकांसाठी ही चिंतेची बाब आहे, कारण यामुळे सरकारी डेटाची सार्वभौमत्वता आणि सुरक्षा खाजगी हितसंबंधांच्या चौकटीत बंदिस्त होते.

कृत्रिम बुद्धिमत्ता (AI) आणि डेटा संकलन यांचा परस्परसंबंध मायक्रोसॉफ्टच्या सध्याच्या भूमिकेतून अधिक स्पष्ट होतो. कृत्रिम बुद्धिमत्तेला सक्षम करण्यासाठी प्रचंड मोठ्या प्रमाणावर डेटाची (Big Data) आवश्यकता असते. मायक्रोसॉफ्टने 'ओपन एआय' (OpenAI) सारख्या संस्थांशी केलेली युती आणि स्वतःच्या उत्पादनांमध्ये एआयचा केलेला समावेश, हे केवळ तांत्रिक प्रगतीचे लक्षण नाही. उलट, हा जगातील मानवी संवाद, कामाच्या पद्धती आणि सर्जनशील अभिव्यक्ती यांचा डेटा संकलित करण्याचा एक व्यापक प्रयत्न आहे. 'को-पायलट' सारखी साधने जेव्हा कॉर्पोरेट जगात वापरली जातात, तेव्हा त्यातून कर्मचाऱ्यांच्या विचार करण्याची पद्धत आणि समस्या सोडवण्याचे कौशल्य डेटाच्या स्वरूपात टिपले जाते. या 'एआय डेटा'च्या जोरावर भविष्यात मानवी श्रमाची जागा घेणारे किंवा श्रमिकांवर नियंत्रण मिळवणारे अल्गोरिदम विकसित केले जाऊ शकतात. हे 'अल्गोरिद्मिक व्यवस्थापन' श्रमाच्या राजकारणाला आणि सामाजिक विषमतेला नवीन वळण देणारे ठरू शकते.

भारतीय सामाजिक आणि राजकीय व्यवस्थेमध्ये मायक्रोसॉफ्टच्या या डेटा वर्चस्वाचे परिणाम सखोल आहेत. भारतातील डिजिटल इंडिया मोहिमेमध्ये आणि विविध सरकारी उपक्रमांमध्ये मायक्रोसॉफ्टच्या सेवांचा मोठ्या प्रमाणावर वापर केला जातो. शहरी भागातील कॉर्पोरेट कार्यालयांपासून ते ग्रामीण भागातील सरकारी शाळांच्या संगणक लॅबपर्यंत मायक्रोसॉफ्टचा प्रसार झाला आहे. मात्र, माहिती तंत्रज्ञानाचा

हा परिणाम एकसमान होत नाही. ज्यांच्याकडे तांत्रिक साक्षरता आहे, ते या साधनांचा वापर आपल्या प्रगतीसाठी करतात; परंतु उपेक्षित वर्गाचा डेटा अनेकदा केवळ सांख्यिकी नोंदींपुरता मर्यादित राहतो. ग्रामीण-शहरी दरीमुळे डेटा प्रवेशातील विषमता अधिक वाढते. धोरणनिर्मिती प्रक्रियेत जेव्हा खाजगी कंपन्यांचे क्लाउड सोल्यूशन्स वापरले जातात, तेव्हा नागरिकांच्या गोपनीयतेपेक्षा प्रशासकीय कार्यक्षमतेला अधिक प्राधान्य दिले जाते, ज्यातून 'देखरेख समाजा' (Surveillance Society) ची निर्मिती होण्याचा धोका असतो.

डेटा आणि सत्तासंबंधांच्या विश्लेषणात, मायक्रोसॉफ्टची भूमिका राज्यसंस्था आणि बाजारव्यवस्था यांच्यातील मध्यस्थ म्हणून समोर येते. जेव्हा एखादे राज्य आपला डेटा मायक्रोसॉफ्टच्या क्लाउडवर साठवते, तेव्हा त्या राज्याचे त्या माहितीवरील स्वायत्त नियंत्रण कमी होते. राजकीय प्रचारासाठी आणि धोरण निर्मितीसाठी लागणारा डेटा संकलित करणे, विश्लेषण करणे आणि वापरणे यामध्ये या कंपन्यांकडे असलेल्या तांत्रिक ज्ञानामुळे त्या सरकारांवर आपला प्रभाव टाकू शकतात. गोपनीयतेच्या प्रश्नावर चर्चा करताना हे लक्षात येते की, कॉर्पोरेट स्तरावर जरी सुरक्षेचे दावे केले जात असले, तरी कायदेशीर चौकटींमध्ये तांत्रिक अंमलबजावणीच्या अनेक मर्यादा आहेत. नागरिक आणि राज्य, तसेच व्यक्ती आणि बाजार यांच्यातील सत्तासंबंध अधिक पारदर्शक होण्याऐवजी, ते मायक्रोसॉफ्टसारख्या कंपन्यांच्या तांत्रिक जाळ्यात अधिक गुंतागुंतीचे होत आहेत.

मानसशास्त्रीय आयामांचा विचार केल्यास, मायक्रोसॉफ्टच्या सॉफ्टवेअर प्रणालींनी मानवी कामाच्या सवयी आणि माहितीवर विश्वास ठेवण्याच्या प्रवृत्तीवर मोठा परिणाम केला आहे. आपण ज्या प्रकारे

'डॉक्युमेंट' तयार करतो, सादरीकरण करतो किंवा एकमेकांशी संवाद साधतो, ती सर्व प्रक्रिया एका ठराविक तांत्रिक चौकटीत बसवली गेली आहे. यातून निर्माण होणारी 'गटबांधणी' वैचारिक देवाणघेवाणीपेक्षा तांत्रिक सुसंगततेला अधिक महत्त्व देते. माहिती तंत्रज्ञानाचा हा प्रभाव आपल्या विचारप्रक्रियेलाही स्वयंचलित (Automated) करत आहे. डिजिटल माध्यमांतील मजकुराचे अल्गोरिद्मिक वर्गीकरण हे आपल्या निर्णयांना प्रभावित करत असते. तांत्रिक प्रगतीला केवळ मुक्तीकारक किंवा विनाशकारी ठरवण्याऐवजी, तिचे सामाजिक संदर्भात मूल्यांकन करणे आवश्यक आहे, कारण ती आपल्या संस्कृतीचा आणि मानसिकतेचा पाया बदलत आहे.

मायक्रोसॉफ्टचे हे डेटा साम्राज्य केवळ नफ्यासाठी नसून ते सत्तेच्या एका नवीन रचनेचे प्रतीक आहे. डेटा हा 'नवे सोने' आहे, हे ओळखून मायक्रोसॉफ्टने केवळ सॉफ्टवेअर मक्तेदारी न ठेवता, भविष्यातील डिजिटल पायाभूत सुविधांवर आपले वर्चस्व निर्माण केले आहे. कृत्रिम बुद्धिमत्ता आणि क्लाउडच्या माध्यमातून हे साम्राज्य अधिक विस्तारत जाणार आहे. अशा वेळी, अंधगौरव किंवा भीतीजनक अतिशयोक्ती टाळून, या महाकाय कंपन्यांच्या डेटा संकलनाच्या पद्धती आणि त्यांचे सामाजिक परिणाम यांचे चिकित्सक विश्लेषण करणे ही काळाची गरज आहे. सामान्य नागरिकाने आणि अभ्यासकाने या तंत्रज्ञानाकडे केवळ एक सोयीचे साधन म्हणून न पाहता, सत्तेच्या केंद्रबिंदू म्हणून पाहिले पाहिजे, जिथे आपल्या गोपनीयतेचा आणि स्वातंत्र्याचा लढा प्रत्येक डेटा पॉइंटच्या स्वरूपात लढला जात आहे.

निगराणी भांडवलशाही आणि डेटा कमाईचे अर्थकारण

डिजिटल युगातील सत्तासंबंधांचा विचार करताना जागतिक स्तरावर 'निगराणी भांडवलशाही' (Surveillance Capitalism) ही संकल्पना अत्यंत कळीची ठरते. ऐतिहासिकदृष्ट्या भांडवलशाहीने नैसर्गिक संसाधने आणि मानवी श्रमाचे रूपांतर नफ्यात केले, परंतु आधुनिक डिजिटल भांडवलशाहीने मानवी अनुभवांनाच कच्चा माल म्हणून वापरण्यास सुरुवात केली आहे. या प्रक्रियेत मानवी वर्तणुकीचे, भावनांचे आणि रोजच्या खाजगी हालचालींचे संकलन करून त्यांचे रूपांतर डेटा पॉइंट्समध्ये केले जाते. हा डेटा केवळ माहितीचा साठा नसून, तो भविष्यातील मानवी वर्तणुकीचा अंदाज वर्तवणारे एक उत्पादित साधन आहे. जेव्हा हा अंदाज जाहिरातदारांना किंवा राजकीय हितसंबंधियांना विकला जातो, तेव्हा त्यातून प्रचंड मोठ्या प्रमाणावर संपत्तीची निर्मिती होते. यालाच 'डेटा कमाईचे मॉडेल' (Data Monetization Model) असे म्हणतात, जिथे वापरकर्त्याला कळतही नाही की त्याच्या खाजगी संवादाचा आणि आवडीनिवडीचा लिलाव जागतिक बाजारपेठेत केला जात आहे.

मोठ्या तंत्रज्ञान कंपन्यांच्या डेटा साम्राज्यामुळे आज जागतिक स्तरावर 'मक्तेदारी आणि स्पर्धा' यांविषयी गंभीर प्रश्न निर्माण झाले आहेत. जेव्हा एखादी कंपनी अफाट डेटा संकलित करते, तेव्हा तिच्याकडे बाजारपेठेचे असे ज्ञान उपलब्ध असते जे इतर लहान स्पर्धकांकडे नसते. या डेटाच्या जोरावर या कंपन्या नवीन येणाऱ्या स्पर्धकांना एकतर विकत घेतात किंवा त्यांना बाजारपेठेतून बाहेर फेकण्यासाठी

आपल्या अल्गोरिदमचा वापर करतात. या 'डेटा मक्तेदारी'मुळे नवीन संशोधनाला आणि निवडीच्या स्वातंत्र्याला बाधा पोहोचते. भारतीय बाजारपेठेचा विचार केल्यास, परदेशी कंपन्यांकडे असलेल्या माहितीच्या या प्रचंड साठ्यामुळे स्थानिक स्टार्टअप्स किंवा लहान उद्योजकांना समान संधी मिळत नाही. ही मक्तेदारी केवळ आर्थिक नसून ती माहितीच्या प्रवाहावर नियंत्रण मिळवणारी राजकीय सत्ताही बनली आहे, ज्यामुळे सार्वजनिक धोरण निर्मितीमध्ये या कंपन्यांचा प्रभाव सरकारांपेक्षाही अधिक वाढताना दिसतो.

निगराणी भांडवलशाहीची प्रक्रिया केवळ उत्पादने विकण्यापुरती मर्यादित नसून, ती मानवी मनाचे व्यवस्थापन करणारी एक स्वयंचलित निर्णयप्रणाली आहे. आपण ज्या माहितीवर विश्वास ठेवतो, ती अनेकदा आपल्याला आपल्या डेटाच्या आधारे जाणीवपूर्वक दाखवली गेलेली असते. यातून निर्माण होणारी 'पुष्टीकरण पूर्वधारणा' (Confirmation Bias) लोकशाहीतील निकोप संवादाला बाधक ठरते. विशेषतः भारतीय सामाजिक रचनेत, जिथे ग्रामीण आणि शहरी भागातील डिजिटल साक्षरतेत मोठी दरी आहे, तिथे माहितीच्या या प्रवाहाचा वापर करून सामाजिक मतनिर्मितीवर प्रभाव टाकणे अधिक सोपे झाले आहे. ग्रामीण भागातील वापरकर्त्यांना आपल्या डेटाचे मूल्य आणि त्याच्या संकलनाच्या पद्धतींची पुरेशी जाणीव नसल्यामुळे, ते या निगराणी भांडवलशाहीचे सर्वात सोपे बळी ठरतात. या विषमतेमुळे डेटा हा केवळ संपत्तीचा स्त्रोत न राहता तो सामाजिक नियंत्रणाचे एक अस्त्र बनला आहे.

गोपनीयतेच्या प्रश्नावर चर्चा करताना हे लक्षात येते की, या कंपन्यांच्या 'डेटा कमाईच्या' प्रारूपात गोपनीयता हा एक अडथळा मानला जातो.

जितकी जास्त गोपनीयता, तितका कमी डेटा आणि परिणामी तितका कमी नफा, असे हे समीकरण आहे. यामुळेच कायदेशीर चौकटींमध्ये तांत्रिक अंमलबजावणीच्या अनेक मर्यादा असूनही कंपन्या नवनवीन ट्रॅकर्सच्या माध्यमातून मानवी हालचालींचा मागोवा घेत राहतात. भारतीय संदर्भात डिजिटल वैयक्तिक माहिती संरक्षण कायदे लागू होत असताना, नागरिक आणि बाजार यांच्यातील या संघर्षात नागरिकांची स्वायत्तता टिकवून ठेवणे हे मोठे आव्हान आहे. प्रशासकीय यंत्रणांनी या डेटा मक्तेदारीवर नियंत्रण मिळवण्यासाठी केवळ कायदे करून चालणार नाही, तर तांत्रिक पायाभूत सुविधांचे विकेंद्रीकरण करणे आणि डेटा सार्वभौमत्वाचा आग्रह धरणे ही काळाची गरज आहे.

निगराणी भांडवलशाही ही केवळ तांत्रिक प्रगती नसून ती मानवी स्वातंत्र्याचा संकोच करणारी एक नवीन सामाजिक रचना आहे. या रचनेत डेटा हा 'नवे सोने' ठरला असला तरी, ते सोने वेचण्यासाठी आपण आपल्या खाजगी आयुष्याचा बळी देत आहोत. कृत्रिम बुद्धिमत्ता आणि स्वयंचलित निर्णयप्रणाली या डेटाचा वापर करून समाजातील विचारधारात्मक गटबांधणी अधिक घट्ट करत आहेत. अशा वेळी, तंत्रज्ञानाचे मूल्यमापन केवळ त्याच्या सुविधेवरून न करता, त्याच्या सामाजिक आणि राजकीय परिणामांवरून करणे आवश्यक आहे. अभ्यासपूर्ण आणि चिकित्सक दृष्टिकोनातून या डेटा साम्राज्याचा अभ्यास करणे, हेच डिजिटल युगातील समता आणि न्यायाच्या संघर्षातील पहिले पाऊल ठरेल.

प्रकरण ४ : भारतातील डिजिटल क्रांती

आधार : ओळखीचे डिजिटलीकरण आणि हक्कांचा संघर्ष

भारतातील डिजिटल क्रांतीचा पाया ज्या प्रकल्पाने घातला, तो म्हणजे 'आधार' (Aadhaar). २१ व्या शतकाच्या सुरुवातीला भारतासमोर असणारी सर्वात मोठी प्रशासकीय समस्या म्हणजे नागरिकांची ओळख पटवण्यातील त्रुटी आणि त्यातून सरकारी योजनांच्या अंमलबजावणीत होणारा भ्रष्टाचार ही होती. यावर उपाय म्हणून भारतीय विशिष्ट ओळख प्राधिकरणाने (UIDAI) जगातील सर्वात मोठ्या बायोमेट्रिक ओळख प्रणालीची संकल्पना मांडली. ऐतिहासिकदृष्ट्या भारतात रेशन कार्ड, मतदार ओळखपत्र किंवा पॅन कार्ड यांसारखी विविध कागदपत्रे ओळखीचा पुरावा म्हणून वापरली जात होती, परंतु त्यामध्ये देशव्यापी सुसूत्रता नव्हती. आधारने या विखुरलेल्या ओळखींना एका १२ अंकी अद्वितीय क्रमांकामध्ये गुंफले. समाजशास्त्रीय दृष्टिकोनातून, आधार हा केवळ तांत्रिक प्रकल्प नसून तो राज्यसंस्थेने नागरिकांच्या शरीराचे आणि अस्तित्वाचे 'डेटा' मध्ये केलेले रूपांतर आहे, ज्याने नागरिक आणि राज्य यांच्यातील पारंपारिक संबंधांना एक नवीन वळण दिले आहे.

आधार प्रणालीचा केंद्रबिंदू म्हणजे 'बायोमेट्रिक माहिती' (Biometric Information) होय. यामध्ये व्यक्तीच्या बोटांचे ठसे आणि डोळ्यांच्या बाहुल्यांची रचना (Iris Scan) यांसारख्या शारीरिक वैशिष्ट्यांचे संकलन केले जाते. ही माहिती सांख्यिकीय स्वरूपात मध्यवर्ती

डेटाबेसमध्ये साठवली जाते. बायोमेट्रिक माहितीचे वैशिष्ट्य असे की ती व्यक्तीगणिक वेगळी असते आणि ती बदलता येत नाही. राज्यशास्त्राच्या परिप्रेक्ष्यातून, हे राज्यसंस्थेला मिळालेले अभूतपूर्व नियंत्रण आहे, कारण आता नागरिक केवळ एका कागदाच्या तुकड्याने नाही, तर त्याच्या शारीरिक खुणांनी व्यवस्थेशी जोडला गेला आहे. यालाच 'बायो-पॉलिटिक्स' किंवा जैविक राजकारण म्हटले जाते, जिथे राज्यसंस्था तंत्रज्ञानाच्या मदतीने लोकसंख्येचे व्यवस्थापन अधिक सूक्ष्म स्तरावर करू शकते.

आधार प्रकल्पाचे फायदे प्रशासकीय आणि आर्थिक स्तरावर अत्यंत लक्षणीय राहिले आहेत. 'थेट लाभ हस्तांतरण' (Direct Benefit Transfer) प्रणालीमुळे सरकारी अनुदाने आणि योजनांचे पैसे मध्यस्थांशिवाय थेट गरजूंच्या बँक खात्यात जमा होऊ लागले. यामुळे सार्वजनिक वितरण प्रणाली आणि सामाजिक सुरक्षा योजनांमधील गळती थांबवण्यात यश आले. लोक प्रशासनाच्या दृष्टीने, आधारमुळे कागदोपत्री होणारा विलंब कमी झाला आणि 'एक देश, एक ओळख' ही संकल्पना प्रत्यक्षात आली. विशेषतः स्थलांतरित कामगारांसाठी आधार हे एक महत्त्वाचे साधन ठरले, कारण त्यांना देशाच्या कोणत्याही कोपऱ्यात आपल्या ओळखीचा पुरावा सहज सादर करता येऊ लागला. डिजिटल प्रवेशातील विषमता दूर करण्यासाठी आधारने पायाभूत सुविधा म्हणून काम केले, ज्यामुळे कोट्यवधी लोक बँकिंग आणि विमा क्षेत्राशी जोडले गेले.

मात्र, या फायद्यांसोबतच 'गोपनीयतेचे प्रश्न' (Privacy Concerns) अत्यंत गंभीर स्वरूपात समोर आले. आधारचा डेटाबेस मध्यवर्ती असल्याने तो सायबर हल्ल्यांच्या किंवा डेटा चोरीच्या जोखमीखाली

असतो, अशी भीती अनेक तंत्रज्ञांनी आणि सामाजिक कार्यकर्त्यांनी व्यक्त केली. जर एखाद्या व्यक्तीची बायोमेट्रिक माहिती एकदा चोरीला गेली, तर ती आयुष्यभरासाठी असुरक्षित होते. याशिवाय, आधार अनिवार्य केल्यामुळे नागरिकांच्या प्रत्येक हालचालीवर राज्यसंस्था नजर ठेवू शकते, हा 'देखरेख समाजा' (Surveillance Society) चा मोठा धोका आहे. व्यक्तीने कधी बँकिंग व्यवहार केला, कधी सिम कार्ड खरेदी केले किंवा कधी रेल्वेचे तिकीट काढले, या सर्व माहितीचे दुवे आधारद्वारे जोडले जाऊ शकतात. ही माहिती खासगी कंपन्यांच्या हाती लागल्यास त्याचा वापर व्यावसायिक शोषणासाठी किंवा राजकीय मतनिर्मितीवर प्रभाव पाडण्यासाठी केला जाण्याची शक्यता असते.

या पार्श्वभूमीवर, आधारच्या घटनात्मक वैधतेवर सर्वोच्च न्यायालयात दीर्घकाळ कायदेशीर लढा चालला. २०१८ मधील ऐतिहासिक न्यायनिर्णयात सर्वोच्च न्यायालयाने आधार प्रकल्पाला घटनात्मकदृष्ट्या वैध ठरवले, परंतु त्यावर काही महत्त्वाचे निर्बंध लादले. न्यायालयाने स्पष्ट केले की, आधार हा केवळ सरकारी योजनांच्या लाभासाठी अनिवार्य असावा, परंतु खासगी कंपन्या (जसे की बँका किंवा टेलिकॉम कंपन्या) नागरिकांवर आधार सक्ती करू शकत नाहीत. सर्वात महत्त्वाचे म्हणजे, याच प्रक्रियेदरम्यान न्यायालयाने 'गोपनीयतेचा अधिकार' (Right to Privacy) हा राज्यघटनेच्या कलम २१ अंतर्गत मूलभूत अधिकार असल्याचे मान्य केले. हा निर्णय भारतीय लोकशाहीसाठी एक मैलाचा दगड ठरला, कारण त्याने नागरिक आणि राज्य यांच्यातील सत्तासंबंधात नागरिकाच्या वैयक्तिक स्वातंत्र्याला प्राधान्य दिले.

भारतीय सामाजिक रचनेत आधारचा परिणाम एकसमान झालेला नाही. ग्रामीण भागात, जिथे तांत्रिक साक्षरता कमी आहे आणि इंटरनेटची कनेक्टिव्हिटी दुर्बळ आहे, तिथे बायोमेट्रिक ऑथेंटिकेशन (प्रमाणीकरण) अयशस्वी झाल्यामुळे अनेकांना रेशन किंवा पेन्शनपासून वंचित राहावे लागल्याच्या घटना घडल्या आहेत. ही 'डिजिटल बहिष्कार' (Digital Exclusion) ची प्रक्रिया सामाजिक स्तरावर विषमता वाढवणारी ठरली आहे. माहिती तंत्रज्ञानाचा परिणाम केवळ सुलभता आणणारा नसून तो समाजातील दुर्बल घटकांसाठी आव्हानात्मकही असू शकतो, हे यातून स्पष्ट झाले. धोरणनिर्मिती प्रक्रियेत केवळ तांत्रिक कार्यक्षमतेचा विचार न करता मानवी हक्कांचा आणि सामाजिक वास्तवाचा विचार करणे किती अनिवार्य आहे, हे आधारच्या अनुभवाने सिद्ध केले आहे.

मानसशास्त्रीय दृष्टिकोनातून, आधारमुळे नागरिकांच्या मनात राज्यसंस्थेबद्दल एक प्रकारचा संमिश्र भाव निर्माण झाला आहे. एकीकडे व्यवस्थेवरील विश्वास वाढला असला तरी, दुसरीकडे सततच्या निगराणीमुळे गोपनीयतेबद्दलची भीतीही वाढली आहे. माहितीवर विश्वास ठेवण्याच्या मानवी प्रवृत्तीमुळे लोक आपले आधार कार्ड आणि बायोमेट्रिक्स सहजपणे शेअर करतात, परंतु त्यातून होणाऱ्या 'डेटा हार्वेस्टिंग' बद्दल ते अनभिज्ञ असतात. तांत्रिक प्रगतीला अंधगौरव किंवा भीतीजनक अतिशयोक्तीच्या पलीकडे जाऊन संतुलितपणे पाहणे गरजेचे आहे. कृत्रिम बुद्धिमत्ता आणि स्वयंचलित निर्णयप्रणाली जेव्हा आधार डेटाचा वापर करतील, तेव्हा त्यातून सामाजिक मतनिर्मिती आणि विचारधारात्मक गटबांधणीचे नवीन प्रकार समोर येऊ शकतात.

आधार ही भारतातील डिजिटल क्रांतीची केवळ सुरुवात आहे. डेटा हा 'नवे सोने' आहे हे जर मान्य केले, तर आधार हा त्या सोन्याचे सर्वात मोठे उत्खनन केंद्र आहे. या माहितीचे संकलन, विश्लेषण आणि वापर यांचा आर्थिक नफ्याशी आणि प्रशासकीय नियंत्रणाशी कसा संबंध आहे, हे चिकित्सक विश्लेषणातून मांडणे गरजेचे आहे. डिजिटल वैयक्तिक माहिती संरक्षण कायदे आणि नियामक चौकटींच्या माध्यमातून नागरिकांच्या हक्कांचे रक्षण करणे, हे लोकशाही समोरील सर्वात मोठे आव्हान आहे. आधार प्रकल्पाने दाखवून दिले आहे की तंत्रज्ञान हे दुधारी शस्त्र आहे; ते समतेसाठी वापरले जाऊ शकते किंवा शोषणासाठीही. त्यामुळेच, सत्तेच्या या डिजिटल संघर्षात सजग नागरिकत्व आणि मजबूत कायदेशीर व्यवस्था हीच गोपनीयतेच्या लढाईतील मुख्य अस्त्रे ठरतील.

एकात्मिक देय प्रणाली (यूपीआय) आणि डिजिटल अर्थव्यवहारांचे डेटा-आधारित राजकारण

भारताच्या आर्थिक इतिहासात नोटाबंदीनंतरच्या काळात ज्या एका तांत्रिक अविष्काराने सामान्य माणसाच्या जगण्याला सर्वाधिक प्रभावित केले, तो म्हणजे 'एकात्मिक देय प्रणाली' अर्थात यूपीआय (UPI). ऐतिहासिकदृष्ट्या भारतीय समाज हा प्रामुख्याने रोखीच्या व्यवहारांवर आधारित होता, जिथे व्यवहाराची गोपनीयता आणि प्रत्यक्ष देवाणघेवाण याला महत्त्व होते. मात्र, डिजिटल इंडियाच्या मोहिमेअंतर्गत विकसित झालेल्या यूपीआय प्रणालीने भारतीय अर्थव्यवस्थेला एका अशा टप्प्यावर आणून ठेवले आहे, जिथे प्रत्येक लहान-मोठा व्यवहार आता डिजिटल डेटाच्या स्वरूपात नोंदवला जात आहे. समाजशास्त्रीय आणि

राजकीय दृष्टिकोनातून यूपीआय ही केवळ पैसे पाठवण्याची सोय नसून, ती भारतीय नागरिकांच्या आर्थिक वर्तणुकीचा नकाशा तयार करणारी एक व्यापक माहिती संकलन यंत्रणा आहे. या प्रणालीमुळे निर्माण होणारा 'व्यवहार डेटा' हा भविष्यातील आर्थिक धोरणे, बाजारपेठेचे नियंत्रण आणि सामाजिक स्तरावरील पतमानांकन ठरवण्यासाठी अत्यंत मोलाचा ठरत आहे.

एकात्मिक देय प्रणालीच्या यशस्वी अंमलबजावणीमागे 'भारतीय राष्ट्रीय देय महामंडळ' अर्थात एनपीसीआय (NPCI) या संस्थेची भूमिका अत्यंत कळीची राहिली आहे. एनपीसीआय ही एक नफा-विरहित संस्था असली तरी, ती सार्वजनिक आणि खाजगी बँकांच्या समन्वयाने चालणारी एक महत्त्वाची नियामक चौकट आहे. या महामंडळाने यूपीआयच्या माध्यमातून एक असा 'डेटा पूल' किंवा माहितीचा साठा निर्माण केला आहे, जो जगातील कोणत्याही विकसित देशाच्या तुलनेत अधिक वेगवान आणि प्रवाही आहे. सिद्धांतात्मकरीत्या, एनपीसीआय हे एक मध्यवर्ती केंद्र म्हणून काम करते जे सर्व बँका आणि तृतीय-पक्षीय उपयोजन (थर्ड-पार्टी ॲप्स) यांना एकत्र जोडते. लोक प्रशासनाच्या दृष्टीने, ही यंत्रणा म्हणजे प्रशासकीय कार्यक्षमता आणि पारदर्शकता वाढवण्याचे एक उत्तम उदाहरण मानले जाते. मात्र, राज्यशास्त्राच्या परिप्रेक्ष्यातून पाहिले तर, सर्व आर्थिक व्यवहारांचे अशा प्रकारे एकाच यंत्रणेच्या अंतर्गत संकलन होणे, हे राज्यसंस्थेला नागरिकांच्या आर्थिक जीवनावर अभूतपूर्व नियंत्रण मिळवण्याची संधी देते.

यूपीआय प्रणालीद्वारे निर्माण होणारा 'डिजिटल व्यवहार डेटा' हा आधुनिक भांडवलशाहीतील अत्यंत मौल्यवान घटक आहे. जेव्हा

एखादी व्यक्ती यूपीआयद्वारे व्यवहार करते, तेव्हा त्या व्यवहाराची केवळ रक्कम नोंदवली जात नाही, तर ती व्यक्ती कोणत्या वेळी खरेदी करते, कोणत्या भौगोलिक स्थानावरून व्यवहार करते, तिची खरेदीची वारंवारता किती आहे आणि ती कोणत्या प्रकारच्या वस्तूंना प्राधान्य देते, या सर्व माहितीचे सूक्ष्म विश्लेषण केले जाते. या प्रक्रियेला 'डेटाचे आर्थिक मूल्य निर्माण करणे' असे म्हणता येईल. खाजगी कंपन्या आणि बँका या माहितीचा वापर करून ग्राहकांचे 'फायनान्शियल प्रोफाइलिंग' करतात. या माहितीच्या आधारे भविष्यात कर्ज देण्याची पात्रता (क्रेडिट वर्दनेस) ठरवणे किंवा विशिष्ट विमा योजनांची शिफारस करणे सोपे होते. अशा प्रकारे, यूपीआय हा केवळ व्यवहाराचा मार्ग न राहता तो नागरिकांच्या आर्थिक भविष्यावर प्रभाव टाकणारा एक डेटा-आधारित निकष बनला आहे.

भारतीय सामाजिक रचनेचा विचार करता, यूपीआयचा परिणाम ग्रामीण आणि शहरी भागांत विषम स्वरूपाचा आहे. शहरी भागातील मध्यमवर्ग आणि उच्चभ्रू वर्गासाठी यूपीआय ही जीवनशैलीचा भाग बनली असून, त्यांच्या डेटाच्या आधारे बाजारव्यवस्था अधिक प्रगत सेवा पुरवत आहे. याउलट, ग्रामीण भागात जिथे इंटरनेटची गती आणि डिजिटल साक्षरतेचा अभाव आहे, तिथे आजही डिजिटल व्यवहारांमध्ये अनेक तांत्रिक अडथळे येतात. माहिती तंत्रज्ञानाचा हा परिणाम समाजातील सर्व घटकांवर एकसमान होत नाही, हे विदारक सत्य आहे. अनेकदा ग्रामीण भागातील अशिक्षित किंवा अल्पशिक्षित नागरिक यूपीआय वापरताना सायबर फसवणुकीला बळी पडतात, कारण त्यांना माहितीची सुरक्षा आणि गोपनीयतेच्या तांत्रिक बाबींची जाणीव नसते. यातून एक नवीन प्रकारची 'आर्थिक-डिजिटल दरी' निर्माण होत आहे,

जिथे डेटा संकलनाचा लाभ प्रामुख्याने शहरी आणि सुशिक्षित वर्गाला मिळतो, तर ग्रामीण जनता केवळ डेटा देणारी 'कच्ची खाण' ठरते.

यूपीआयमधील डेटा आणि सत्तासंबंधांचा विचार करताना, केवळ तंत्रज्ञानाला जबाबदार धरता येणार नाही. यामध्ये राज्यसंस्था आणि खाजगी कंपन्यांची भूमिकाही तितकीच महत्त्वाची आहे. 'गुगल पे', 'फोन पे' किंवा 'पेटीएम' यांसारखी खाजगी उपयोजने यूपीआयच्या पायाभूत सुविधेचा वापर करून लोकांचा आर्थिक डेटा संकलित करत आहेत. हा डेटा या कंपन्यांच्या नफ्याशी थेट जोडलेला आहे. धोरणनिर्मिती प्रक्रियेत या खाजगी कंपन्यांच्या प्रभावामुळे अनेकदा नागरिकांच्या गोपनीयतेच्या प्रश्नांकडे दुर्लक्ष केले जाते. राज्यसंस्थेसाठी हा डेटा कर आकारणी (टॅक्स कंप्लायन्स) आणि काळ्या पैशाला आळा घालण्यासाठी उपयुक्त असला, तरी नागरिकांच्या प्रत्येक लहान व्यवहारावर नजर ठेवणे हे लोकशाहीतील वैयक्तिक स्वातंत्र्याला बाधक ठरू शकते. नागरिक आणि बाजार यांच्यातील सत्तासंबंधात नागरिक येथे अधिक पारदर्शक आणि उघडा झाला आहे, तर बाजारव्यवस्था अधिक शक्तिशाली आणि निगराणी करणारी बनली आहे.

गोपनीयतेच्या प्रश्नावर चर्चा करताना, भारतीय संदर्भात डिजिटल वैयक्तिक माहिती संरक्षण कायद्याची भूमिका महत्त्वाची ठरते. यूपीआय व्यवहारातील डेटा हा अत्यंत संवेदनशील मानला गेला पाहिजे, कारण त्यातून व्यक्तीची संपूर्ण जीवनशैली आणि खाजगी संबंध उघड होऊ शकतात. प्रशासकीय यंत्रणांनी हा डेटा साठवताना 'एनक्रिप्शन' आणि सुरक्षा मानकांचा वापर करणे अनिवार्य आहे, परंतु तांत्रिक अंमलबजावणीतील मर्यादांमुळे अनेकदा डेटा गळतीचे प्रकार घडतात.

नागरिक आणि राज्य यांच्यातील हा करार असा आहे की, नागरिक आपली गोपनीय माहिती देण्यास तयार होतो कारण त्याला त्याबदल्यात व्यवहाराची गती आणि सुलभता मिळते. मात्र, ही 'सोयीच्या बदल्यात गोपनीयता' देण्याची किंमत भविष्यात महाग पडू शकते, जर या डेटाचा वापर नागरिकांच्या राजकीय किंवा सामाजिक ओळखीच्या विरोधात केला गेला तर.

मानसशास्त्रीय आयामांचे विश्लेषण करताना, यूपीआयने मानवी खरेदी प्रवृत्तीमध्ये मोठे बदल घडवून आणले आहेत. रोख पैसे हातातून जाताना जाणवणारी भावनिक तीव्रता डिजिटल व्यवहारात नसते, ज्यामुळे 'भावनिक खरेदी' (इम्पल्सिव्ह बाइंग) वाढते. माहितीवर विश्वास ठेवण्याच्या मानवी प्रवृत्तीमुळे लोक यूपीआय ॲप्सवर डोळे मिटून विश्वास ठेवतात. अल्गोरिद्मिक शिफारस प्रणाली या आर्थिक डेटाचा वापर करून व्यक्तीला अधिक खर्च करण्यास प्रवृत्त करतात. माहितीची सततची पुनरावृत्ती आणि कॅशबॅकसारखी भावनिक उत्तेजने वापरकर्त्याला या जाळ्यात अडकवून ठेवतात. तांत्रिक प्रगतीला केवळ मुक्तीकारक न ठरवता, तिचे अशा प्रकारे सामाजिक आणि मानसिक संदर्भात मूल्यमापन करणे आवश्यक आहे, कारण ती मानवी वर्तनाला स्वयंचलित आणि नियंत्रणीय बनवत आहे.

कृत्रिम बुद्धिमत्ता आणि स्वयंचलित निर्णयप्रणाली जेव्हा या आर्थिक डेटाचा ताबा घेतील, तेव्हा भविष्यातील बँकिंग आणि वित्तीय व्यवस्था पूर्णपणे बदलून जाईल. या साधनांचे सकारात्मक उपयोग जसे की फसवणूक शोधणे (फ्रॉड डिटेक्शन) असले, तरी संभाव्य धोकेही तितकेच मोठे आहेत. कोणत्याही मानवी हस्तक्षेपाशिवाय एखाद्याचा कर्ज अर्ज फेटाळला जाणे किंवा विशिष्ट सामाजिक गटाला आर्थिक

सेवा नाकारली जाणे, हे या डेटा-आधारित सत्तेचे संभाव्य परिणाम असू शकतात. तांत्रिक प्रगतीला अंधगौरव किंवा भीतीजनक अतिशयोक्ती टाळून संतुलितपणे पाहणे हेच या पुस्तकाचे उद्दिष्ट आहे.

यूपीआय हे भारतातील डिजिटल क्रांतीचे एक शक्तिशाली इंधन आहे. डेटा हा 'नवे सोने' असेल, तर यूपीआय हे त्या सोन्याचे सर्वात गतिमान आणि प्रवाहित स्वरूप आहे. या माहितीचे संकलन, विश्लेषण आणि वापर यांचा नफ्याशी आणि प्रशासकीय नियंत्रणाशी असलेला संबंध चिकित्सक पद्धतीने समजून घेणे ही काळाची गरज आहे. ग्रामीण-शहरी अंतर आणि डिजिटल प्रवेशातील विषमता दूर करण्यासाठी केवळ तंत्रज्ञान असून चालणार नाही, तर एक भक्कम कायदेशीर आणि नियामक चौकट असणे अनिवार्य आहे. यूपीआयने भारताला जगाच्या नकाशावर डिजिटल आर्थिक सत्ता म्हणून स्थान मिळवून दिले असले तरी, या प्रक्रियेत सामान्य नागरिकाची गोपनीयता आणि स्वायत्तता टिकवून ठेवणे हेच खऱ्या अर्थाने लोकशाही समोरील सर्वात मोठे आव्हान असणार आहे.

डिजिटल इंडिया आणि ई-गव्हर्नन्स : प्रशासकीय पारदर्शकता आणि ग्रामीण वास्तव

भारतातील सार्वजनिक प्रशासनाच्या इतिहासात 'डिजिटल इंडिया' (Digital India) हा उपक्रम केवळ एका तांत्रिक प्रकल्पाच्या पलीकडे जाणारी एक व्यापक सामाजिक आणि राजकीय चळवळ ठरली आहे. ऐतिहासिकदृष्ट्या, भारतीय नोकरशाही आणि प्रशासकीय यंत्रणा ही लाल फितीचा कारभार, दप्तरदिरंगाई आणि भ्रष्टाचारासाठी कुप्रसिद्ध होती. सामान्य नागरिकाला साध्या प्रमाणपत्रासाठी किंवा सरकारी

योजनेच्या लाभासाठी अनेक वेळा सरकारी कार्यालयांचे उंबरठे झिजवावे लागत असत. २०१५ मध्ये सुरू झालेल्या या मोहिमेचा मूळ उद्देश माहिती तंत्रज्ञानाचा वापर करून सरकारी सेवा नागरिकांच्या दारापर्यंत पोहोचवणे आणि संपूर्ण देशाला 'डिजिटल स्वरूपात सक्षम समाज' (Digitally Empowered Society) आणि 'ज्ञान अर्थव्यवस्था' (Knowledge Economy) म्हणून रूपांतरित करणे हा होता. समाजशास्त्रीय आणि लोक प्रशासनाच्या दृष्टिकोनातून, हे स्थित्यंतर म्हणजे प्रशासकीय सत्तेचे भौतिक कार्यालयांमधून डिजिटल मंचांवर झालेले हस्तांतरण आहे, ज्याने नागरिक आणि राज्य यांच्यातील संवादाची पारंपरिक व्याख्या बदलून टाकली आहे.

'ई-गव्हर्नन्स' (E-Governance) किंवा 'इलेक्ट्रॉनिक सुशासन' ही संकल्पना डिजिटल इंडियाचा कणा आहे. याचा अर्थ सरकारी सेवा पुरवण्यासाठी माहिती आणि दळणवळण तंत्रज्ञानाचा वापर करणे असा होतो. या प्रक्रियेत डेटा हा सर्वात महत्त्वाचा घटक ठरला आहे. जेव्हा सरकारी सेवांचे डिजिटलीकरण होते, तेव्हा नागरिकांची वैयक्तिक माहिती, त्यांचे आर्थिक व्यवहार आणि त्यांच्या सामाजिक गरजांचा अवाढव्य डेटा संकलित केला जातो. सिद्धांतात्मकरीत्या, ई-गव्हर्नन्समुळे प्रशासकीय कामात वेग येतो, मध्यस्थांची साखळी तुटते आणि पारदर्शकता वाढते. उदाहरणार्थ, प्रत्यक्ष रांगेत उभे राहण्याऐवजी आता नागरिक 'डिजिटल सेवा केंद्र' किंवा मोबाईल उपयोजनांच्या माध्यमातून अर्ज करू शकतात. मात्र, राज्यशास्त्राच्या परिप्रेक्ष्यातून पाहिले तर, हे डिजिटलीकरण राज्यसंस्थेला नागरिकांच्या प्रत्येक हालचालीवर आणि प्रक्रियेवर तांत्रिक देखरेख ठेवण्याची अभूतपूर्व शक्ती प्रदान करते. सत्तेचे हे नवीन स्वरूप अधिक

सूक्ष्म आणि तांत्रिक आहे, जिथे धोरणनिर्मिती ही आता केवळ मानवी निर्णयावर नसून संकलित डेटाच्या विश्लेषणावर आधारित होत आहे.

डिजिटल इंडियाचा सर्वात मोठा आणि गुंतागुंतीचा परिणाम भारताच्या 'ग्रामीण वास्तवावर' (Rural Reality) झाला आहे. ग्रामीण भागातील सामाजिक आणि आर्थिक रचनेत माहिती तंत्रज्ञानाने मोठे बदल घडवून आणले आहेत. 'कॉमन सर्व्हिस सेंटर्स' (CSC) किंवा 'आपले सरकार' सेवा केंद्रांच्या माध्यमातून खेड्यापाड्यात इंटरनेट आणि सरकारी सेवा पोहोचल्या आहेत. शेतकऱ्यांसाठी मृदा आरोग्य पत्रिका असो किंवा सातबारा उतारा मिळवणे असो, या प्रक्रियेत पूर्वीपेक्षा अधिक सुलभता आली आहे. परंतु, माहिती तंत्रज्ञानाचा हा परिणाम सर्व समाजघटकांवर एकसमान झालेला नाही. ग्रामीण भागात आजही 'डिजिटल दरी' (Digital Divide) मोठ्या प्रमाणावर अस्तित्वात आहे. ज्यांच्याकडे स्मार्टफोन आहे आणि जे तांत्रिकदृष्ट्या साक्षर आहेत, ते या योजनांचा लाभ लवकर घेतात. मात्र, उपेक्षित वर्गातील लोक, जे आर्थिक आणि शैक्षणिकदृष्ट्या मागास आहेत, त्यांना आजही या तांत्रिक प्रक्रियेचा भाग होण्यासाठी इतरांवर अवलंबून राहावे लागते. यातून 'डिजिटल दलाली' हा नवीन प्रकार उदयाला आला आहे, जो मूळ उद्देशाला हरताळ फासतो.

भाषिक विविधता आणि शैक्षणिक असमानता हे डिजिटल इंडियाच्या मार्गातील मोठे अडथळे ठरत आहेत. बहुतांश सरकारी मंचांवर इंग्रजी भाषेचे वर्चस्व असल्याने आणि तांत्रिक संज्ञांच्या क्लिष्टतेमुळे सामान्य ग्रामीण नागरिकाला या सेवा वापरताना भीती वाटते. माहितीवर विश्वास ठेवण्याच्या मानवी प्रवृत्तीमुळे लोक सेवा केंद्रांमधील चालकांवर डोळे मिटून विश्वास ठेवतात आणि आपली अत्यंत संवेदनशील माहिती

(जसे की आधार क्रमांक किंवा बँक तपशील) सोपवतात. यातून डेटा चोरी आणि गोपनीयतेचा भंग होण्याचे प्रमाण ग्रामीण भागात अधिक दिसून येते. धोरणनिर्मिती प्रक्रियेत ग्रामीण भागातील या मर्यादांचा विचार करणे अनिवार्य आहे, अन्यथा तांत्रिक प्रगती ही केवळ शहरी वर्गासाठीच मर्यादित राहील आणि ग्रामीण जनतेला ती केवळ एक देखरेखीची यंत्रणा वाटू लागेल.

डेटा आणि सत्तासंबंधांच्या चौकटीत, ई-गव्हर्नन्समुळे राज्यसंस्था आणि खाजगी कंपन्यांचे हितसंबंध अधिक जवळ आले आहेत. सरकारी डेटा व्यवस्थापित करण्यासाठी अनेकदा खाजगी तंत्रज्ञान कंपन्यांची मदत घेतली जाते. जेव्हा नागरिकांचा संवेदनशील डेटा खाजगी कंपन्यांच्या सर्व्हरवर किंवा त्यांच्या सॉफ्टवेअरच्या माध्यमातून प्रक्रिया केला जातो, तेव्हा गोपनीयतेचे प्रश्न निर्माण होतात. नागरिक आणि राज्य यांच्यातील सत्तासंबंधात नागरिक येथे अधिक 'पारदर्शक' झाला आहे, कारण त्याची सर्व माहिती राज्याकडे उपलब्ध आहे, पण राज्यसंस्थेची निर्णयप्रक्रिया आणि अल्गोरिदम सामान्य नागरिकासाठी मात्र 'अपारदर्शक' राहिले आहेत. या 'माहिती विषमतेमुळे' (Information Asymmetry) लोकशाहीतील उत्तरदायित्वाचे तत्व धोक्यात येते. प्रशासकीय यंत्रणांनी या डेटाचा वापर नागरिकांच्या हक्कांचे रक्षण करण्यासाठी करावा की त्यांच्यावर नियंत्रण मिळवण्यासाठी, हा या डिजिटल युगातील सर्वात मोठा नैतिक आणि राजकीय प्रश्न आहे.

गोपनीयतेच्या मुद्द्यावर चर्चा करताना, भारतीय संदर्भात डिजिटल वैयक्तिक माहिती संरक्षण कायद्याची अंमलबजावणी ई-गव्हर्नन्समध्ये कशी होते, हे पाहणे महत्त्वाचे आहे. सरकारी डेटा हा 'सार्वजनिक मालमत्ता' (Public Asset) मानला जातो, परंतु तो नागरिकांच्या

वैयक्तिक गोपनीयतेचा भंग करणार नाही याची काळजी घेणे गरजेचे आहे. अनेकदा 'डेटा युटिलायझेशन' किंवा माहितीचा सुयोग्य वापर करण्याच्या नावाखाली नागरिकांची संमती न घेताच माहिती एका विभागातून दुसऱ्या विभागाकडे हस्तांतरित केली जाते. यालाच 'डेटा सायलो' तोडणे असे म्हटले जाते. मात्र, या प्रक्रियेत व्यक्तीची स्वायत्तता धोक्यात येऊ शकते. प्रशासकीय यंत्रणेने तंत्रज्ञानाची अंमलबजावणी करताना 'प्रायव्हसी बाय डिझाइन' (Privacy by Design) अर्थात तंत्रज्ञानाच्या रचनेतच गोपनीयता जपण्याचे सूत्र अवलंबणे आवश्यक आहे.

मानसशास्त्रीय आयामांचे विश्लेषण करताना, ई-गव्हर्नन्समुळे नागरिकांच्या मानसिकतेत एक प्रकारचा 'स्वयंचलित विश्वास' (Automated Trust) निर्माण होत आहे. लोक आता यंत्रांवर मानवापेक्षा अधिक विश्वास ठेवू लागले आहेत. डिजिटल पुराव्याला अंतिम सत्य मानल्यामुळे अनेकदा तांत्रिक त्रुटींकडे दुर्लक्ष केले जाते. माहितीची सततची पुनरावृत्ती आणि प्रलोभने देणारे संदेश ग्रामीण जनतेला या तांत्रिक चक्रात अडकवतात. तांत्रिक प्रगतीला केवळ 'मुक्तीकारक' मानण्याचा अंधगौरव टाळला पाहिजे, कारण ती मानवी हस्तक्षेपाची आणि विवेकाची जागा घेऊ शकत नाही. कृत्रिम बुद्धिमत्ता आणि स्वयंचलित निर्णयप्रणाली जेव्हा ई-गव्हर्नन्सचा भाग बनतील, तेव्हा त्यातून सामाजिक वर्तननिर्मिती आणि विचारधारात्मक गटबांधणीचे नवीन प्रकार समोर येऊ शकतात, जे भारतीय लोकशाहीच्या मूळ रचनेला आव्हान देणारे ठरू शकतात.

डिजिटल इंडिया आणि ई-गव्हर्नन्स हे आधुनिक भारताचे एक अपरिहार्य वास्तव आहे. डेटा हा 'नवे सोने' असेल, तर हे सोने

वेचण्यासाठी सरकारी यंत्रणांना अधिक जबाबदार आणि पारदर्शक बनणे आवश्यक आहे. ग्रामीण भागातील विषमता दूर करण्यासाठी केवळ इंटरनेट कनेक्शन असून चालणार नाही, तर एक भक्कल कायदेशीर सुरक्षा आणि भाषिक सुलभता असणे गरजेचे आहे. तंत्रज्ञानाने प्रशासकीय कार्यक्षमता वाढवली असली, तरी ती सामाजिक न्यायाच्या तत्त्वांशी सुसंगत असावी. सत्तेच्या या डिजिटल संघर्षात, तंत्रज्ञान हे शोषणाचे साधन न बनता समता आणि मानवी प्रतिष्ठेचे रक्षण करणारे साधन बनावे, हीच या उपक्रमाची खरी फलश्रुती असेल.

कायदेशीर नियामक चौकटी : माहिती तंत्रज्ञान कायदा ते डिजिटल वैयक्तिक डेटा संरक्षण कायदा

भारतातील डेटा संरक्षणाचा प्रवास हा केवळ तांत्रिक उत्क्रांती नसून तो वेगाने बदलणाऱ्या डिजिटल अर्थव्यवस्थेच्या पार्श्वभूमीवर नागरिकांचे हक्क आणि राज्यसंस्थेची जबाबदारी यांच्यातील संघर्षाचा इतिहास आहे. ऐतिहासिकदृष्ट्या, भारतामध्ये डेटा गोपनीयतेसाठी कोणताही स्वतंत्र आणि व्यापक कायदा अस्तित्वात नव्हता. सुरुवातीच्या काळात 'माहिती तंत्रज्ञान कायदा २०००' (Information Technology Act, 2000) हाच डिजिटल व्यवहारांना कायदेशीर अधिष्ठान देणारा मुख्य आधार होता. हा कायदा प्रामुख्याने ई-कॉमर्स आणि सायबर गुन्ह्यांना आळा घालण्यासाठी तयार करण्यात आला होता. या कायद्यातील 'कलम ४३-अ' सारख्या तरतुदींनी कॉर्पोरेट संस्थांना संवेदनशील वैयक्तिक माहिती हाताळताना सुरक्षेची मानके पाळण्याचे निर्देश दिले होते. मात्र, त्या काळी 'डेटा' हे सत्तेचे आणि नफ्याचे इतके मोठे साधन बनेल, याची कल्पना धोरणकर्त्यांना नव्हती. त्यामुळे या कायद्यात

वैयक्तिक गोपनीयतेपेक्षा तांत्रिक व्यवहारांच्या सुलभतेवर अधिक भर देण्यात आला होता. काळाच्या ओघात, जेव्हा डेटा संकलन आणि त्याच्या आर्थिक नफेखोरीचे स्वरूप जागतिक स्तरावर बदलले, तेव्हा एका भक्कम आणि समर्पित कायदेशीर चौकटीची गरज भासू लागली.

२०२३ मध्ये संमत झालेला 'डिजिटल वैयक्तिक डेटा संरक्षण कायदा' (Digital Personal Data Protection Act, 2023) हा भारतातील डेटा नियमनाच्या दिशेने टाकलेले सर्वात मोठे आणि महत्त्वाचे पाऊल आहे. या कायद्याने 'डेटा फिड्युशियरी' (माहिती विश्वास्त) आणि 'डेटा प्रिन्सिपल' (माहितीचा मूळ मालक किंवा नागरिक) अशा दोन प्रमुख संज्ञा अधोरेखित केल्या आहेत. सिद्धांतात्मकरीत्या, या कायद्याने नागरिकांना त्यांच्या डेटावर अधिक नियंत्रण मिळवून दिले आहे. आता कोणत्याही खाजगी कंपनीला किंवा सरकारी विभागाला नागरिकांचा डेटा गोळा करण्यापूर्वी त्यांची स्पष्ट आणि विशिष्ट संमती घेणे अनिवार्य आहे. या कायद्याने 'डेटा मिनिमायझेशन' किंवा माहितीचे किमान संकलन या तत्त्वाला महत्त्व दिले आहे, ज्याचा अर्थ असा की एखाद्या कामासाठी जेवढी माहिती आवश्यक आहे, तेवढीच गोळा केली जावी. लोक प्रशासनाच्या दृष्टिकोनातून, हा कायदा डिजिटल इंडियाच्या मोहिमेत नागरिकांचा विश्वास संपादन करण्यासाठी एक आवश्यक कायदेशीर कवच म्हणून काम करतो.

या कायदेशीर चौकटीमध्ये 'भारतीय संगणक आणीबाणी प्रतिसाद पथक' अर्थात 'सर्ट-इन' (CERT-In) या संस्थेची भूमिका अत्यंत कळीची आहे. ही संस्था भारताच्या सायबर सुरक्षा क्षेत्रात एक संरक्षक म्हणून काम करते. कोणत्याही मोठ्या डेटा चोरीच्या किंवा सायबर हल्ल्याच्या घटनेची नोंदणी करणे, तिचे विश्लेषण करणे आणि

भविष्यातील धोक्यांपासून संरक्षण मिळवण्यासाठी मार्गदर्शक तत्त्वे जारी करणे ही या संस्थेची मुख्य जबाबदारी आहे. धोरणनिर्मिती प्रक्रियेत, ही संस्था तांत्रिक तज्ञ आणि सरकार यांच्यातील दुवा म्हणून कार्य करते. मात्र, केवळ तांत्रिक प्रतिसाद देऊन डेटा सुरक्षा सुनिश्चित करता येत नाही; त्यासाठी प्रशासकीय यंत्रणा आणि खासगी कंपन्यांमधील उत्तरदायित्वाची स्पष्टता असणे गरजेचे असते. माहिती तंत्रज्ञानाचा परिणाम केवळ शहरी पायाभूत सुविधांवर होत नसून, तो राष्ट्रीय सुरक्षेशीही थेट निगडित आहे, हे सर्ट-इनच्या कार्यपद्धतीवरून स्पष्ट होते.

भारतीय सामाजिक आणि राजकीय व्यवस्थेमध्ये या कायद्यांच्या अंमलबजावणीचे परिणाम विषम स्वरूपाचे आहेत. ग्रामीण भागात, जिथे तांत्रिक आणि कायदेशीर साक्षरतेची पातळी कमी आहे, तिथे 'माहितीपूर्ण संमती' (Informed Consent) मिळवणे हे एक मोठे आव्हान ठरते. अनेकदा ग्रामीण नागरिकांना त्यांच्या माहितीचा वापर कसा केला जाईल हे न समजताच ते 'मान्य आहे' वर क्लिक करतात. शहरी भागातील उच्चशिक्षित वर्ग आपल्या हक्कांबद्दल जागरूक असला तरी, उपेक्षित वर्गासाठी ही कायदेशीर चौकट अत्यंत क्लिष्ट आणि अनाकलनीय वाटते. शैक्षणिक असमानता आणि भाषिक वैविध्य यामुळे कायद्यातील तरतुदी सर्व समाजघटकांपर्यंत पोहोचत नाहीत. या माहिती विषमतेमुळे (Information Asymmetry) नागरिक आणि बाजार यांच्यातील सत्तासंबंधात नागरिक आजही कमकुवत स्थितीत आहे. अशा वेळी, केवळ कायदे करून चालणार नाही, तर त्यांचे सुलभीकरण आणि स्थानिक भाषांमध्ये प्रसारण करणे ही धोरणकर्त्यांची नैतिक जबाबदारी ठरते.

डेटा आणि सत्तासंबंधांच्या विश्लेषणात, राज्यसंस्थेला मिळालेली 'सवलत' (Exemption) हा चर्चेचा मुख्य विषय आहे. २०२३ च्या कायद्यामध्ये राष्ट्रीय सुरक्षा आणि सार्वजनिक सुव्यवस्था राखण्याच्या नावाखाली सरकारी यंत्रणांना डेटा संकलनाच्या काही अटींमधून सूट देण्यात आली आहे. राज्यशास्त्राच्या परिप्रेक्ष्यातून पाहिल्यास, हे राज्याला नागरिकांवर 'देखरेख' (Surveillance) ठेवण्याचे कायदेशीर साधन प्रदान करते. जेव्हा राज्यसंस्था स्वतःच डेटाची मोठी साठवणूकदार आणि नियंत्रक असते, तेव्हा तिच्यावर लक्ष ठेवणारी एखादी स्वतंत्र नियामक संस्था असणे गरजेचे असते. नागरिक आणि राज्य यांच्यातील हा करार लोकशाही मूल्यांशी सुसंगत असावा, अन्यथा तंत्रज्ञानाचा वापर केवळ प्रशासकीय नियंत्रणासाठी केला जाण्याची भीती असते. धोरणनिर्मिती प्रक्रियेत कार्यक्षमता आणि गोपनीयता यांच्यातील संतुलन राखणे हे सर्वात मोठे आव्हान आहे.

गोपनीयतेच्या प्रश्नावर चर्चा करताना सर्वोच्च न्यायालयाच्या 'पुट्टास्वामी निकाला'चा संदर्भ देणे अपरिहार्य आहे. न्यायालयाने गोपनीयतेला मूलभूत अधिकार मानल्यामुळेच या नवीन कायद्यांना घटनात्मक अधिष्ठान मिळाले आहे. मात्र, तांत्रिक अंमलबजावणीमध्ये मर्यादा आहेत. खासगी कंपन्या अनेकदा परदेशात डेटा साठवतात (Data Localization चा प्रश्न), ज्यामुळे भारतीय कायद्यांची अंमलबजावणी करणे कठीण होते. नागरिक आणि बाजार यांच्यातील संघर्षामध्ये ग्राहकाचे शोषण टाळण्यासाठी 'डेटा प्रोटेक्शन बोर्ड' सारख्या संस्थांची स्वायत्तता जपणे आवश्यक आहे. जर या संस्थांवर राजकीय किंवा कॉर्पोरेट दबाव असेल, तर कायदे असूनही नागरिकांचे हक्क केवळ कागदावरच राहतील.

मानसशास्त्रीय आयामांचा विचार केल्यास, माहितीवर विश्वास ठेवण्याच्या मानवी प्रवृत्तीचा गैरफायदा घेऊन अनेकदा फसवे 'युझर इंटरफेस' (Dark Patterns) तयार केले जातात, जे वापरकर्त्याकडून नकळत संमती मिळवतात. डिजिटल माध्यमांतील सामग्रीचे अल्गोरिद्मिक वर्गीकरण हे व्यक्तीच्या पूर्वधारणांना पुष्टी देणारे असते, ज्यामुळे ती व्यक्ती आपल्या माहितीच्या सुरक्षिततेबद्दल बेसावध राहते. तांत्रिक प्रगतीला केवळ मुक्तीकारक न मानण्याचे हे एक महत्त्वाचे कारण आहे, कारण ती मानवी वर्तनाला तांत्रिक नियमावलीत बंदिस्त करत आहे. कृत्रिम बुद्धिमत्ता आणि स्वयंचलित निर्णयप्रणाली जेव्हा या कायदेशीर चौकटीत काम करतील, तेव्हा त्यातून होणारे संभाव्य धोके, जसे की 'अल्गोरिद्मिक बायस' (पक्षपात), रोखण्यासाठी कायद्यात स्पष्ट तरतुदी असणे गरजेचे आहे.

भारताची डेटा सुरक्षा कायदेप्रणाली ही एका संक्रमण काळातून जात आहे. डेटा हा 'नवे सोने' असेल, तर हे कायदे त्या सोन्याचे व्यवस्थापन करणारी खाण नियमावली आहे. या माहितीचे संकलन, विश्लेषण आणि वापर यांचा नफ्याशी असलेला संबंध स्पष्ट करतानाच, मानवी प्रतिष्ठा आणि वैयक्तिक स्वायत्तता जपणे हे या कायदेशीर चौकटींचे अंतिम उद्दिष्ट असले पाहिजे. ग्रामीण-शहरी दरी आणि डिजिटल प्रवेशातील विषमता दूर करण्यासाठी केवळ तांत्रिक कायदे पुरेसे नाहीत, तर एक व्यापक सामाजिक जाणीव आणि पारदर्शक प्रशासकीय यंत्रणा असणे अनिवार्य आहे. सत्तेच्या या डिजिटल खेळात, कायदे हे शोषणाचे साधन न बनता समता आणि न्यायाचे रक्षण करणारे कवच बनावेत, हीच लोकशाहीची खरी कसोटी असेल.

प्रकरण ५ : डेटा आणि सत्ता

निवडणुकीतील डेटा वापर : लोकशाहीचे डिजिटल व्यवस्थापन आणि प्रचाराचे नवीन अर्थकारण

भारतातील निवडणूक प्रक्रियेचा इतिहास हा प्रामुख्याने प्रत्यक्ष जनसंपर्क, जाहीर सभा आणि घरोघरी जाऊन केल्या जाणाऱ्या प्रचाराचा राहिला आहे. मात्र, गेल्या दशकात माहिती तंत्रज्ञानाच्या प्रसारामुळे निवडणुकीचे स्वरूप पूर्णतः बदलून गेले आहे. आज निवडणूक ही केवळ विचारांची लढाई राहिलेली नाही, तर ती 'डेटा' आणि 'अल्गोरिदम'ची एक गुंतागुंतीची तांत्रिक प्रक्रिया बनली आहे. ऐतिहासिकदृष्ट्या राजकीय पक्ष आपल्या अनुभवावरून आणि कार्यकर्त्यांच्या माहितीवरून प्रचाराची दिशा ठरवत असत, परंतु आता या जागेवर सांख्यिकीय विश्लेषण आणि सूक्ष्म स्तरावरील माहिती संकलनाने ताबा मिळवला आहे. समाजशास्त्रीय आणि राज्यशास्त्राच्या दृष्टिकोनातून, निवडणुकांमधील डेटाचा वापर हा लोकशाही प्रक्रियेचे 'व्यवस्थापकीय' रूपांतर दर्शवतो. यामध्ये मतदाराला एक स्वतंत्र नागरिक मानण्याऐवजी, त्याला त्याच्या आवडीनिवडी, जात, धर्म आणि आर्थिक स्तरानुसार विभागलेला एक 'डेटा पॉइंट' मानले जाते.

निवडणूक प्रचाराच्या प्रारंभी मतदार याद्या आणि लोकसंख्याशास्त्रीय माहितीचे (Demographic Data) सखोल विश्लेषण केले जाते. यामध्ये सामाजिक गटांचे वर्गीकरण अत्यंत बारकाईने केले जाते. एखाद्या ठराविक मतदारसंघात कोणत्या जातीचे, धर्माचे किंवा वयोगटाचे किती मतदार आहेत, याची माहिती केवळ सरकारी आकड्यांवरून नाही, तर

खासगी डेटा ब्रोकर्स आणि सोशल मीडियाच्या माध्यमातून संकलित केली जाते. या माहितीच्या आधारे राजकीय पक्ष आपली प्रचार धोरणे आखतात. सांख्यिकीय डेटाचा वापर करून हे ठरवले जाते की, कोणत्या भागात कोणत्या विषयावर भर द्यायचा आहे. उदाहरणार्थ, ग्रामीण भागात शेतीविषयक प्रश्नांचा डेटा वापरून संदेश पाठवले जातात, तर शहरी भागात पायाभूत सुविधा किंवा रोजगाराशी संबंधित माहितीचा मारा केला जातो. प्रचाराचे हे 'सूक्ष्म व्यवस्थापन' (Micro-targeting) डेटाशिवाय अशक्य झाले आहे.

सोशल मीडिया प्लॅटफॉर्म हे आज मतदारांचा राजकीय झुकाव मोजण्याचे सर्वात मोठे साधन बनले आहे. वापरकर्ते कोणत्या पोस्ट लाईक करतात, कोणते व्हिडिओ शेअर करतात आणि कोणत्या राजकीय नेत्यांच्या भाषणांवर प्रतिक्रिया देतात, यावरून त्यांच्या राजकीय कलानुरूप त्यांचे वर्गीकरण केले जाते. प्रगत संगणकीय प्रणालींच्या साहाय्याने मतदारांच्या वर्तनाचा अंदाज लावण्याचे 'भविष्यवेधी प्रारूप' (Predictive Modelling) विकसित केले जाते. या प्रक्रियेत मतदाराची केवळ आजची मतेच नाही, तर उद्या तो कोणत्या मुद्द्यावर आपले मत बदलू शकतो, याचेही विश्लेषण केले जाते. या सांख्यिकीय अंदाजामुळे राजकीय पक्षांना आपली संसाधने, जसे की वेळ, पैसा आणि कार्यकर्ते, नेमक्या कोणत्या मतदारसंघात आणि कोणत्या मतदारांवर खर्च करायचे आहेत, याचे अचूक नियोजन करता येते.

निवडणुकीपूर्व सर्वेक्षणे किंवा 'ओपिनियन पोल्स' हे देखील आज पूर्णतः डेटा-आधारित झाले आहेत. पूर्वी ही सर्वेक्षणे मर्यादित नमुन्यांवर आधारित असायची, परंतु आता टेलिफोन कॉल, मोबाइल ॲप्स आणि

सोशल मीडिया सर्वेक्षणांच्या माध्यमातून प्रचंड मोठा डेटा गोळा केला जातो. या सर्वेक्षणांचा डेटा स्रोत हा केवळ प्रत्यक्ष संवाद नसून, वापरकर्त्यांचा डिजिटल फूटप्रिंट देखील असतो. या माहितीचा वापर करून लोकांच्या मनातील भीती, आशा आणि नाराजीचे मोजमाप केले जाते. भारतीय निवडणूक व्यवस्थेत आता 'वॉर रूम' संकल्पना रुजली आहे, जिथे तंत्रज्ञ आणि डेटा विश्लेषक चोवीस तास माहितीचे विश्लेषण करून प्रचार यंत्रणेला 'रिअल-टाइम' सूचना देत असतात. डिजिटल साधनांच्या या वापरामुळे प्रचाराचा खर्च आणि स्वरूप यांत प्रचंड वाढ झाली आहे.

भारतीय सामाजिक रचनेत डेटा-आधारित प्रचाराचे परिणाम विषम स्वरूपाचे आहेत. ग्रामीण भागात जिथे भाषिक विविधता आणि सामाजिक स्तरभेद प्रबळ आहेत, तिथे डिजिटल साक्षरतेच्या अभावामुळे मतदारांवर प्रभाव टाकणे सोपे असते. अनेकदा चुकीची माहिती किंवा भावनिक उत्तेजन देणारे संदेश केवळ विशिष्ट सामाजिक गटांनाच दिसतील अशा पद्धतीने (Dark Posts) प्रसारित केले जातात. शहरी भागात शैक्षणिक असमानता कमी असली तरी, तिथे 'फिल्टर बबल'मुळे लोक स्वतःच्याच विचारधारेत बंदिस्त होतात. माहिती तंत्रज्ञानाचा हा परिणाम समाजातील सर्व घटकांवर एकसमान होत नाही; उलट तो अस्तित्वात असलेल्या सामाजिक भेदांना तांत्रिक बळ देऊन अधिक तीव्र करू शकतो. माहितीवर विश्वास ठेवण्याच्या मानवी प्रवृत्तीचा वापर करून 'समूह ओळखी'चे राजकारण अधिक धारदार केले जाते.

डेटा आणि सत्तासंबंधांच्या या खेळात राज्यसंस्था, खासगी कंपन्या आणि राजकीय पक्ष यांची भूमिका चिकित्सकपणे तपासणे आवश्यक

आहे. राजकीय पक्ष आता केवळ राजकीय संघटना राहिलेल्या नाहीत, तर त्या अवाढव्य डेटा संकलक संस्था बनल्या आहेत. या प्रक्रियेत बाजारव्यवस्थेतील 'निगराणी भांडवलशाही'चे तंत्र राजकीय प्रचारात वापरले जात आहे. डेटा संकलन आणि वापराचा हा आर्थिक नफा केवळ कंपन्यांनाच मिळत नाही, तर तो राजकीय सत्तेच्या रूपात पक्षांनाही मिळतो. जेव्हा राजकीय प्रचार हा पूर्णतः डेटावर आधारित होतो, तेव्हा लोकशाहीतील सार्वजनिक हिताच्या चर्चा मागे पडतात आणि केवळ तांत्रिक पद्धतीने मते मिळवण्याला प्राधान्य दिले जाते. यामुळे धोरणनिर्मिती प्रक्रियेवरही परिणाम होतो, कारण सरकारे अशाच धोरणांना प्राधान्य देतात ज्यातून त्यांना अनुकूल असा डेटा तयार होईल.

निवडणुकीतील या डेटा वापरामुळे गोपनीयतेचे गंभीर प्रश्न निर्माण झाले आहेत. मतदारांना हे माहितही नसते की त्यांची वैयक्तिक माहिती, आवडीनिवडी आणि भीतीचा वापर करून त्यांना राजकीयदृष्ट्या प्रभावित केले जात आहे. भारतीय संदर्भात डिजिटल वैयक्तिक माहिती संरक्षण कायद्याच्या अंमलबजावणीतील मर्यादांमुळे राजकीय पक्षांना डेटा वापराबाबत मोठ्या प्रमाणात सवलती मिळतात. नागरिक आणि राज्य यांच्यातील सत्तासंबंधात नागरिक येथे अधिक असुरक्षित झाला आहे. गोपनीयतेचा प्रश्न हा केवळ वैयक्तिक नैतिकतेचा नसून तो लोकशाही प्रक्रियेच्या पावित्र्याशी जोडलेला आहे. जर मतदाराची विचारप्रक्रियाच अल्गोरिदमद्वारे नियंत्रित केली जात असेल, तर 'मुक्त आणि न्याय्य' निवडणुकांच्या संकल्पनेला तडा जातो.

मानसशास्त्रीय आयामांचे विश्लेषण करताना हे स्पष्ट होते की, डेटा-आधारित प्रचार हा मानवी मेंदूच्या 'पूर्वधारणा पुष्टीकरण'

(Confirmation Bias) या प्रवृत्तीचा गैरफायदा घेतो. भीती-आधारित संदेशांचा प्रभाव डिजिटल माध्यमांतून वेगाने पसरतो, कारण ते मानवी भावनांना थेट स्पर्श करतात. सतत पुनरावृत्ती होणाऱ्या माहितीमुळे खोट्या गोष्टीही खऱ्या वाटू लागतात, ज्यातून राजकीय मतनिर्मितीवर मोठा प्रभाव पडतो. डिजिटल मंचांवरील हे मजकुराचे वर्गीकरण विचारधारात्मक गटबांधणी मजबूत करते, ज्यामुळे समाजात संवाद संपून टोकाचा संघर्ष निर्माण होतो. तांत्रिक प्रगतीला केवळ मुक्तीकारक किंवा विनाशकारी न ठरवता, तिचे सामाजिक संदर्भात मूल्यांकन करणे म्हणूनच गरजेचे आहे.

निवडणुकीतील डेटा वापर हा लोकशाहीसाठी दुधारी शस्त्र ठरत आहे. एकीकडे तो मतदारांपर्यंत प्रभावीपणे पोहोचण्यास मदत करतो, तर दुसरीकडे तो मतप्रभाव नियंत्रित करण्याचे (Opinion Manipulation) साधन बनतो. डेटा हा खरोखरच 'नवे सोने' आहे, पण हे सोने राजकीय सत्तेचे समीकरण बदलत आहे. तंत्रज्ञानाच्या या अंधगौरवात आपण मानवी विवेक आणि लोकशाही मूल्यांचा बळी तर देत नाही ना, हा विचार अनिवार्य आहे. निवडणुकीतील डिजिटल साधनांचा वापर हा सामाजिक वास्तवाशी आणि मानवी हक्कांशी प्रामाणिक राहूनच नियंत्रित केला पाहिजे. अन्यथा, लोकशाही ही केवळ डेटा विश्लेषणातून चालवली जाणारी एक स्वयंचलित व्यवस्था बनण्याचा धोका नाकारता येत नाही.

मतदार प्रोफाइलिंग : मानवी स्वभावाचे सांख्यिकीकरण आणि डिजिटल सत्तेची नवी गणिते

निवडणूक प्रक्रियेत मतदाराची भूमिका ऐतिहासिकदृष्ट्या एक स्वायत्त नागरिक म्हणून राहिलेली आहे, जो आपल्या अनुभवाच्या आणि विवेकाच्या आधारावर निर्णय घेतो. मात्र, डिजिटल युगातील 'मतदार प्रोफाइलिंग' (Voter Profiling) या प्रक्रियेने या स्वायत्ततेला तांत्रिक आव्हाने उभी केली आहेत. मतदार प्रोफाइलिंग म्हणजे केवळ मतदारांची यादी तयार करणे नव्हे, तर त्यांच्या सामाजिक, आर्थिक, शैक्षणिक आणि धार्मिक पार्श्वभूमीचे सखोल विश्लेषण करून त्यांच्या राजकीय प्रवृत्तींचा एक डिजिटल आराखडा तयार करणे होय. ही प्रक्रिया विसाव्या शतकातील जनसंपर्क मोहिमांचे प्रगत आणि डेटा-आधारित स्वरूप आहे. समाजशास्त्रीय दृष्टिकोनातून, प्रोफाइलिंग ही मानवी अस्तित्वाचे 'डेटा पॉईंट्स'मध्ये रूपांतर करण्याची पद्धत आहे, जिथे व्यक्तीची ओळख तिच्या मतापेक्षा तिच्या सांख्यिकीय वैशिष्ट्यांवरून अधिक निश्चित केली जाते. हे केवळ निवडणूक व्यवस्थापनाचे साधन नसून, ते मानवी वर्तणुकीवर सूक्ष्म नियंत्रण मिळवण्याचे एक राजकीय अस्त्र बनले आहे.

मतदार प्रोफाइलिंगचा पाया सामाजिक आणि आर्थिक वर्गीकरणावर उभा असतो. यामध्ये मतदाराचे वय, लिंग, उत्पन्न, शिक्षण आणि धार्मिक कल यांसारख्या पारंपारिक घटकांसोबतच त्याच्या ऑनलाइन वर्तनाचाही समावेश केला जातो. आपण इंटरनेटवर काय शोधतो, कोणत्या प्रकारच्या बातम्या वाचतो आणि कोणत्या सामाजिक प्रश्नांवर आपली मते व्यक्त करतो, यावरून आपल्या राजकीय प्रवृत्ती ओळखल्या

जातात. यालाच 'बिहेविअरल प्रोफाइलिंग' किंवा वर्तनात्मक आराखडा तयार करणे असे म्हणतात. तांत्रिक भाषेत, जेव्हा एखादा मतदार सोशल मीडियावर विशिष्ट विषयांना प्रतिसाद देतो, तेव्हा त्याचे रूपांतर एका विशिष्ट 'मतदार गटात' केले जाते. भारतीय सामाजिक रचनेत जात, भाषा आणि प्रादेशिकता हे घटक अत्यंत प्रबळ आहेत. प्रोफाइलिंगच्या माध्यमातून राजकीय पक्ष आता हे ओळखू शकतात की कोणत्या विशिष्ट जातीचा किंवा भाषिक गटाचा कल कोणत्या मुद्द्याकडे झुकलेला आहे. यामुळे प्रचाराचे स्वरूप सार्वत्रिक न राहता ते अत्यंत गट-विशिष्ट आणि भेदक बनले आहे.

या प्रक्रियेतील सर्वात गंभीर पैलू म्हणजे मानवी भावनांचे डेटामध्ये होणारे रूपांतर. मतदाराच्या वैयक्तिक पसंती, त्याच्या मनातील भीती, असुरक्षा आणि भविष्याबद्दलच्या अपेक्षा यांचा वापर करून त्याचे मानसिक चित्रण (Psychographic Profiling) केले जाते. उदाहरणार्थ, जर एखाद्या मतदाराला आर्थिक मंदीची भीती वाटत असेल, तर अल्गोरिदम त्याला केवळ असुरक्षितता वाढवणारे संदेश दाखवतात आणि त्यानंतर त्यावर उतारा म्हणून विशिष्ट राजकीय पक्षाचे धोरण मांडले जाते. ही प्रक्रिया मानवी मेंदूच्या 'अपेक्षा आणि भीती' या दोन टोकांच्या भावनांवर तांत्रिक ताबा मिळवते. प्रोफाइलिंगमुळे मतदाराला जे हवे आहे तेच दाखवले जाते, ज्यामुळे त्याची नवीन माहिती मिळवण्याची आणि तटस्थ विचार करण्याची क्षमता हळूहळू कमी होत जाते. व्यक्तीचे खाजगी आयुष्य आणि तिच्या सार्वजनिक राजकीय भूमिका यातील अंतर आता डेटाच्या माध्यमातून संपवले गेले आहे.

मोठ्या प्रमाणावर मतदारांचे प्रोफाइल तयार करताना प्रगत 'अल्गोरिद्मिक मॉडेल्स'चा वापर केला जातो. हे मॉडेल्स लाखो लोकांच्या डेटाचे विश्लेषण करून त्यांचे विविध 'क्लस्टर्स' किंवा समूहांमध्ये वर्गीकरण करतात. यामध्ये मशीन लर्निंग आणि कृत्रिम बुद्धिमत्तेचा वापर करून मतदाराच्या भविष्यातील निर्णयांचे भाकीत वर्तवले जाते. हे केवळ तांत्रिक यश नसून, ते लोकशाहीतील 'निवडीच्या स्वातंत्र्याला' दिलेले आव्हान आहे. जेव्हा एखादा पक्ष मतदाराच्या प्रोफाइलनुसार त्याला केवळ विशिष्ट माहिती पुरवतो, तेव्हा तो मतदाराचा माहितीचा प्रवाह नियंत्रित करत असतो. भारतीय निवडणूक व्यवस्थेत, जिथे डिजिटल साक्षरतेचे प्रमाण विषम आहे, तिथे या तांत्रिक मॉडेल्सचा वापर करून मतदारांच्या पूर्वग्रहांना अधिक तीव्र केले जाते. माहिती तंत्रज्ञानाचा हा परिणाम समाजातील सर्व घटकांवर एकसमान होत नाही; ज्यांच्याकडे तांत्रिक समज कमी आहे, असा वर्ग या प्रोफाइलिंगच्या जाळ्यात अधिक सहजपणे अडकतो.

प्रोफाइलिंग आणि गोपनीयता (Privacy) यांच्यातील संघर्ष हा आजच्या काळातील सर्वात मोठा कायदेशीर आणि नैतिक पेच आहे. मतदाराचा डेटा गोळा करताना अनेकदा त्याची स्पष्ट संमती घेतली जात नाही. विविध ॲप्स, गेम्स किंवा सर्वेक्षणांच्या माध्यमातून लोकांची खाजगी माहिती चोरली जाते आणि ती राजकीय सल्लागार कंपन्यांना विकली जाते. 'के◌े◌ंब्रिज ॲनालिटिका' सारख्या जागतिक प्रकरणाने हे सिद्ध केले आहे की, मतदारांच्या गोपनीयतेचा भंग करून निवडणुकांचे निकाल प्रभावित केले जाऊ शकतात. भारतीय संदर्भात, 'डिजिटल वैयक्तिक माहिती संरक्षण कायद्या'च्या अंमलबजावणीतील मर्यादांमुळे राजकीय पक्षांना प्रोफाइलिंगसाठी मोठ्या प्रमाणावर मोकळे रान

मिळते. नागरिक आणि राज्य यांच्यातील सत्तासंबंधात नागरिक येथे पूर्णतः उघडा पडला आहे, तर राजकीय पक्ष डेटाच्या बळावर अधिक सामर्थ्यवान झाले आहेत. गोपनीयतेचा हा प्रश्न केवळ वैयक्तिक नसून तो लोकशाहीच्या संरचनेशी निगडित आहे.

मतदार प्रोफाइलिंगमुळे निर्माण होणारे नैतिक प्रश्न अत्यंत गंभीर आहेत. जेव्हा मानवी स्वभाव आणि निवडीचे तांत्रिक विश्लेषण करून त्यावर प्रभाव टाकला जातो, तेव्हा 'लोकशाहीतील विवेक' (Democratic Reason) शिल्लक राहतो का, हा प्रश्न उपस्थित होतो. प्रोफाइलिंगमुळे समाजात विचारधारात्मक गटबांधणी अधिक घट्ट होते, ज्याला 'पोलरायझेशन' किंवा ध्रुवीकरण म्हणतात. यामुळे लोक एकमेकांशी संवाद साधण्याऐवजी आपापल्या डेटा-निर्मित चौकटीत बंदिस्त होतात. माहितीवर विश्वास ठेवण्याच्या मानवी प्रवृत्तीचा गैरफायदा घेऊन भीती-आधारित संदेशांचा प्रभाव वाढवला जातो. तांत्रिक प्रगतीला केवळ मुक्तीकारक मानण्याचा अंधगौरव येथे टाळला पाहिजे, कारण ती मानवी अस्मितेचे केवळ एका 'वापरायच्या वस्तू'मध्ये रूपांतर करत आहे. धोरणनिर्मिती प्रक्रियेत आणि निवडणूक नियमावलीत प्रोफाइलिंगवर कडक निर्बंध असणे ही काळाची गरज आहे, अन्यथा लोकशाही ही केवळ डेटा-विज्ञानाचे एक प्रयोगशाळा बनून राहील.

कृत्रिम बुद्धिमत्ता आणि स्वयंचलित निर्णयप्रणाली जेव्हा प्रोफाइलिंगचा भाग बनतात, तेव्हा ते समाजातील वर्णभेदी, जातिभेदी किंवा लिंगभेदी पूर्वग्रहांना अधिक बळकट करू शकतात. प्रोफाइलिंगचे हे तंत्र राजकारण्यांना लोकांच्या खऱ्या गरजा सोडवण्यापेक्षा त्यांच्या मानसिकतेशी खेळण्याची अधिक संधी देते. तांत्रिक प्रगतीला एकतर्फी

विनाशकारी ठरवू नये, परंतु तिचे सामाजिक संदर्भात मूल्यमापन करणे अनिवार्य आहे. सत्तेच्या या डिजिटल संघर्षात, मतदाराने आपल्या डेटाच्या मूल्याबद्दल सजग होणे आणि आपल्या राजकीय निवडी तांत्रिक नियंत्रणापासून मुक्त ठेवणे, हाच गोपनीयतेच्या आणि लोकशाहीच्या रक्षणाचा मार्ग आहे. प्रोफाइलिंग ही आधुनिक काळातील एक अदृश्य बेडी आहे, जी तोडण्यासाठी राजकीय साक्षरतेसोबतच 'डिजिटल विवेक' जागृत करणे आवश्यक आहे.

मायक्रो-टार्गेटिंग : डिजिटल प्रचाराचे सूक्ष्म आणि भेदक तंत्र

लोकशाहीच्या पारंपारिक चौकटीत राजकीय संवाद हा प्रामुख्याने 'सार्वत्रिक' स्वरूपाचा असायचा, जिथे एकच विचार किंवा घोषणा संपूर्ण समाजाला उद्देशून केली जात असे. मात्र, डेटा विज्ञानाच्या प्रगतीने निवडणुकीच्या या पद्धतीला 'मायक्रो-टार्गेटिंग' (Micro-targeting) सारख्या अत्यंत वैयक्तिक आणि भेदक तंत्रात रूपांतरित केले आहे. ऐतिहासिकदृष्ट्या राजकीय प्रचारक मतदारांच्या मोठ्या समूहांचा विचार करत असत, परंतु आजच्या डिजिटल युगात मतदाराची विभागणी त्याच्या अत्यंत सूक्ष्म आवडीनिवडी, भीती, संताप आणि वैयक्तिक आकांक्षांनुसार केली जाते. समाजशास्त्रीय दृष्टिकोनातून, मायक्रो-टार्गेटिंग ही केवळ एक प्रचार रणनीती नसून ती समाजाच्या सामूहिक संवादाचे विखंडन करणारी प्रक्रिया आहे. यामध्ये एकाच राजकीय पक्षाकडून वेगवेगळ्या मतदार गटांना त्यांच्या मानसिकतेनुसार पूर्णतः भिन्न आणि अनेकदा परस्परविरोधी संदेश पाठवले जातात. या तांत्रिक प्रक्रियेमुळे 'एक राष्ट्र, एक संवाद' ही

संकल्पना मागे पडून प्रत्येक मतदारासाठी एक 'स्वतंत्र सत्य' निर्माण केले जात आहे.

मायक्रो-टार्गेटिंगचा मुख्य आधार 'डिजिटल जाहिरातींच्या माध्यमातून वैयक्तिकृत प्रचार' हा आहे. जेव्हा एखादा राजकीय पक्ष सोशल मीडिया प्लॅटफॉर्मवरील राजकीय जाहिरातींची रचना करतो, तेव्हा त्यामागे प्रचंड सांख्यिकीय तर्कशास्त्र असते. उदाहरणार्थ, एखाद्या सुशिक्षित शहरी तरुणाला रोजगाराच्या संधींविषयी जाहिरात दाखवली जाते, तर त्याच वेळी ग्रामीण भागातील शेतकऱ्याला शेतीमालाच्या हमीभावाचे संदेश पाठवले जातात. हे वरवर पाहता तर्कसंगत वाटत असले तरी, याचे गंभीर स्वरूप तेव्हा समोर येते जेव्हा एकाच विषयावर दोन भिन्न गटांना त्यांच्या पूर्वग्रहांनुसार माहिती दिली जाते. ही वैयक्तिकृत जाहिरातबाजी मतदाराला एका अशा माहितीच्या चौकटीत बंदिस्त करते, जिथे त्याला दुसऱ्या बाजूचा विचार किंवा समाजातील इतर घटकांच्या समस्या कधीच दिसत नाहीत. यामुळे लोकशाहीतील निकोप चर्चा आणि तडजोडीची जागा टोकाच्या वैयक्तिक निष्ठेने घेतली आहे.

या तंत्राचा सर्वात परिणामकारक घटक म्हणजे 'भावनिक भाषेचा वापर आणि त्याचा मानसशास्त्रीय परिणाम' होय. मायक्रो-टार्गेटिंगमध्ये केवळ माहिती दिली जात नाही, तर ती विशिष्ट भावनिक उत्तेजन देणाऱ्या भाषेत गुंफलेली असते. मानवी मेंदूच्या 'असुरक्षितता' आणि 'समूह ओळख' या दोन संवेदनांना हे तंत्र थेट स्पर्श करते. अल्गोरिदमच्या साहाय्याने हे ओळखले जाते की कोणता मतदार कोणत्या प्रकारच्या भाषेला लवकर प्रतिसाद देतो. एखाद्या मतदाराला जर धर्माचा अभिमान असेल, तर त्याला तशाच प्रकारचे भावनिक संदेश

पाठवले जातात; जर कोणी प्रस्थापित व्यवस्थेवर नाराज असेल, तर त्याच्या रागाला खतपाणी घालणारा मजकूर जाणीवपूर्वक त्याच्या 'फीड'वर पोहोचवला जातो. माहितीवर विश्वास ठेवण्याच्या मानवी प्रवृत्तीचा येथे पद्धतशीर गैरफायदा घेतला जातो. ही प्रक्रिया इतकी सूक्ष्म असते की, मतदाराला आपण स्वतंत्रपणे निर्णय घेत आहोत असे वाटते, परंतु वास्तवात त्याचे निर्णय डेटा-आधारित मानसशास्त्रीय आराखड्याद्वारे नियंत्रित केलेले असतात.

मायक्रो-टार्गेटिंगची सर्वात गडद बाजू म्हणजे 'चुकीची माहिती विशिष्ट गटांपर्यंत पोहोचवण्याची रणनीती' होय. ज्याला आपण 'डार्क पोस्ट्स' (Dark Posts) म्हणतो, अशा जाहिराती केवळ त्याच लोकांसाठी दृश्यमान असतात ज्यांना त्या लक्ष्य करायचे आहे. यामुळे सार्वजनिक स्तरावर अशा माहितीची पडताळणी करणे किंवा त्याला उत्तर देणे अशक्य होते. जेव्हा चुकीची माहिती किंवा द्वेषपूर्ण मजकूर विशिष्ट गटांमध्ये पसरवला जातो, तेव्हा तो समाजाच्या सामूहिक विवेकावर घाला घालतो. एखाद्या समुदायाबद्दलची भीती किंवा गैरसमज अशा प्रकारे पसरवले जातात की, त्या गटातील व्यक्तींना तेच वास्तव वाटू लागते. ही रणनीती सामाजिक सलोखा बिघडवण्यासाठी आणि मतदानाच्या दिवशी विशिष्ट वर्गाला मतदान केंद्रावर येण्यापासून रोखण्यासाठी (Voter Suppression) वापरली जाऊ शकते. तांत्रिक प्रगतीला केवळ मुक्तीकारक न मानण्याचे हे एक महत्त्वाचे कारण आहे, कारण तिने प्रचारातील नैतिकतेच्या सीमा पुसून टाकल्या आहेत.

भारतीय संदर्भात, मायक्रो-टार्गेटिंग हे ग्रामीण आणि शहरी मतदारांसाठी अत्यंत वेगळ्या पद्धतीने वापरले जाते. शहरी भागात डिजिटल पायाभूत सुविधा प्रबळ असल्याने तिथे सोशल मीडिया आणि

ईमेलच्या माध्यमातून प्रगत आणि माहितीपूर्ण भासणारे संदेश पाठवले जातात. याउलट, ग्रामीण भागात जिथे भाषिक विविधता आणि शैक्षणिक असमानता आहे, तिथे व्हॉट्सॲप (WhatsApp) सारख्या मंचांचा वापर करून अधिक भावनिक, धार्मिक आणि स्थानिक अस्मितेवर आधारित संदेशांचा मारा केला जातो. ग्रामीण मतदारांसाठी वापरला जाणारा डेटा हा अनेकदा सरकारी योजनांच्या लाभार्थी याद्यांमधून किंवा स्थानिक कार्यकर्त्यांकडून मिळवलेला असतो. माहिती तंत्रज्ञानाचा हा परिणाम समाजातील सर्व घटकांवर एकसमान होत नाही; उलट तो ग्रामीण मतदारांना चुकीच्या माहितीच्या जाळ्यात अडकवण्यास अधिक सोपा ठरतो. ही 'डिजिटल विषमता' राजकीय सत्तेच्या खेळात विशिष्ट वर्गाचे वर्चस्व निर्माण करण्यासाठी वापरली जाते.

डेटा आणि सत्तासंबंधांच्या विश्लेषणात, मायक्रो-टार्गेटिंग हे राज्यसंस्था आणि खाजगी कंपन्यांच्या अघोषित युतीचे फळ आहे. मोठ्या तंत्रज्ञान कंपन्या राजकीय पक्षांना मतदारांच्या वर्तणुकीचा डेटा विकतात, ज्यातून त्या कंपन्यांना आर्थिक नफा होतो आणि राजकीय पक्षांना सत्ता मिळते. या प्रक्रियेत मतदाराची स्वायत्तता आणि गोपनीयता पूर्णपणे धोक्यात येते. भारतीय संदर्भात डिजिटल वैयक्तिक माहिती संरक्षण कायद्याची अंमलबजावणी करताना राजकीय प्रचारासाठी वापरल्या जाणाऱ्या डेटावर कडक निर्बंध असणे गरजेचे आहे. नागरिक आणि राज्य यांच्यातील सत्तासंबंधात नागरिक येथे केवळ एक 'लक्ष्य' (Target) उरला असून, राजकीय पक्ष डेटाच्या बळावर अभूतपूर्व सामर्थ्यवान झाले आहेत. गोपनीयतेचा हा लढा आता

केवळ वैयक्तिक राहिला नसून तो लोकशाही प्रक्रियेच्या पारदर्शकतेशी जोडला गेला आहे.

मानसशास्त्रीय आयामांचे विश्लेषण करताना, मायक्रो-टार्गेटिंग हे मानवी मेंदूच्या 'पूर्वधारणा पुष्टीकरण' (Confirmation Bias) या प्रवृत्तीला खतपाणी घालते. जेव्हा आपल्याला सतत आपल्याच विचारांना बळकटी देणारी माहिती मिळते, तेव्हा आपली विचारप्रक्रिया बंदिस्त होते. डिजिटल माध्यमांतील या सामग्रीचे अल्गोरिद्मिक वर्गीकरण विचारधारात्मक गटबांधणी मजबूत करते, ज्यामुळे समाजात ध्रुवीकरण वाढते. यातून निर्माण होणारी सामाजिक मतनिर्मिती ही विवेकनिष्ठ नसून ती डेटा-आधारित भावनिक उत्तेजनावर आधारित असते. अशा वेळी, तांत्रिक प्रगतीला अंधगौरव किंवा भीतीजनक अतिशयोक्ती टाळून संतुलितपणे पाहणे अनिवार्य आहे. कृत्रिम बुद्धिमत्ता आणि स्वयंचलित निर्णयप्रणाली जेव्हा या प्रक्रियेत सहभागी होतात, तेव्हा प्रचारातील पारदर्शकता पूर्णपणे संपण्याचा धोका असतो.

मायक्रो-टार्गेटिंग हे डिजिटल युगातील सत्तेचे एक नवीन आणि धोकादायक चलन आहे. डेटा हा 'नवे सोने' असेल, तर मायक्रो-टार्गेटिंग हे त्या सोन्याचा वापर करून मतदारांच्या मनात तयार केलेली एक अदृश्य बेडी आहे. लोकशाहीला वाचवण्यासाठी या तांत्रिक प्रक्रियेवर कायदेशीर नियंत्रण मिळवणे आणि मतदारांमध्ये 'डिजिटल विवेक' जागृत करणे आवश्यक आहे. जर आपण आपल्याला मिळणाऱ्या माहितीच्या स्रोताकडे आणि त्यामागील हेतूंकडे दुर्लक्ष केले, तर आपण केवळ डेटाच्या आधारे चालवल्या जाणाऱ्या एका स्वयंचलित व्यवस्थेचे भाग बनून राहू. राजकीय साक्षरतेची व्याख्या आता तंत्रज्ञानाच्या

राजकारणाला समजून घेण्यापर्यंत विस्तारली पाहिजे, हेच या विश्लेषणाचे सार आहे.

खोट्या बातम्या आणि अल्गोरिद्मिक प्रभाव : डिजिटल युगातील सत्याचा संकोच

माहितीचा प्रसार आणि सामाजिक धारणा यांचा संबंध मानवी संस्कृतीच्या प्रारंभापासूनच अत्यंत घनिष्ठ राहिला आहे. ऐतिहासिकदृष्ट्या, अफवा किंवा चुकीची माहिती पसरवण्याचे प्रमाण नेहमीच होते, परंतु डिजिटल युगात या प्रक्रियेला 'डेटा' आणि 'अल्गोरिदम' यांच्या ताकदीने एक अत्यंत भीषण आणि संरचित स्वरूप प्राप्त करून दिले आहे. ज्याला आपण 'खोट्या बातम्या' किंवा 'फेक न्यूज' म्हणतो, ती केवळ मानवी चुकीमुळे निर्माण झालेली माहिती नसून, तिची निर्मिती, प्रसार आणि प्रभाव यामागे एक मोठे आर्थिक आणि राजकीय अर्थकारण दडलेले आहे. समाजशास्त्रीय दृष्टिकोनातून पाहिल्यास, खोट्या बातम्यांच्या महापुराने समाजात सत्याची व्याख्याच बदलून टाकली आहे. आज माहितीची विश्वासार्हता ही पुराव्यांवर नसून, ती किती वेळा आपल्या डोळ्यासमोरून जाते आणि आपल्या भावनांना किती तीव्रतेने स्पर्श करते, यावर ठरवली जात आहे. ही प्रक्रिया तांत्रिक प्रगतीचे एक असे गडद वास्तव आहे, ज्याने लोकशाहीच्या पायाभूत तत्त्वांनाच सुरुंग लावला आहे.

खोट्या बातम्यांच्या निर्मितीमागील आर्थिक हितसंबंधांचे विश्लेषण करणे अत्यंत अनिवार्य आहे. डिजिटल मंचांवर माहितीचा प्रत्येक तुकडा हा नफा कमावण्याचे साधन असतो. सामाजिक माध्यमांतील अल्गोरिदम (संगणकीय कार्यप्रणाली) अशा प्रकारे बनवलेले असतात

की, ते वापरकर्त्याचे लक्ष (Attention) जास्तीत जास्त वेळ खेचून ठेवतील अशा सामग्रीला प्राधान्य देतात. यालाच 'अटेंशन इकॉनॉमी' किंवा 'लक्ष वेधून घेणारे अर्थकारण' असे म्हणतात. खोट्या बातम्या अनेकदा अत्यंत सनसनाटी, भावनिक आणि चिथावणीखोर असतात. सनसनाटी माहितीला नैसर्गिकरीत्या जास्त प्रसार मिळतो, कारण ती मानवी मेंदूमध्ये त्वरित उत्सुकता किंवा भीती निर्माण करते. जेव्हा एखादी चुकीची बातमी वेगाने 'व्हायरल' होते, तेव्हा त्यातून मोठ्या प्रमाणात डेटा निर्माण होतो आणि जाहिरातींच्या माध्यमातून कंपन्यांना प्रचंड आर्थिक नफा मिळतो. म्हणजेच, खोट्या बातम्यांचा प्रसार हा या कंपन्यांच्या 'डेटा कमाईच्या' प्रारूपाचा (Revenue Model) एक अपरिहार्य भाग बनला आहे.

अल्गोरिद्मिक प्रभावाचा विचार करताना हे लक्षात येते की, सोशल मीडिया प्लॅटफॉर्म्स केवळ माहिती पुरवण्याचे माध्यम राहिलेले नाहीत, तर ते माहितीचे 'संपादक' बनले आहेत. हे अल्गोरिदम कोणत्या प्रकारची सामग्री वापरकर्त्याच्या समोर आणतात, हे त्याच्या मागील वर्तनावरून (Behavioral Data) ठरवले जाते. यामध्ये 'पुष्टीकरण पूर्वधारणा' (Confirmation Bias) ही मानवी प्रवृत्ती महत्त्वाची भूमिका बजावते. अल्गोरिदमला माहित असते की वापरकर्त्याला काय आवडते आणि कशामुळे तो चिथावणीखोर प्रतिक्रिया देईल. यामुळे सत्यापेक्षा 'संबंधित' वाटणाऱ्या माहितीला जास्त महत्त्व दिले जाते. खोट्या बातम्या अनेकदा लोकांच्या आधीच असलेल्या पूर्वग्रहांना खतपाणी घालतात, ज्यामुळे त्या अधिक विश्वासार्ह वाटू लागतात. माहितीच्या प्रवाहावर हे तांत्रिक नियंत्रण इतके सूक्ष्म असते की, मतदाराला किंवा नागरिकाला आपण स्वतंत्रपणे माहिती निवडत आहोत असे वाटते,

परंतु वास्तवात त्याचे विचार विश्व एका अल्गोरिद्मिक चौकटीत बंदिस्त केलेले असते.

मानसशास्त्रीय आयामांचे विश्लेषण करताना 'इल्ल्युजरी ट्रूथ इफेक्ट' किंवा 'भ्रामक सत्य परिणाम' या संकल्पनेचा विचार करणे गरजेचे आहे. मानवी मेंदूची ही एक प्रवृत्ती आहे की, एखादी माहिती जेव्हा वारंवार आपल्या समोर येते, तेव्हा तिची सत्यता न पडताळता आपण त्यावर विश्वास ठेवू लागतो. माहितीच्या पुनरावृत्तीमुळे निर्माण होणारा हा विश्वास खोट्या बातम्यांच्या प्रसारासाठी अत्यंत पोषक ठरतो. व्हॉट्सॲप किंवा फेसबुकसारख्या मंचांवर जेव्हा एखादी खोटी माहिती वारंवार शेअर केली जाते, तेव्हा ती हळूहळू 'सत्य' म्हणून स्वीकारली जाते. भीती-आधारित संदेश, समूह ओळख आणि भावनिक उत्तेजन देणारी सामग्री या प्रक्रियेला अधिक वेगवान करते. तांत्रिक साधनांमुळे माहितीचा वेग वाढला आहे, परंतु त्या माहितीचे विवेकी मूल्यमापन करण्याची मानवी क्षमता मात्र कमी झाली आहे. यातून निर्माण होणारी 'गटबांधणी' वैचारिक वादापेक्षा टोकाच्या द्वेषाकडे झुकणारी असते.

खोट्या बातम्या आणि सामाजिक ध्रुवीकरण (Social Polarization) यांचा भारतीय संदर्भात विचार करणे अत्यंत महत्त्वाचे आहे. भारतीय सामाजिक रचनेत जात, धर्म, भाषा आणि प्रादेशिकता या अस्मिता प्रबळ आहेत. खोट्या बातम्यांच्या माध्यमातून या अस्मितांना अधिक धारदार केले जाते. ग्रामीण भागात जिथे डिजिटल साक्षरतेचे प्रमाण कमी आहे, तिथे एखादी चुकीची चित्रफीत किंवा संदेश सामाजिक हिंसाचाराला कारणीभूत ठरू शकतो. शहरी भागात हे ध्रुवीकरण विचारधारात्मक असते, तर ग्रामीण भागात ते अनेकदा भौतिक संघर्षाचे रूप घेते. माहिती तंत्रज्ञानाचा हा परिणाम समाजातील सर्व घटकांवर एकसमान

होत नाही; उपेक्षित आणि अल्पशिक्षित वर्ग या खोट्या माहितीच्या राजकारणाचे सर्वात मोठे बळी ठरतात. डिजिटल प्रवेशातील विषमता ही केवळ माहिती मिळवण्यापुरती नसून, ती चुकीच्या माहितीपासून स्वतःचा बचाव करण्याच्या क्षमतेतही दिसून येते.

या संपूर्ण प्रक्रियेत पारंपरिक माध्यमांची (वृत्तपत्रे आणि वृत्तवाहिन्या) भूमिकाही चिकित्सकपणे तपासली पाहिजे. एकेकाळी पारंपरिक माध्यमे ही माहितीची शहानिशा करणारी 'द्वारपाल' (Gatekeepers) म्हणून काम करत असत. मात्र, आता स्पर्धेच्या युगात अनेक पारंपरिक माध्यमे सोशल मीडियावरील सनसनाटी कल (Trends) उचलून धरताना दिसतात. जेव्हा मुख्य प्रवाहातील माध्यमे खोट्या बातम्यांना किंवा अपूर्ण माहितीला जागा देतात, तेव्हा त्या माहितीला एक प्रकारचे 'संस्थात्मक वैधत्व' प्राप्त होते. यामुळे सर्वसामान्य नागरिकाचा गोंधळ वाढतो आणि त्याचा माहितीच्या विश्वासार्हतेवरील विश्वास उडू लागतो. राज्यसंस्था आणि राजकीय पक्ष देखील अनेकदा स्वतःच्या फायद्यासाठी या 'इन्फॉर्मेशन डिसऑर्डर' किंवा माहितीच्या गोंधळाचा वापर करताना दिसतात, ज्यामुळे लोकशाहीतील संवादाचे वातावरण गढूळ होते.

डेटा आणि सत्तासंबंधांच्या चौकटीत, खोट्या बातम्यांचा वापर जनमताचे व्यवस्थापन (Opinion Management) करण्यासाठी केला जातो. राजकीय प्रचारात डेटाचा वापर करून हे ओळखले जाते की, कोणत्या वर्गाला कोणती 'खोटी बातमी' प्रभावित करू शकेल. या सूक्ष्म-लक्ष्यीकरणामुळे (Micro-targeting) एकाच समाजातील दोन गटांना पूर्णतः भिन्न 'सत्य' सांगितले जाऊ शकते. गोपनीयतेच्या प्रश्नावर चर्चा करताना हे लक्षात येते की, खोट्या बातम्यांच्या निर्मितीसाठी वापरला

जाणारा डेटा हा वापरकर्त्याच्या खाजगी आयुष्यातून आणि त्याच्या डिजिटल हालचालींतून चोरलेला असतो. नागरिक आणि बाजार यांच्यातील सत्तासंबंधात नागरिक येथे पूर्णतः परावलंबी झाला आहे. प्रशासकीय यंत्रणांनी खोट्या बातम्या रोखण्यासाठी केलेले कायदे अनेकदा अभिव्यक्ती स्वातंत्र्यावर गदा आणणारे ठरतात, तर दुसरीकडे कायद्याच्या अभावामुळे चुकीची माहिती पसरवणाऱ्यांना मोकळे रान मिळते.

कृत्रिम बुद्धिमत्ता आणि स्वयंचलित निर्णयप्रणालीच्या युगात 'डीपफेक' (Deepfake) सारखी तंत्रज्ञाने खोट्या बातम्यांचे स्वरूप अधिक धोकादायक बनवत आहेत. आवाज नक्कल तंत्र आणि रूपांतरित दृश्यसामग्रीमुळे आता खोटे आणि खरे यातील फरक ओळखणे जवळपास अशक्य झाले आहे. अशा वेळी तांत्रिक प्रगतीला केवळ 'मुक्तीकारक' मानण्याचा अंधगौरव टाळला पाहिजे. तांत्रिक प्रगती ही एकतर्फी विनाशकारी किंवा विनाशकारी नसते; तिचे सामाजिक संदर्भात मूल्यांकन करणे अनिवार्य आहे. खोट्या बातम्यांच्या विरोधात केवळ तांत्रिक उपाय (उदा. फॅक्ट-चेकिंग) पुरेसे नाहीत, तर त्यासाठी नागरिकांमध्ये 'डिजिटल विवेक' आणि 'माध्यम साक्षरता' जागृत करणे आवश्यक आहे. सत्तेच्या या डिजिटल संघर्षात, सत्याचे रक्षण करणे ही केवळ सरकारची जबाबदारी नसून ती प्रत्येक सजग नागरिकाची कर्तव्य आहे.

खोट्या बातम्या आणि अल्गोरिद्मिक प्रभाव ही आधुनिक लोकशाही समोरील सर्वात मोठी आव्हाने आहेत. डेटा हा 'नवे सोने' असेल, तर खोट्या बातम्या या त्या सोन्याच्या खाणीतून निघणारा विषारी धूर आहे, जो संपूर्ण समाजाचे मानसिक स्वास्थ्य बिघडवत आहे. या माहितीचे

संकलन, विश्लेषण आणि वापर यांचा नफ्याशी असलेला संबंध जोपर्यंत आपण तोडत नाही, तोपर्यंत सत्याचा हा संकोच थांबवणे कठीण आहे. ग्रामीण-शहरी दरी आणि डिजिटल प्रवेशातील विषमता दूर करतानाच, आपल्याला एक असा 'डिजिटल समाज' घडवावा लागेल जो केवळ माहितीचा ग्राहक नसून तिचा चिकित्सक अभ्यासक असेल. लोकशाहीला वाचवण्यासाठी तांत्रिक साखळदंडातून विचारांचे स्वातंत्र्य मुक्त करणे हीच आजच्या काळातील सर्वात मोठी क्रांती ठरेल.

'इको चेंबर' परिणाम : डिजिटल बंदिस्तपणा आणि लोकशाही संवादाचा संकोच

मानवी समाजाचा विकास हा प्रामुख्याने विचारांच्या देवाणघेवाणीतून आणि परस्परविरोधी मतांच्या घुसळणीतून झाला आहे. लोकशाहीच्या मूलभूत चौकटीत 'चर्चा' आणि 'वाद-संवाद' यांना अनन्यसाधारण महत्त्व आहे. ऐतिहासिकदृष्ट्या, सार्वजनिक जागा, चहाच्या टपऱ्या किंवा वर्तमानपत्रांचे स्तंभ हे विविध विचारप्रवाहांच्या मिलनाचे बिंदू असायचे. मात्र, डिजिटल युगात डेटाच्या अफाट उपलब्धतेने आणि अल्गोरिदमच्या नियंत्रणाने मानवी संवादाचे स्वरूप पूर्णतः बदलून टाकले आहे. आज आपण ज्याला 'इको चेंबर' (Echo Chamber) किंवा 'प्रतिध्वनी कक्षा' म्हणतो, ती एक अशी तांत्रिक आणि मानसशास्त्रीय स्थिती आहे, जिथे व्यक्तीला केवळ तिच्याच विचारांना पुष्टी देणारी माहिती सतत मिळत राहते. समाजशास्त्रीय दृष्टिकोनातून, हा परिणाम म्हणजे माहितीचे लोकशाहीकरण नसून, ते माहितीच्या आधारे केलेले मानवी समुदायांचे 'वैचारिक कप्पेबंदीकरण'

आहे. या प्रक्रियेत डेटा हा केवळ माहितीचा स्रोत न राहता, तो समाजाला विखंडित करण्याचे एक शक्तिशाली अस्त्र बनला आहे.

'इको चेंबर' परिणामाचा पाया 'अल्गोरिद्मिक फिल्टर' (Algorithmic Filter) या संकल्पनेवर उभा आहे. सामाजिक माध्यमांतील (सोशल मीडिया) कंपन्यांना आपला नफा वाढवण्यासाठी वापरकर्त्याला जास्तीत जास्त वेळ आपल्या मंचावर खिळवून ठेवायचे असते. यासाठी ते वापरकर्त्याच्या 'वर्तनात्मक डेटा'चे विश्लेषण करतात. आपण कोणत्या पोस्टला पसंती दिली, कोणत्या प्रकारच्या लेखांवर जास्त वेळ घालवला आणि आपले मित्र कोण आहेत, यावरून अल्गोरिदमला आपल्या आवडीनिवडीचा अचूक अंदाज येतो. परिणामी, ही यंत्रणा आपल्याला अशाच प्रकारची माहिती, बातम्या आणि मते दाखवते, जी आपल्या आधीच्या विचारांशी सुसंगत आहेत. यालाच 'फिल्टर बबल' असेही म्हणतात. यामुळे व्यक्ती नकळतपणे एका अशा डिजिटल खोलीत बंदिस्त होते, जिथे तिला स्वतःच्याच विचारांचा प्रतिध्वनी पुन्हा पुन्हा ऐकू येतो. ही प्रक्रिया इतकी सूक्ष्म असते की, वापरकर्त्याला आपण केवळ सत्य किंवा लोकप्रिय माहिती पाहत आहोत असा भास होतो, परंतु वास्तवात तो विरोधी मतांपासून पूर्णतः अलिप्त राहिलेला असतो.

विरोधी मतांपासून अलिप्त राहण्याची ही प्रवृत्ती मानवी मानसशास्त्रातील 'पुष्टीकरण पूर्वधारणा' (Confirmation Bias) या घटकाला खतपाणी घालते. माणसाला निसर्गतःच स्वतःचे मत बरोबर असल्याचे पुरावे शोधण्यात आनंद मिळतो. जेव्हा डिजिटल मंच आपल्याला आपल्याच विचारधारेला पूरक ठरणारा मजकूर वारंवार पुरवतात, तेव्हा आपली विचारप्रक्रिया अधिक कट्टर आणि बंदिस्त होत जाते. या प्रक्रियेत दुसऱ्या बाजूचा तर्क किंवा वस्तुस्थिती समजून

घेण्याची क्षमता क्षीण होते. माहितीच्या पुनरावृत्तीमुळे व्यक्तीला असे वाटू लागते की संपूर्ण जग तिच्याच विचारांचे आहे, कारण तिच्या 'फीड'वर दुसरे काहीही दिसत नाही. हे तांत्रिक नियंत्रण मानवी मेंदूच्या 'समूह ओळख' (Group Identity) या नैसर्गिक गरजेचा गैरफायदा घेते, ज्यातून 'आम्ही विरुद्ध ते' असा टोकाचा संघर्ष निर्माण होतो.

लोकशाही चर्चेवर होणारा 'इको चेंबर'चा परिणाम अत्यंत चिंताजनक आहे. लोकशाहीत धोरणनिर्मिती आणि सामाजिक सलोख्यासाठी विविध घटकांमध्ये समन्वय असणे गरजेचे असते. मात्र, जेव्हा समाज विचारधारेनुसार वेगवेगळ्या तांत्रिक कप्प्यांमध्ये विभागला जातो, तेव्हा तडजोडीची जागा संघर्षाने घेतली जाते. माहितीचे हे अल्गोरिद्मिक वर्गीकरण विचारधारात्मक गटबांधणी इतकी मजबूत करते की, सत्य काय आहे यापेक्षा 'आपल्या गटाचे मत काय आहे' याला जास्त महत्त्व प्राप्त होते. या प्रक्रियेत सार्वजनिक हिताचे प्रश्न बाजूला पडतात आणि केवळ अस्मितेचे राजकारण प्रबळ होते. सत्तेच्या राजकारणात डेटाचा वापर करून अशा प्रकारे मतदारांचे ध्रुवीकरण करणे सोपे झाले आहे, कारण प्रत्येक गटाला केवळ त्याच्याच भीती आणि आशांना कुरवाळणारा डेटा पुरवला जातो. यामुळे लोकशाहीतील 'विवेकनिष्ठ संवाद' संपुष्टात येऊन त्याची जागा 'अल्गोरिद्मिक ध्रुवीकरणा'ने घेतली आहे.

भारतीय बहुभाषिक आणि बहुसांस्कृतिक समाजात या प्रक्रियेचे परिणाम अधिक गुंतागुंतीचे आणि दाहक आहेत. भारतामध्ये जात, धर्म, भाषा आणि प्रदेश या आधीच अस्तित्वात असलेल्या भेदांना 'इको चेंबर'ने तांत्रिक बळ दिले आहे. प्रादेशिक भाषांमधील मजकुराचे नियमन (Content Moderation) करणे जागतिक कंपन्यांसाठी आव्हानात्मक

असते, ज्यामुळे स्थानिक भाषांमधील व्हॉट्सॲप ग्रुप्स किंवा फेसबुक पेजेस हे द्वेषपूर्ण माहितीचे आणि कट्टरतेचे केंद्र बनतात. ग्रामीण भागात, जिथे डिजिटल साक्षरता कमी आहे, तिथे लोकांना अल्गोरिदमच्या कार्याबद्दल माहिती नसते. त्यांना वाटते की त्यांच्या मोबाईलवर आलेली माहिती हीच अंतिम सत्य आहे. शहरी भागात हे 'इको चेंबर' वैचारिक स्तरावर असतात, तर ग्रामीण भागात ते अनेकदा जातीय किंवा धार्मिक अस्मितांच्या भोवती विणले जातात. माहिती तंत्रज्ञानाचा हा परिणाम समाजातील सामाजिक सलोख्याला तडा देणारा ठरत असून, त्यामुळे विविध समुदायांमधील संवादाचे पूल तुटत चालले आहेत.

डेटा आणि सत्तासंबंधांच्या विश्लेषणात, 'इको चेंबर' हे राज्यसंस्था आणि खाजगी कंपन्यांच्या नफेखोरीचे अपत्य आहे. कंपन्यांना वापरकर्त्याचा वेळ हवा असतो, तर राजकीय सत्ताधाऱ्यांना मतदारांचे निष्ठावान गट हवे असतात. या प्रक्रियेत नागरिकाची गोपनीयता आणि स्वायत्तता पूर्णपणे धोक्यात येते. जेव्हा एखाद्या व्यक्तीचे 'प्रोफाईलिंग' केले जाते, तेव्हा तिला कोणत्या चेंबरमध्ये ठेवायचे हे अल्गोरिदम ठरवतात. नागरिक आणि बाजार यांच्यातील या संबंधात, नागरिक केवळ एक डेटा संच उरला आहे. धोरणनिर्मिती प्रक्रियेत या ध्रुवीकरणाचा वापर करून विशिष्ट समाजघटकांना झुकते माप देणे किंवा दुसऱ्या घटकांबद्दल भीती निर्माण करणे सोपे झाले आहे. गोपनीयतेचा प्रश्न येथे केवळ वैयक्तिक राहिला नसून तो समाजाच्या सामूहिक मानसिक आरोग्याशी जोडला गेला आहे.

मानसशास्त्रीय आयामांचा विचार करताना, 'इको चेंबर'मुळे मानवी मेंदूवर जो परिणाम होतो, त्याला 'कॉग्निटिव्ह डिसोनन्स' किंवा बोधात्मक विसंवाद टाळण्याची प्रवृत्ती कारणीभूत ठरते. लोक अशी

माहिती टाळतात जी त्यांच्या मूळ धारणांना धक्का देते. डिजिटल माध्यमांतील सामग्रीचे अल्गोरिद्मिक वर्गीकरण नेमके हेच काम करते. भीती-आधारित संदेशांचा प्रभाव या बंदिस्त खोल्यांमध्ये अधिक तीव्र असतो, कारण तिथे त्या माहितीला आव्हान देणारे कोणीही नसते. माहितीवर विश्वास ठेवण्याच्या मानवी प्रवृत्तीचा वापर करून 'भ्रामक सत्य' निर्माण केले जाते. तांत्रिक प्रगतीला केवळ मुक्तीकारक मानण्याचा अंधगौरव येथे उघडा पडतो, कारण ती मानवी विचारांच्या क्षितिजाला विस्तीर्ण करण्याऐवजी अधिक संकुचित करत आहे.

कृत्रिम बुद्धिमत्ता आणि स्वयंचलित निर्णयप्रणाली जेव्हा या प्रक्रियेत सहभागी होतात, तेव्हा हे 'इको चेंबर' अधिक अभेद्य बनतात. अशा वेळी, तांत्रिक प्रगतीला एकतर्फी विनाशकारी किंवा मुक्तीकारक ठरवण्याऐवजी, तिचे सामाजिक संदर्भात मूल्यांकन करणे अनिवार्य आहे. या तांत्रिक सापळ्यातून बाहेर पडण्यासाठी 'डिजिटल विवेक' आणि 'माध्यम साक्षरता' यांची गरज आहे. नागरिकांनी जाणीवपूर्वक स्वतःच्या विचारांच्या विरुद्ध असलेल्या माहितीचा शोध घेणे आणि अल्गोरिदमच्या मर्यादा समजून घेणे आवश्यक आहे. सत्तेच्या या डिजिटल खेळात, विचारस्वातंत्र्य टिकवून ठेवण्यासाठी आपल्याला या 'प्रतिध्वनी कक्षांच्या' भिंती ओलांडून प्रत्यक्ष संवादाकडे वळावे लागेल.

'इको चेंबर' परिणाम हा आधुनिक लोकशाहीसमोरील एक गंभीर संरचनात्मक धोका आहे. डेटा हा 'नवे सोने' असेल, तर हे 'इको चेंबर' त्या सोन्याच्या खाणीतील अंधाऱ्या कोठड्या आहेत, जिथे मानवी विवेक हरवण्याची भीती आहे. या माहितीचे संकलन, विश्लेषण आणि वापर यांचा नफ्याशी असलेला संबंध जोपर्यंत बदलला जात नाही, तोपर्यंत वैचारिक स्वातंत्र्य धोक्यातच राहील. ग्रामीण-शहरी दरी आणि

डिजिटल प्रवेशातील विषमता दूर करतानाच, आपल्याला एक असा 'डिजिटल सार्वजनिक अवकाश' (Digital Public Square) निर्माण करावा लागेल, जिथे सर्व विचारप्रवाहांचा सन्मान होईल आणि संवादाची दारे सदैव उघडी राहतील.

प्रकरण ६ : गोपनीयतेचा प्रश्न

गोपनीयतेची संकल्पना : वैयक्तिक अवकाश आणि डिजिटल स्वायत्तता

मानवी संस्कृतीच्या विकासक्रमात 'गोपनीयता' (Privacy) ही संकल्पना नेहमीच व्यक्तिस्वातंत्र्य आणि मानवी प्रतिष्ठेचा अविभाज्य भाग राहिली आहे. ऐतिहासिकदृष्ट्या, गोपनीयतेचा संबंध प्रामुख्याने भौतिक अवकाशाशी, म्हणजेच स्वतःच्या घराच्या चार भिंतींमध्ये सुरक्षित राहण्याशी जोडला गेला होता. प्राचीन काळापासून मानवी समुदायांनी खाजगी आणि सार्वजनिक अशा दोन स्पष्ट सीमा रेषा आखल्या होत्या. मात्र, डिजिटल युगाच्या आगमनाने गोपनीयतेच्या या पारंपारिक व्याख्यांना पूर्णतः बदलून टाकले आहे. आज गोपनीयता म्हणजे केवळ 'एकटे राहण्याचा अधिकार' (Right to be let alone) उरलेला नसून, ती प्रामुख्याने 'वैयक्तिक माहितीवरील नियंत्रण मिळवण्याचा अधिकार' बनली आहे. समाजशास्त्रीय दृष्टिकोनातून, गोपनीयता ही एक अशी सामाजिक गरज आहे जी व्यक्तीला समाजाचा भाग राहूनही स्वतःची स्वतंत्र ओळख आणि वैचारिक स्वायत्तता जपण्यास मदत करते. तंत्रज्ञानाच्या वाढत्या प्रभावामुळे आता गोपनीयता ही भौतिक जगातून डिजिटल विश्वात स्थलांतरित झाली असून, ती सत्ता आणि अधिकार यांच्या संघर्षाचे मुख्य रणमैदान ठरली आहे.

गोपनीयतेच्या संकल्पनेचे विश्लेषण करताना तिचे वैयक्तिक, कौटुंबिक आणि डिजिटल अशा तीन प्रमुख स्तरांवर वर्गीकरण करणे अनिवार्य

आहे. वैयक्तिक गोपनीयता ही व्यक्तीच्या शरीराशी, तिच्या विचारांशी आणि तिने स्वतःसाठी निवडलेल्या जीवनशैलीशी संबंधित असते. कौटुंबिक गोपनीयता ही घरातील अंतर्गत संबंध आणि संवादाला बाहेरील हस्तक्षेपापासून सुरक्षित ठेवते. मात्र, आजच्या काळात 'डिजिटल गोपनीयता' हा सर्वात कळीचा स्तर बनला आहे. डिजिटल गोपनीयता म्हणजे व्यक्तीच्या ऑनलाइन हालचाली, तिचा शोध इतिहास, सामाजिक माध्यमांवरील संवाद आणि आर्थिक व्यवहारांची माहिती कोणाला, कधी आणि किती प्रमाणात उपलब्ध असावी, हे ठरवण्याचा अधिकार होय. यालाच 'माहितीपूर्ण स्वायत्तता' (Informational Autonomy) असेही म्हणतात. जेव्हा एखादी संस्था किंवा राज्य नागरिकांच्या संमतीशिवाय या माहितीवर ताबा मिळवते, तेव्हा केवळ गोपनीयतेचा भंग होत नाही, तर त्या व्यक्तीच्या स्वातंत्र्याच्या मूळ चौकटीलाच धक्का पोहोचतो.

भारतीय लोकशाहीच्या संदर्भात गोपनीयतेचा अधिकार हा अत्यंत महत्त्वाचा कायदेशीर आणि घटनात्मक विषय आहे. भारतीय संविधानात गोपनीयतेचा उल्लेख मूळतः स्वतंत्र मूलभूत अधिकार म्हणून केलेला नव्हता. तथापि, न्यायव्यवस्थेने विविध ऐतिहासिक निकालांच्या माध्यमातून या अधिकाराचा विस्तार केला आहे. सर्वोच्च न्यायालयाने २०१७ मध्ये 'न्यायमूर्ती के. एस. पुट्टास्वामी विरुद्ध केंद्र सरकार' या खटल्यात दिलेल्या ऐतिहासिक निर्णयाने गोपनीयतेला संविधानाच्या कलम २१ (जीवन आणि वैयक्तिक स्वातंत्र्याचा अधिकार) अंतर्गत एक 'मूलभूत अधिकार' म्हणून मान्यता दिली. या निर्णयाने हे स्पष्ट केले की, मानवी प्रतिष्ठा टिकवून ठेवण्यासाठी गोपनीयतेचे रक्षण करणे ही राज्याची घटनात्मक जबाबदारी आहे.

राज्यशास्त्राच्या परिप्रेक्ष्यातून पाहिले तर, हा अधिकार नागरिकांना राज्यसंस्थेच्या अनियंत्रित देखरेखीपासून संरक्षण देणारे एक महत्त्वाचे ढाल आहे. माहिती तंत्रज्ञानाचा वापर करताना राज्यसंस्थेला आता नागरिकांच्या या मूलभूत हक्काचा आदर करणे अनिवार्य झाले आहे.

गोपनीयतेच्या चर्चेतील सर्वात मोठा पेच म्हणजे 'सार्वजनिक हित आणि वैयक्तिक हक्क' यांमधील समतोल साधणे हा होय. अनेकदा राज्यसंस्था राष्ट्रीय सुरक्षा, गुन्हेगारी नियंत्रण किंवा लोककल्याणकारी योजनांच्या प्रभावी अंमलबजावणीसाठी नागरिकांचा डेटा संकलित करणे आवश्यक असल्याचे समर्थन करते. उदाहरणार्थ, आधारसारख्या प्रकल्पांमधून मिळणारी माहिती सार्वजनिक वितरणातील भ्रष्टाचार रोखण्यासाठी उपयुक्त ठरते, परंतु त्याच वेळी ती माहिती व्यक्तीच्या खाजगी आयुष्यात डोकावण्याचे साधनही बनू शकते. सार्वजनिक हिताच्या नावाखाली वैयक्तिक स्वातंत्र्याचा बळी दिला जाऊ नये, हे तत्त्व लोक प्रशासनाच्या अभ्यासात अत्यंत महत्त्वाचे आहे. डेटा संकलन करताना ते 'प्रमाणात' (Proportionality) असणे आणि त्याचा विशिष्ट कायदेशीर उद्देश असणे गरजेचे आहे. नागरिक आणि राज्य यांच्यातील हा सत्तासंबंध समतोल राखण्यावरच लोकशाहीचे यश अवलंबून आहे.

भारतीय सामाजिक रचनेचा विचार करता, गोपनीयतेची संकल्पना ग्रामीण आणि शहरी भागात विषम पद्धतीने समजली जाते. शहरी भागात वैयक्तिक अवकाशाबद्दल जाणीव अधिक असली, तरी डिजिटल मंचांवर डेटा सोपवण्याचे प्रमाण तिथे सर्वाधिक आहे. याउलट, ग्रामीण भागात कौटुंबिक आणि सामाजिक संबंधांमध्ये गोपनीयता कमी असली तरी, डिजिटल देखरेखीचे परिणाम तिथल्या लोकांसाठी अधिक घातक

ठरू शकतात. भाषिक विविधता आणि शैक्षणिक असमानतेमुळे अनेक नागरिकांना आपले कोणते हक्क डावलले जात आहेत, याची जाणीव नसते. माहिती तंत्रज्ञानाचा हा परिणाम समाजातील सर्व घटकांवर एकसमान होत नाही; उपेक्षित वर्गाचा डेटा अनेकदा राज्यसंस्थेच्या अधिक नियंत्रणाखाली असतो, तर उच्चभ्रू वर्गाकडे आपली गोपनीयता जपण्यासाठी अधिक तांत्रिक संसाधने उपलब्ध असतात. ही 'डिजिटल विषमता' गोपनीयतेच्या अधिकाराला वर्गीय स्वरूप देते.

डेटा आणि सत्तासंबंधांच्या विश्लेषणात खासगी कंपन्यांची भूमिकाही राज्यसंस्थेइतकीच महत्त्वाची आहे. बाजारव्यवस्था नफा कमवण्यासाठी मानवी अनुभवांचे डेटामध्ये रूपांतर करते, ज्याला 'निगराणी भांडवलशाही' म्हटले जाते. या प्रक्रियेत गोपनीयतेला एक 'अडथळा' मानले जाते. कंपन्या वापरकर्त्याला सोयीसुविधांचे आमिष दाखवून त्याचा डेटा संकलित करतात. जेव्हा व्यक्तीचा डेटा हा बाजारपेठेतील चलन बनतो, तेव्हा तिची स्वायत्तता धोक्यात येते. धोरणनिर्मिती प्रक्रियेत केवळ आर्थिक विकासाला प्राधान्य न देता, मानवी प्रतिष्ठेला केंद्रस्थानी ठेवणे ही काळाची गरज आहे. डिजिटल वैयक्तिक माहिती संरक्षण कायदे हे नागरिक आणि बाजार यांच्यातील या विषम सत्तासंबंधाला संतुलित करण्यासाठी आवश्यक आहेत.

मानसशास्त्रीय आयामांचा विचार केल्यास, गोपनीयतेचा अभाव मानवी वर्तनात बदल घडवून आणतो. जेव्हा एखाद्या व्यक्तीला माहित असते की तिच्यावर सतत नजर ठेवली जात आहे, तेव्हा ती नैसर्गिक अभिव्यक्ती टाळते आणि व्यवस्थेला अपेक्षित असलेले वर्तन करू लागते. यालाच 'चिलिंग इफेक्ट' असे म्हणतात. माहितीवर विश्वास ठेवण्याच्या मानवी प्रवृत्तीचा गैरफायदा घेऊन, डिजिटल मंचांवरील

अल्गोरिदम व्यक्तीला विशिष्ट माहितीच्या चौकटीत बंदिस्त करतात. यातून विचारधारात्मक गटबांधणी मजबूत होते, कारण व्यक्तीला विरोधी विचारांपासून अलिप्त ठेवले जाते. तांत्रिक प्रगतीला केवळ मुक्तीकारक न मानण्याचे हे एक महत्त्वाचे कारण आहे, कारण तिने मानवी मनाच्या कोपऱ्यातही डेटाच्या माध्यमातून शिरकाव केला आहे.

कृत्रिम बुद्धिमत्ता आणि स्वयंचलित निर्णयप्रणालीच्या युगात, गोपनीयतेची व्याख्या अधिक व्यापक होण्याची गरज आहे. या प्रणाली डेटाचा वापर करून व्यक्तीच्या भविष्यातील वर्तणुकीचे भाकीत वर्तवतात, जे स्वायत्ततेच्या तत्त्वावर घाला घालणारे ठरू शकते. अशा वेळी तांत्रिक प्रगतीला अंधगौरव किंवा भीतीजनक अतिशयोक्ती टाळून सामाजिक संदर्भात मूल्यमापन करणे अनिवार्य आहे. तांत्रिक प्रगती ही विनाशकारी किंवा मुक्तीकारक नसते, तर आपण तिचे कायदेशीर आणि नैतिक नियंत्रण कसे करतो, यावर तिचे परिणाम अवलंबून असतात. सत्तेच्या या डिजिटल संघर्षात, गोपनीयता हा केवळ वैयक्तिक प्रश्न उरलेला नसून तो लोकशाहीच्या अस्तित्वाचा प्रश्न बनला आहे.

शेवटी, गोपनीयता ही संकल्पना डिजिटल युगातील मानवी हक्कांचा मूळ गाभा आहे. डेटा हा 'नवे सोने' असेल, तर गोपनीयता हे त्या सोन्याला सुरक्षित ठेवणारे तिजोरी आहे. या माहितीचे संकलन, विश्लेषण आणि वापर यांचा आर्थिक नफ्याशी आणि प्रशासकीय नियंत्रणाशी असलेला संबंध चिकित्सक पद्धतीने समजून घेणे ही काळाची गरज आहे. ग्रामीण-शहरी दरी आणि डिजिटल प्रवेशातील विषमता दूर करतानाच, प्रत्येक नागरिकाला आपल्या 'डिजिटल ओळखी'वर ताबा मिळवून देणे, हेच खऱ्या सुशासनाचे लक्षण ठरेल.

गोपनीयतेचा संघर्ष हा केवळ तंत्रज्ञानाविरुद्ध नसून, तो मानवी प्रतिष्ठा आणि वैयक्तिक स्वायत्तता जपण्याचा एक चिरंतन लढा आहे.

वैयक्तिक स्वातंत्र्य आणि राज्य नियंत्रण : डिजिटल युगातील सत्तासंघर्ष

मानवी संस्कृतीच्या इतिहासात व्यक्तीचे स्वातंत्र्य आणि राज्यसंस्थेचे नियंत्रण यांमधील संघर्ष हा राजकीय सिद्धांतांचा केंद्रबिंदू राहिला आहे. पारंपारिक लोकशाहीत व्यक्तीच्या खाजगी आयुष्यात राज्याचा हस्तक्षेप मर्यादित असावा, हे तत्त्व मान्य केले गेले होते. मात्र, डिजिटल क्रांतीने या संघर्षाला एक नवीन आणि अधिक जटिल परिमाण प्राप्त करून दिले आहे. आजच्या काळात राज्यसंस्थेसाठी 'डेटा' हा केवळ प्रशासकीय सुविधेचा भाग राहिलेला नसून, तो नागरिकांवर नियंत्रण मिळवण्याचे आणि सत्तेचे एकत्रीकरण करण्याचे सर्वात प्रभावी साधन बनला आहे. राष्ट्रीय सुरक्षेच्या नावाखाली राबवली जाणारी निगराणी यंत्रणा आणि माहिती तंत्रज्ञानाचा वाढता वापर यामुळे वैयक्तिक स्वातंत्र्य आणि राज्य नियंत्रण यांच्यातील सीमा धूसर होऊ लागल्या आहेत. समाजशास्त्रीय दृष्टिकोनातून, हा बदल म्हणजे 'लोकशाही राज्याचे' हळूहळू एका 'देखरेख समाजात' (Surveillance Society) होत असलेले रूपांतर आहे, जिथे तंत्रज्ञान हे मुक्तीचे साधन न राहता नियंत्रणाचे माध्यम बनले आहे.

राष्ट्रीय सुरक्षा आणि नागरिकांची निगराणी (Surveillance) या संकल्पनांमधील संबंध आधुनिक काळात अत्यंत घनिष्ठ झाला आहे. दहशतवाद, सायबर हल्ले आणि अंतर्गत बंडाळी रोखण्यासाठी राज्यसंस्था नागरिकांच्या डिजिटल संवादावर, हालचालींवर आणि

आर्थिक व्यवहारांवर सतत लक्ष ठेवणे आवश्यक असल्याचे समर्थन करते. यालाच 'प्रतिबंधात्मक निगराणी' असे म्हणतात. मात्र, ही निगराणी जेव्हा सार्वत्रिक होते, तेव्हा ती व्यक्तीच्या विचार करण्याच्या आणि अभिव्यक्त होण्याच्या स्वातंत्र्यावर गदा आणते. जेव्हा नागरिकांना माहित असते की त्यांच्या प्रत्येक हालचालीची नोंद घेतली जात आहे, तेव्हा ते नैसर्गिकरित्या स्वतःवर एक प्रकारची 'स्वयं-निबंधने' लादून घेतात. यातून लोकशाहीला आवश्यक असलेला मुक्त संवाद आणि विरोधी मते मांडण्याची हिंमत कमी होत जाते. राज्यशास्त्राच्या परिप्रेक्ष्यातून पाहिले तर, ही प्रक्रिया सत्तेच्या अशा एका संरचनेची निर्मिती करते जिथे राज्याकडे माहितीची अभूतपूर्व ताकद असते, तर नागरिक मात्र पूर्णतः पारदर्शक आणि उघडा पडतो.

डिजिटल ओळख प्रणाली, जसे की भारतातील 'आधार', या प्रक्रियेत अत्यंत महत्त्वाची भूमिका बजावतात. या प्रणालींच्या माध्यमातून नागरिकांची बायोमेट्रिक आणि लोकसंख्याशास्त्रीय माहिती एका मध्यवर्ती डेटाबेसमध्ये साठवली जाते. प्रशासकीय सुलभतेसाठी या प्रणाली अत्यंत फायदेशीर ठरतात; उदा. सरकारी योजनांचे लाभ थेट लाभार्थीपर्यंत पोहोचवणे किंवा भ्रष्टाचार रोखणे. मात्र, या सुलभतेच्या बदल्यात गोपनीयतेचा मोठा धोका निर्माण होतो. जेव्हा व्यक्तीची सर्व खाजगी माहिती—तिचे बँक खाते, तिचे आरोग्य, तिचे शिक्षण आणि तिचे सामाजिक संबंध—एकाच डिजिटल ओळखीशी जोडले जातात, तेव्हा राज्यसंस्थेसाठी त्या व्यक्तीचे संपूर्ण 'प्रोफाइलिंग' करणे सोपे होते. या डेटा केंद्रीकरणाचे सामाजिक परिणाम अत्यंत गंभीर असू शकतात. एखाद्या विशिष्ट विचारधारेच्या किंवा समुदायाच्या लोकांना लक्ष्य करण्यासाठी किंवा त्यांच्या हक्कांवर गदा आणण्यासाठी या

माहितीचा गैरवापर केला जाण्याची शक्यता नाकारता येत नाही. यामुळे लोकशाहीतील सत्तेचे संतुलन बिघडून राज्य अधिक अधिकारशाहीकडे झुकण्याचा धोका निर्माण होतो.

डेटा केंद्रीकरण केवळ प्रशासकीय कार्यक्षमता वाढवत नाही, तर ते सामाजिक स्तरावर एक नवीन प्रकारची विषमता निर्माण करते. ज्यांच्याकडे या डेटावर नियंत्रण ठेवण्याचे तांत्रिक कौशल्य आणि अधिकार आहेत, ते समाजातील इतर घटकांवर वर्चस्व गाजवू शकतात. भारतीय सामाजिक रचनेचा विचार करता, ग्रामीण आणि शहरी भागातील डिजिटल दरीमुळे ही विषमता अधिक तीव्र होते. ग्रामीण भागातील नागरिकांना अनेकदा हे समजत नाही की त्यांच्या डिजिटल ओळखीचा वापर कसा केला जात आहे. शैक्षणिक असमानतेमुळे ते या तांत्रिक नियंत्रणाचे सर्वात सोपे बळी ठरतात. माहिती तंत्रज्ञानाचा हा परिणाम समाजातील सर्व घटकांवर एकसमान होत नाही; उपेक्षित आणि अल्पशिक्षित वर्गासाठी हा डेटा अनेकदा शोषणाचे आणि बहिष्काराचे साधन बनतो. जर एखाद्या तांत्रिक त्रुटीमुळे किंवा अल्गोरिद्मिक पक्षपातामुळे एखाद्या व्यक्तीचा डेटा चुकीचा नोंदवला गेला, तर तिला सरकारी लाभांपासून वंचित राहावे लागते, ज्यामुळे तिची सामाजिक आणि आर्थिक असुरक्षितता वाढते.

राज्य आणि खाजगी कंपन्यांमधील डेटा देवाणघेवाण (Public-Private Partnership in Data) हा या संघर्षाचा आणखी एक कळीचा मुद्दा आहे. अनेकदा सरकारी सेवा पुरवण्यासाठी राज्यसंस्था खाजगी तंत्रज्ञान कंपन्यांची मदत घेते. या प्रक्रियेत नागरिकांचा संवेदनशील डेटा या कंपन्यांच्या हाती लागतो. खाजगी कंपन्यांना आर्थिक नफा हवा असतो, तर राज्यसंस्थेला प्रशासकीय नियंत्रण हवे असते. या दोघांच्या युतीतून

'निगराणी भांडवलशाही' अधिक शक्तिशाली होते. कंपन्या या डेटाचा वापर करून ग्राहकांच्या वर्तणुकीचे विश्लेषण करतात, तर राज्यसंस्था त्याचा वापर राजकीय व्यवस्थापनासाठी करू शकते. या प्रक्रियेत नागरिकाची गोपनीयता आणि स्वायत्तता पूर्णतः धोक्यात येते. धोरणनिर्मिती प्रक्रियेत जेव्हा खाजगी हितसंबंध आणि सार्वजनिक सुरक्षा यांचा मिलाफ होतो, तेव्हा वैयक्तिक स्वातंत्र्याचे रक्षण करणे हे दुय्यम ठरते. नागरिक आणि राज्य, तसेच व्यक्ती आणि बाजार यांच्यातील सत्तासंबंध अधिक पारदर्शक होण्याऐवजी, ते अधिक गुंतागुंतीचे आणि गोपनीय होतात.

मानसशास्त्रीय आयामांचे विश्लेषण करताना हे स्पष्ट होते की, सततची निगराणी मानवी मेंदूवर 'सतर्कतेचा ताण' निर्माण करते. माहितीवर विश्वास ठेवण्याच्या मानवी प्रवृत्तीचा गैरफायदा घेऊन राज्यसंस्था किंवा कंपन्या नागरिकांना त्यांच्याच डेटाच्या आधारे विशिष्ट विचारधारेकडे वळवू शकतात. भीती-आधारित संदेश किंवा राष्ट्रीय सुरक्षेचा बागुलबुवा उभा करून लोकांकडून त्यांच्या गोपनीयतेचे हक्क सहजपणे काढून घेतले जातात. डिजिटल माध्यमांतील सामग्रीचे अल्गोरिद्मिक वर्गीकरण विचारधारात्मक गटबांधणी मजबूत करते, ज्यामुळे समाजात संवादाची जागा संशयाने घेतली जाते. तांत्रिक प्रगतीला केवळ मुक्तीकारक किंवा विनाशकारी न ठरवता, तिचे अशा प्रकारे सामाजिक संदर्भात मूल्यांकन करणे आवश्यक आहे, कारण ती आपल्या स्वातंत्र्याच्या मूलभूत व्याख्या बदलत आहे.

गोपनीयतेच्या प्रश्नावर चर्चा करताना भारतीय संदर्भात 'डिजिटल वैयक्तिक माहिती संरक्षण' कायद्याची भूमिका चिकित्सकपणे तपासणे गरजेचे आहे. या कायद्यात राज्यसंस्थेला दिलेली काही विशेष सूट

(Exemptions) राष्ट्रीय सुरक्षेच्या नावाखाली नागरिकांच्या हक्कांवर मर्यादा आणू शकते. प्रशासकीय यंत्रणा आणि तांत्रिक अंमलबजावणीतील मर्यादांमुळे हा कायदा खरोखरच नागरिकांचे संरक्षण करेल की केवळ राज्य नियंत्रणाला कायदेशीर अधिष्ठान देईल, हा मोठा प्रश्न आहे. सत्तेच्या या डिजिटल खेळात, नागरिक आणि राज्य यांच्यातील सत्तासंबंध स्पष्ट करणे आणि वैयक्तिक स्वातंत्र्याचा संकोच टाळणे हे लोकशाहीसमोरील सर्वात मोठे आव्हान आहे. कृत्रिम बुद्धिमत्ता आणि स्वयंचलित निर्णयप्रणाली जेव्हा या प्रक्रियेत सहभागी होतात, तेव्हा हे नियंत्रण मानवी हस्तक्षेपाच्या पलीकडे जाण्याची भीती असते.

वैयक्तिक स्वातंत्र्य आणि राज्य नियंत्रण यांमधील संघर्ष हा डिजिटल युगात एका निर्णायक टप्प्यावर पोहोचला आहे. डेटा हा 'नवे सोने' असेल, तर राज्यसंस्था ही त्या सोन्याचे सर्वात मोठी साठेबाज बनली आहे. माहितीचे संकलन, विश्लेषण आणि वापर यांतून निर्माण होणारी सत्ता ही पारंपारिक लष्करी सत्तेपेक्षाही अधिक प्रभावी आणि सूक्ष्म आहे. ग्रामीण-शहरी दरी आणि सामाजिक विषमता दूर करतानाच, प्रत्येक नागरिकाच्या गोपनीयतेचे आणि स्वातंत्र्याचे रक्षण करणे हीच खऱ्या लोकशाहीची कसोटी आहे. तांत्रिक प्रगतीला अंधगौरव किंवा भीतीजनक अतिशयोक्ती टाळून संतुलितपणे पाहणे अनिवार्य आहे, कारण आपला लढा केवळ यंत्रांशी नसून, त्या यंत्रांमागे दडलेल्या सत्ताकांक्षी संरचनांशी आहे.

डेटा गळती आणि सायबर सुरक्षा : वैयक्तिक माहितीच्या चोरीचे सामाजिक व संस्थात्मक परिणाम

डिजिटल क्रांतीच्या प्रवासात ज्याप्रमाणे माहितीचा साठा ही एक प्रचंड मोठी संपत्ती मानली गेली, त्याचप्रमाणे त्या माहितीचे संरक्षण हे आधुनिक राज्यासमोरील सर्वात मोठे आव्हान ठरले आहे. ऐतिहासिकदृष्ट्या माहितीची चोरी ही भौतिक स्वरूपात, म्हणजे कागदपत्रे चोरून किंवा गुप्तहेरांमार्फत केली जात असे. मात्र, आजच्या काळात 'डेटा गळती' (Data Leak) किंवा 'डेटा ब्रीच' ही एक जागतिक समस्या बनली असून तिचे स्वरूप अत्यंत तांत्रिक आणि अदृश्य आहे. जेव्हा एखादी संस्था आपल्याकडे असलेला नागरिकांचा किंवा ग्राहकांचा संवेदनशील डेटा सुरक्षित ठेवण्यात अपयशी ठरते आणि ती माहिती अनधिकृत व्यक्तींच्या किंवा गुन्हेगारी टोळ्यांच्या हाती लागते, तेव्हा त्याला डेटा गळती असे म्हटले जाते. समाजशास्त्रीय आणि राजकीय परिप्रेक्ष्यातून, ही केवळ तांत्रिक चूक नसून ती नागरिकांच्या गोपनीयतेच्या मूलभूत अधिकाराचे उल्लंघन आणि राज्यसंस्थेच्या विश्वासार्हतेवर निर्माण झालेले प्रश्नचिन्ह आहे. डेटा हा 'नवे सोने' असेल, तर डेटा गळती ही त्या सोन्याच्या खाणीवर पडलेला दरोडा आहे, ज्याचे परिणाम संपूर्ण समाजव्यवस्थेला भोगावे लागतात.

बँकिंग आणि वित्तीय क्षेत्रातील डेटा गळती ही आधुनिक अर्थव्यवस्थेपुढील सर्वात गंभीर टांगती तलवार आहे. यूपीआय, इंटरनेट बँकिंग आणि विविध डिजिटल पाकीट (Digital Wallets) सेवांच्या प्रसारामुळे नागरिकांची सर्व आर्थिक माहिती डिजिटल स्वरूपात उपलब्ध आहे. जेव्हा एखाद्या बँकेचा किंवा वित्तीय संस्थेचा

डेटा लीक होतो, तेव्हा त्यात ग्राहकांचे नाव, पत्ता, पॅन कार्ड क्रमांक आणि महत्त्वाचे म्हणजे त्यांच्या बँक व्यवहारांचा इतिहास उघड होतो. या माहितीचा वापर करून सायबर गुन्हेगार लोकांची आर्थिक फसवणूक करतात किंवा त्यांच्या नावाने बनावट व्यवहार करतात. भारतीय सामाजिक रचनेत, जिथे ग्रामीण भागातील अनेक नागरिक डिजिटल व्यवहारांशी नुकतेच जोडले गेले आहेत, तिथे अशा प्रकारची गळती त्यांच्या आयुष्यभराची पुंजी धोक्यात आणू शकते. ही आर्थिक असुरक्षितता केवळ वैयक्तिक पातळीवर राहत नाही, तर ती संपूर्ण बँकिंग यंत्रणेवरील लोकांच्या विश्वासाला तडा देते, ज्यामुळे लोक पुन्हा रोख व्यवहारांकडे वळण्याची भीती असते.

आरोग्य क्षेत्रातील माहिती चोरी (Healthcare Data Breach) हा गोपनीयतेच्या दृष्टीने अत्यंत संवेदनशील आणि चिंताजनक विषय आहे. व्यक्तीचे वैद्यकीय अहवाल, तिचे आजार आणि तिच्या आरोग्याशी संबंधित इतर खाजगी माहिती ही तिच्या सर्वात गोपनीय अवकाशाचा भाग असते. गेल्या काही वर्षांत भारतातील आणि जगातील अनेक मोठ्या रुग्णालयांच्या डेटावर सायबर हल्ले झाल्याचे समोर आले आहे. आरोग्य डेटाची चोरी ही केवळ व्यावसायिक फायद्यासाठी केली जात नाही, तर त्यातून व्यक्तीला सामाजिक स्तरावर बदनाम करणे किंवा तिला विमा कंपन्यांच्या माध्यमातून ब्लॅकमेल करणे असे प्रकार घडू शकतात. आरोग्य माहितीचा हा लिलाव व्यक्तीच्या मानवी प्रतिष्ठेला थेट धक्का लावतो. लोक प्रशासनाच्या दृष्टिकोनातून, आरोग्य डेटाचे डिजिटलीकरण करताना जर पुरेशी सुरक्षा यंत्रणा नसेल, तर नागरिक आपली खाजगी माहिती देण्यास कचरतात, ज्यामुळे सार्वजनिक आरोग्य धोरणांच्या अंमलबजावणीत अडथळे येतात.

सरकारी संकेतस्थळांवरील सुरक्षाभंग (Government Website Data Leaks) हा विषय राष्ट्रीय सुरक्षेच्या आणि नागरिकांच्या विश्वासाच्या दृष्टीने अत्यंत गंभीर आहे. आधार, पॅन कार्ड, निवडणूक ओळखपत्र आणि इतर विविध सरकारी सेवांसाठी नागरिकांनी आपली बायोमेट्रिक आणि वैयक्तिक माहिती राज्यसंस्थेला दिलेली असते. अनेकदा सरकारी पोर्टलवरील तांत्रिक त्रुटींमुळे लाखो नागरिकांचा डेटा इंटरनेटवर उघड उपलब्ध झाल्याच्या घटना समोर येतात. जेव्हा राज्यसंस्था नागरिकांची माहिती सुरक्षित ठेवण्यात अपयशी ठरते, तेव्हा नागरिक आणि राज्य यांच्यातील सामाजिक करार (Social Contract) कमकुवत होतो. राज्यसंस्थेकडे असलेले हे डेटा केंद्रीकरण गुन्हेगारांसाठी एक मोठे 'लक्ष्य' ठरते. प्रशासकीय यंत्रणांनी तांत्रिक प्रगतीला प्राधान्य देताना सायबर सुरक्षेच्या मानकांकडे दुर्लक्ष केल्यास त्याचे रूपांतर एका राष्ट्रीय आपत्तीमध्ये होऊ शकते. ही गळती केवळ वैयक्तिक माहितीपुरती मर्यादित नसून ती देशाच्या डिजिटल सार्वभौमत्वाला आव्हान देणारी असते.

डेटा गळतीचे आर्थिक आणि सामाजिक परिणाम अत्यंत व्यापक आहेत. आर्थिक स्तरावर, कंपन्यांना प्रचंड दंड सोसावा लागतो आणि त्यांच्या बाजारातील किमतीत घट होते. मात्र, सामाजिक स्तरावर याचे परिणाम अधिक वेदनादायी असतात. माहिती चोरीमुळे निर्माण होणारा 'विश्वास संकट' (Crisis of Trust) हा समाजातील संवादाला बाधक ठरतो. ज्यांच्या माहितीची चोरी झाली आहे, त्या व्यक्तींना मानसिक ताण, भीती आणि असुरक्षिततेचा सामना करावा लागतो. भारतीय संदर्भात, जिथे सामाजिक स्तरावर जात आणि धर्माच्या आधारे भेदभावाचे अस्तित्व आहे, तिथे विशिष्ट समुदायाचा डेटा लीक होणे हे

त्यांच्या छळासाठी किंवा बहिष्कारासाठी वापरले जाऊ शकते. डिजिटल प्रवेशातील विषमता येथेही दिसून येते; उच्चभ्रू वर्गाकडे आपले खाते सुरक्षित ठेवण्यासाठी तांत्रिक समज असते, परंतु ग्रामीण जनता या गळतीचे आणि त्यातून होणाऱ्या सायबर गुन्ह्यांचे सर्वात सोपे बळी ठरतात.

विश्वास संकट आणि संस्थात्मक जबाबदारी (Institutional Responsibility) यांवर चर्चा करताना हे स्पष्ट होते की, केवळ तांत्रिक सुधारणांनी ही समस्या सुटणार नाही. ज्या संस्था नागरिकांचा डेटा गोळा करतात, त्यांच्यावर कठोर कायदेशीर जबाबदारी असणे अनिवार्य आहे. भारतीय संदर्भात 'डिजिटल वैयक्तिक माहिती संरक्षण कायदा २०२३' ने डेटा गळती झाल्यास संस्थांना दंडाची तरतूद केली आहे, परंतु त्या माहितीची पुनर्प्राप्ती आणि पीडितांना मिळणारी भरपाई याबाबत अद्याप स्पष्टता हवी आहे. राज्य आणि खाजगी कंपन्यांमधील डेटा देवाणघेवाणीत पारदर्शकता नसल्यामुळे, गळती नेमकी कुठून झाली हे शोधणे कठीण होते. प्रशासकीय यंत्रणांनी डेटा संकलनापेक्षा डेटा सुरक्षेला अधिक महत्त्व देणे, हे सुशासनाचे प्रमुख लक्षण मानले पाहिजे.

मानसशास्त्रीय आयामांचे विश्लेषण करताना हे लक्षात येते की, डेटा गळतीमुळे मानवी वर्तनात 'सतर्कतेचा ताण' निर्माण होतो. माहितीवर विश्वास ठेवण्याच्या मानवी प्रवृत्तीमुळे लोक सेवांचा वापर करतात, परंतु गळतीच्या बातम्यांमुळे त्यांच्यात संशयाची भावना बळावते. माहितीची सततची पुनरावृत्ती आणि सायबर हल्ल्यांच्या बातम्यांमुळे समाजात एक प्रकारची 'डिजिटल अनास्था' किंवा भीती निर्माण होऊ शकते. तांत्रिक प्रगतीला केवळ मुक्तीकारक किंवा विनाशकारी न ठरवता, तिचे अशा

प्रकारे सामाजिक संदर्भात मूल्यांकन करणे आवश्यक आहे. कृत्रिम बुद्धिमत्ता आणि स्वयंचलित निर्णयप्रणाली जेव्हा चोरलेल्या डेटाचा वापर करतील, तेव्हा त्यातून होणारे संभाव्य धोके, जसे की 'डिजिटल ओळख चोरी' (Identity Theft), अधिक गंभीर होतील.

डेटा गळती ही डिजिटल युगातील सत्तेच्या संघर्षाचा एक भाग आहे. डेटा जर संपत्ती असेल, तर तिचे संरक्षण करणे ही केवळ तांत्रिक गरज नसून ती एक नैतिक आणि राजकीय जबाबदारी आहे. ग्रामीण-शहरी दरी आणि सामाजिक विषमता दूर करतानाच, प्रत्येक नागरिकाचा डेटा सुरक्षित राहील याची खात्री देणे हीच लोकशाहीची कसोटी आहे. तांत्रिक प्रगतीला अंधगौरव किंवा भीतीजनक अतिशयोक्ती टाळून संतुलितपणे पाहणे अनिवार्य आहे. डेटा सुरक्षा ही आता केवळ संगणक तज्ञांची जबाबदारी उरलेली नसून, ती सार्वजनिक धोरणाचे एक मुख्य अंग बनली आहे. जोपर्यंत संस्थात्मक उत्तरदायित्व आणि कायदेशीर कडक अंमलबजावणी होत नाही, तोपर्यंत गोपनीयतेचा हा लढा अपूर्णच राहील.

सुरक्षिततेसाठी उपाय : वैयक्तिक सजगता आणि तांत्रिक संरक्षणाची नवीन मानके

डिजिटल युगातील डेटा सुरक्षा ही केवळ तांत्रिक तज्ज्ञांची जबाबदारी नसून, ती प्रत्येक नागरिकाच्या वैयक्तिक स्वातंत्र्याशी आणि स्वायत्ततेशी निगडित एक सामाजिक निकड बनली आहे. ऐतिहासिकदृष्ट्या, माहितीचे रक्षण करण्यासाठी भौतिक कुलपे, सीलबंद पाकिटे किंवा सुरक्षित तिजोऱ्यांचा वापर केला जात असे. मात्र, ज्या वेगाने माहितीचे 'अदृश्य' आणि 'प्रवाही' अशा डिजिटल डेटामध्ये

रूपांतर झाले, त्यावेळेस संरक्षणाची जुनी साधने कुचकामी ठरली. आज आपण एका अशा काळात जगत आहोत जिथे आपली वैयक्तिक माहिती सतत जागतिक नेटवर्कवर प्रवाहित असते. या प्रवाहात माहितीची सुरक्षितता सुनिश्चित करणे म्हणजे केवळ पासवर्ड बदलणे नव्हे, तर डिजिटल जगातील आपल्या अस्तित्वाचे रक्षण करणे होय. समाजशास्त्रीय दृष्टिकोनातून, हे तांत्रिक उपाय व्यक्तीला राज्यसंस्था आणि महाकाय खाजगी कंपन्यांच्या अनियंत्रित देखरेखीपासून एक प्रकारचे 'डिजिटल कवच' प्रदान करतात. हे कवच जेवढे मजबूत असेल, तेवढी व्यक्तीची स्वायत्तता टिकून राहण्यास मदत होते.

डेटा सुरक्षेच्या प्राथमिक स्तरावर 'दोन-स्तरीय प्रमाणीकरण' (Two-Factor Authentication) ही कार्यपद्धती अत्यंत कळीची ठरली आहे. केवळ पासवर्ड हा आजच्या प्रगत हॅकिंगच्या काळात पुरेसा राहिलेला नाही. दोन-स्तरीय प्रमाणीकरण म्हणजे एखाद्या खात्यात प्रवेश मिळवण्यासाठी केवळ पासवर्डवर अवलंबून न राहता, दुसऱ्या एका स्वतंत्र पुराव्याची जोड देणे होय. यामध्ये प्रामुख्याने मोबाईलवर येणारा एकवेळचा सांकेतिक क्रमांक (OTP), बायोमेट्रिक ठसा किंवा 'ऑथेंटिकेटर ॲप्स'चा समावेश होतो. ही पद्धत 'तुम्हाला काय माहित आहे' (पासवर्ड) आणि 'तुमच्याकडे काय आहे' (मोबाईल किंवा स्वतःचा देह) या दोन भिन्न घटकांचा मिलाफ करते. राज्यशास्त्राच्या परिप्रेक्ष्यातून, ही प्रक्रिया नागरिकाला त्याच्या डिजिटल ओळखीवर अधिक ताबा मिळवून देते. प्रशासकीय सुलभतेसाठी जेव्हा बँकिंग किंवा सरकारी सेवा डिजिटल केल्या जातात, तेव्हा असे प्रमाणीकरण फसवणूक रोखण्यासाठी अनिवार्य ठरते. विशेषतः भारतीय संदर्भात, जिथे सायबर गुन्ह्यांचे प्रमाण वाढत आहे, तिथे दोन-स्तरीय

प्रमाणीकरण हे केवळ तांत्रिक वैशिष्ट्य न राहता ते आर्थिक आणि सामाजिक सुरक्षिततेचे एक साधन बनले आहे.

सुरक्षिततेचा दुसरा महत्त्वाचा स्तंभ म्हणजे 'मजबूत आणि अद्वितीय पासवर्ड' (Strong and Unique Passwords) तयार करण्याची पद्धत. अनेकदा वापरकर्ता सोयीसाठी स्वतःचे नाव, जन्मदिनांक किंवा अतिशय साधे शब्द पासवर्ड म्हणून वापरतो, जे संगणकीय अल्गोरिदमद्वारे काही सेकंदात ओळखले जाऊ शकतात. एक सुरक्षित पासवर्ड हा अक्षरे, अंक आणि चिन्हांचे असे एक जटिल मिश्रण असायचे की ज्याचा अंदाज लावणे कठीण होईल. याहीपेक्षा महत्त्वाचे म्हणजे, प्रत्येक डिजिटल खात्यासाठी वेगळा किंवा 'अद्वितीय' पासवर्ड असणे. जर एखाद्या व्यक्तीचा एकच पासवर्ड सर्व ठिकाणी असेल आणि एका संकेतस्थळाचा डेटा लीक झाला, तर तिची सर्व डिजिटल संपत्ती धोक्यात येते. येथे 'पासवर्ड मॅनेजर' सारखी साधने मानवी स्मृतीच्या मर्यादांवर मात करण्यास मदत करतात. ही 'डिजिटल शिस्त' पाळणे म्हणजे स्वतःच्या माहितीची मालकी जपण्याचा एक वैयक्तिक प्रयत्न आहे.

तांत्रिक संरक्षणाच्या गाभ्यामध्ये 'एन्क्रिप्शन' (Encryption) ही संकल्पना सर्वात महत्त्वाची आहे. एन्क्रिप्शन म्हणजे साध्या मजकुराचे अशा कोडमध्ये रूपांतर करणे, जो केवळ अधिकृत व्यक्तीच वाचू शकते. जेव्हा आपण इंटरनेटवर संवाद साधतो किंवा डेटा साठवतो, तेव्हा तो 'एन्क्रिप्टेड' स्वरूपात असणे म्हणजे तो प्रवासादरम्यान कोणालाही वाचता न येणे होय. 'एंड-टू-एंड एन्क्रिप्शन' (End-to-End Encryption) मुळे संदेश पाठवणारा आणि स्वीकारणारा यांच्याव्यतिरिक्त अगदी सेवा पुरवणारी कंपनी किंवा राज्यसंस्थाही तो

संवाद वाचू शकत नाही. लोक प्रशासनाच्या दृष्टीने, हे तंत्र नागरिकांच्या गोपनीयतेचे रक्षण करण्यासाठी आवश्यक आहे, परंतु राष्ट्रीय सुरक्षेच्या नावाखाली अनेकदा राज्यसंस्था या एन्क्रिप्शनमध्ये प्रवेश मिळवण्याचा प्रयत्न करते. येथे वैयक्तिक हक्क आणि राज्य नियंत्रण यांमधील संघर्ष अधिक तीव्र होतो. एन्क्रिप्शन हे डिजिटल युगातील 'माहितीचे कुलूप' आहे, जे व्यक्तीला बाजारव्यवस्थेच्या निगराणीपासून वाचवण्याचे कार्य करते.

इंटरनेटवरील प्रवासात आपली ओळख लपवण्यासाठी 'व्हर्च्युअल प्रायव्हेट नेटवर्क' अर्थात व्हीपीएन (VPN) चा उपयोग मोठ्या प्रमाणावर वाढला आहे. व्हीपीएन वापरकर्त्याचा आयपी (IP) पत्ता लपवते आणि त्याचा इंटरनेट डेटा एका सुरक्षित बोगद्यातून (Tunnel) प्रवाहित करते. यामुळे वापरकर्ता कोणत्या भौगोलिक स्थानावरून इंटरनेट वापरत आहे आणि तो काय पाहत आहे, हे स्थानिक नेटवर्क प्रदात्याला किंवा सरकारी निगराणी यंत्रणेला समजत नाही. मात्र, व्हीपीएनच्या काही मर्यादाही आहेत. सर्वच व्हीपीएन सेवा विश्वासार्ह नसतात आणि अनेक 'मोफत' व्हीपीएन स्वतःच वापरकर्त्याचा डेटा विकून नफा कमवतात. तसेच, व्हीपीएनमुळे संपूर्ण गोपनीयता मिळेलच असे नाही, कारण 'ब्राउझर फिंगरप्रिंटिंग' सारख्या प्रगत तंत्रांनी व्यक्तीची ओळख तरीही पटवली जाऊ शकते. धोरणनिर्मिती प्रक्रियेत, व्हीपीएनवरील निर्बंध हे अनेकदा अभिव्यक्ती स्वातंत्र्यावर गदा आणणारे ठरू शकतात, परंतु त्याचा अतिवापर गुन्हेगारी लपवण्यासाठीही केला जाऊ शकतो, हा एक संतुलित अभ्यासाचा विषय आहे.

या सर्व तांत्रिक उपायांपेक्षा 'डिजिटल स्वच्छता' (Digital Hygiene) ही संकल्पना सामाजिक आणि मानसशास्त्रीय स्तरावर अधिक महत्त्वाची आहे. ज्याप्रमाणे आपण शारीरिक स्वास्थ्यासाठी स्वच्छतेचे नियम पाळतो, त्याचप्रमाणे डिजिटल विश्वात सुरक्षित राहण्यासाठी काही सवयी अंगीकारणे म्हणजे डिजिटल स्वच्छता होय. यामध्ये अनावश्यक ॲप्स काढून टाकणे, नियमितपणे सॉफ्टवेअर अपडेट करणे, संशयास्पद दुव्यांवर (Links) क्लिक न करणे आणि समाजमाध्यमांवर स्वतःची किती माहिती उघड करायची याचे भान ठेवणे यांचा समावेश होतो. ग्रामीण आणि शहरी भागातील डिजिटल दरीचा विचार करता, ग्रामीण भागातील वापरकर्त्यांना तांत्रिक ज्ञानापेक्षा 'डिजिटल स्वच्छतेच्या' प्राथमिक धड्यांची अधिक गरज आहे. माहिती तंत्रज्ञानाचा परिणाम केवळ तांत्रिक प्रगतीवर नसून तो व्यक्तीच्या सजगतेवर अवलंबून असतो.

सुरक्षिततेचे हे उपाय वैयक्तिक आणि संस्थात्मक अशा दोन्ही पातळ्यांवर होणे अनिवार्य आहे. वैयक्तिक पातळीवर नागरिक जागरूक असणे ही पहिली पायरी आहे, परंतु जोपर्यंत बँका, रुग्णालये आणि सरकारी विभाग यांसारख्या संस्थात्मक पातळीवर माहिती सुरक्षिततेची भक्कम यंत्रणा उभी राहत नाही, तोपर्यंत गोपनीयतेचा लढा यशस्वी होऊ शकत नाही. संस्थात्मक जबाबदारीमध्ये डेटा साठवण्याचे कडक नियम, नियमित 'सिक्युरिटी ऑडिट' आणि डेटा लीक झाल्यास त्वरित उत्तरदायित्व स्वीकारणे यांचा समावेश होतो. भारतीय संदर्भात 'डिजिटल वैयक्तिक माहिती संरक्षण कायदा २०२३' मुळे संस्थांना डेटा सुरक्षिततेसाठी जबाबदार धरले गेले आहे, परंतु तांत्रिक अंमलबजावणीतील मर्यादा अजूनही आव्हानात्मक आहेत.

नागरिक आणि बाजार यांच्यातील सत्तासंबंधात, जेव्हा संस्था डेटा सुरक्षेला प्राधान्य देतात, तेव्हाच ग्राहकाचा विश्वास संपादन करता येतो.

मानसशास्त्रीय आयामांचे विश्लेषण करताना हे स्पष्ट होते की, सुरक्षिततेचे उपाय वापरण्यामागे 'भीती आणि विश्वासाचे' एक द्वंद्व असते. माहितीवर विश्वास ठेवण्याच्या मानवी प्रवृत्तीमुळे लोक अनेकदा 'फिशिंग' (Phishing) सारख्या जाळ्यांना बळी पडतात. चुकीची माहिती आणि भावनिक उत्तेजन देणारे संदेश वापरकर्त्याला सुरक्षिततेचे नियम तोडण्यास प्रवृत्त करतात. तांत्रिक प्रगतीला केवळ मुक्तीकारक किंवा विनाशकारी न ठरवता तिचे सामाजिक संदर्भात मूल्यांकन करणे आवश्यक आहे, कारण सुरक्षा ही केवळ कोडिंगचा विषय नसून ती मानवी वर्तनाचा भाग आहे. कृत्रिम बुद्धिमत्ता आणि स्वयंचलित निर्णयप्रणालीच्या युगात, हॅकिंगचे तंत्र अधिक प्रगत होत असताना, मानवी विवेक हाच सुरक्षिततेचा अंतिम आधार ठरतो.

डेटा सुरक्षा हे आधुनिक समाजातील सत्तेच्या आणि अधिकारांच्या संघर्षाचे नवीन परिमाण आहे. डेटा जर 'नवे सोने' असेल, तर सुरक्षिततेचे हे उपाय त्या सोन्याचे जतन करणारी यंत्रणा आहेत. ग्रामीण-शहरी दरी आणि सामाजिक विषमता दूर करतानाच, प्रत्येक नागरिकाला डिजिटल सुरक्षा साक्षर बनवणे ही लोकशाहीची जबाबदारी आहे. तांत्रिक प्रगतीला अंधगौरव किंवा भीतीजनक अतिशयोक्ती टाळून संतुलितपणे पाहणे अनिवार्य आहे. जोपर्यंत तांत्रिक संरक्षण आणि वैयक्तिक सजगता यांचा मेळ बसत नाही, तोपर्यंत डिजिटल युगातील गोपनीयता ही केवळ एक मृगजळच राहील.

प्रकरण ७ : डेटा विक्री प्रक्रिया

डेटा दलाल : डिजिटल युगातील अदृश्य माहिती बाजार आणि माहितीचे व्यापारीकरण

मानवी इतिहासात व्यापाराचे स्वरूप नेहमीच वस्तू आणि सेवांच्या देवाणघेवाणीवर आधारित राहिले आहे. मात्र, डिजिटल क्रांतीने 'माहिती' या अमूर्त घटकाला जागतिक बाजारपेठेतील सर्वात मौल्यवान उत्पादन बनवले आहे. या बदलत्या अर्थव्यवस्थेत एक नवीन आणि अत्यंत शक्तिशाली घटक उदयाला आला आहे, ज्याला 'डेटा दलाल' (Data Brokers) असे संबोधले जाते. डेटा दलाल म्हणजे अशा खाजगी संस्था किंवा मध्यस्थ, ज्यांचा मुख्य व्यवसाय नागरिकांची वैयक्तिक माहिती विविध स्रोतांतून गोळा करणे, तिचे विश्लेषण करणे आणि ती माहिती नफा कमावण्यासाठी तिसऱ्या पक्षाला विकणे हा असतो. ऐतिहासिकदृष्ट्या माहिती गोळा करण्याचे काम केवळ राज्यसंस्था किंवा विशेष गुप्तचर संस्था करत असत, परंतु आज डेटा दलालांनी या प्रक्रियेचे भांडवलीकरण केले आहे. समाजशास्त्रीय दृष्टिकोनातून, डेटा दलाल हे 'निगराणी भांडवलशाही'चे ते अदृश्य दूत आहेत, जे व्यक्तीला तिच्या संमतीशिवाय किंवा माहितीशिवाय केवळ एक विक्रीयोग्य 'उत्पादन' म्हणून बाजारात सादर करतात.

डेटा दलाल विविध स्रोतांतून माहिती गोळा करण्यासाठी अत्यंत प्रगत आणि गुंतागुंतीच्या पद्धतींचा वापर करतात. यामध्ये सार्वजनिक नोंदी, जसे की मालमत्ता नोंदणी, न्यायालयीन कागदपत्रे आणि वाहन परवाने यांचा समावेश होतो. यासोबतच व्यावसायिक स्रोत, जसे की क्रेडिट

कार्ड व्यवहार, निष्ठा कार्डे (Loyalty Cards) आणि विम्याच्या नोंदी यांचाही वापर केला जातो. सर्वात महत्त्वाचा स्रोत म्हणजे डिजिटल विश्वातील हालचाली—सोशल मीडियावरील पोस्ट, शोधयंत्रांवरील जिज्ञासा आणि मोबाईल उपयोजनांकडून (Apps) मिळवलेली माहिती. डेटा दलाल हे केवळ एका स्रोतावर अवलंबून न राहता, हजारो वेगवेगळ्या ठिकाणांहून मिळालेल्या माहितीचे तुकडे एकत्र जोडतात. या प्रक्रियेला 'डेटा एकत्रीकरण' (Data Aggregation) असे म्हणतात. यामुळे व्यक्तीची एक अशी सर्वसमावेशक प्रतिमा तयार होते, जी कदाचित त्या व्यक्तीला स्वतःलाही माहित नसते.

व्यक्तींचे सविस्तर 'डिजिटल प्रोफाइल' तयार करणे हे डेटा दलालांचे मुख्य उद्दिष्ट असते. हे प्रोफाइल केवळ नाव किंवा पत्त्यापुरते मर्यादित नसते, तर त्यामध्ये व्यक्तीची आर्थिक स्थिती, तिचे आरोग्यविषयक कल, तिची राजकीय विचारधारा, तिचे धार्मिक विश्वास आणि अगदी तिच्या भविष्यातील खरेदीच्या संभाव्य सवयींचाही समावेश असतो. डेटा दलाल या माहितीच्या आधारे लोकांचे विविध गटांत वर्गीकरण करतात, जसे की 'नवीन पालक', 'कर्जबाजारी व्यक्ती' किंवा 'विशिष्ट राजकीय विचारधारेचे समर्थक'. हे वर्गीकरण इतके सूक्ष्म असते की जाहिरातदारांना किंवा राजकीय पक्षांना आपल्या मोहिमा नेमक्या कोणाकडे वळवायच्या आहेत, याचे अचूक नियोजन करता येते. या 'प्रोफाइलिंग'मुळे मानवी स्वायत्ततेचा संकोच होतो, कारण व्यक्तीला मिळणारी माहिती आणि संधी तिच्या या डेटा-निर्मित प्रतिमेवर आधारित असतात.

डेटा विक्रीची साखळी (Data Sales Chain) ही अत्यंत व्यापक आणि जागतिक स्तरावर पसरलेली आहे. एकदा डेटा दलालाने माहितीचे

संकलन आणि विश्लेषण केले की, तो हा डेटा विविध ग्राहकांना विकतो. या ग्राहकांमध्ये बँका, विमा कंपन्या, जाहिरात संस्था, राजकीय सल्लागार आणि कधीकधी राज्यसंस्थांचाही समावेश असतो. बँका या डेटाचा वापर कर्ज देण्याची पात्रता ठरवण्यासाठी करतात, तर विमा कंपन्या आरोग्यविषयक डेटाच्या आधारे प्रीमियमच्या किमती ठरवू शकतात. राजकीय पक्ष या डेटाचा वापर मतदारांच्या 'मायक्रो-टार्गेटिंग'साठी करतात. या साखळीत माहितीचा लिलाव सातत्याने सुरू असतो, जिथे व्यक्तीची गोपनीयता हा केवळ नफ्याचा एक आकडा बनतो. या प्रक्रियेत पारदर्शकतेचा अभाव असल्याने नागरिकांना आपली माहिती कोणाकडे आहे आणि ती कशासाठी वापरली जात आहे, हे कधीच समजत नाही.

भारतीय सामाजिक रचनेत डेटा दलालांचे अस्तित्व अधिक गंभीर परिणाम घडवून आणते. भारतातील डिजिटल दरी आणि भाषिक विविधता यामुळे ग्रामीण भागातील नागरिक या प्रक्रियेत अधिक असुरक्षित ठरतात. ग्रामीण जनतेचा डेटा अनेकदा सरकारी योजनांच्या नावाखाली किंवा साध्या मोबाईल रिचार्जच्या माध्यमातून गोळा केला जातो आणि नंतर तो व्यावसायिक कारणांसाठी दलालांच्या बाजारात पोहोचतो. माहिती तंत्रज्ञानाचा हा परिणाम समाजातील सर्व घटकांवर एकसमान होत नाही; उपेक्षित आणि अल्पशिक्षित वर्ग या माहितीच्या राजकारणाचे सर्वात मोठे बळी ठरतात. शैक्षणिक असमानतेमुळे अनेक नागरिकांना 'डेटा ब्रोकर' ही संकल्पनाच माहित नसते, ज्यामुळे त्यांच्या गोपनीयतेचा संघर्ष हा प्राथमिक स्तरावरच मोडला जातो. माहितीची ही विषमता सत्तेचे केंद्रीकरण ठराविक तांत्रिक आणि आर्थिक गटांच्या हाती करते.

डेटा दलालांच्या कार्यपद्धतीमुळे निर्माण होणारे कायदेशीर आणि नैतिक प्रश्न (Legal and Ethical Issues) अत्यंत महत्त्वाचे आहेत. मुख्य प्रश्न हा आहे की, व्यक्तीच्या खाजगी माहितीवर मालकी हक्क कोणाचा असावा? डेटा दलाल अनेकदा असा दावा करतात की ते केवळ 'सार्वजनिकरित्या उपलब्ध' माहिती वापरतात, परंतु हजारो विखुरलेल्या माहितीचे तुकडे जोडून तयार केलेले प्रोफाइल हे व्यक्तीच्या गोपनीयतेचे उल्लंघन आहे. भारतीय संदर्भात 'डिजिटल वैयक्तिक माहिती संरक्षण कायदा २०२३' मुळे डेटा संकलनावर काही मर्यादा आल्या असल्या, तरी डेटा दलालांच्या अदृश्य जाळ्यावर नियंत्रण मिळवणे हे प्रशासकीय यंत्रणेसमोरील मोठे आव्हान आहे. नागरिक आणि बाजार यांच्यातील सत्तासंबंधात नागरिक येथे पूर्णतः परावलंबी झाला आहे. धोरणनिर्मिती प्रक्रियेत या दलालांच्या भूमिकेवर कडक निर्बंध असणे आणि नागरिकांना आपली माहिती हटवण्याचा अधिकार (Right to Erasure) असणे ही लोकशाहीची गरज आहे.

मानसशास्त्रीय आयामांचे विश्लेषण करताना हे लक्षात येते की, डेटा दलालांनी तयार केलेली प्रोफाइल मानवी निर्णयांना 'स्वयंचलित' करतात. माहितीवर विश्वास ठेवण्याच्या मानवी प्रवृत्तीचा गैरफायदा घेऊन, या डेटाच्या आधारे व्यक्तीला विशिष्ट मानसिक अवस्थेत नेले जाते. भीती, असुरक्षा किंवा भावनिक उत्तेजन देणाऱ्या जाहिराती अशाच लोकांना दाखवल्या जातात ज्यांचे प्रोफाइल तसे संकेत देते. यातून सामाजिक मतनिर्मितीवर आणि विचारधारात्मक गटबांधणीवर मोठा प्रभाव पडतो. तांत्रिक प्रगतीला केवळ 'मुक्तीकारक' मानण्याचा अंधगौरव येथे टाळला पाहिजे, कारण ती मानवी अस्मितेचे एका वस्तूमध्ये रूपांतर करत आहे. कृत्रिम बुद्धिमत्ता जेव्हा या डेटाचा वापर

करून निर्णय घेते, तेव्हा त्यातील 'अल्गोरिद्मिक बायस' किंवा पक्षपात सामाजिक न्यायाला बाधक ठरू शकतो.

डेटा दलाल हे डिजिटल युगातील सत्तेच्या नवीन समीकरणाचे प्रतीक आहेत. डेटा हा 'नवे सोने' असेल, तर हे दलाल त्या सोन्याचे सर्वात मोठे व्यापारी आहेत. या माहितीचे संकलन, विश्लेषण आणि वापर यांचा नफ्याशी असलेला संबंध चिकित्सक पद्धतीने समजून घेतल्याशिवाय आपण गोपनीयतेचा लढा जिंकू शकत नाही. ग्रामीण-शहरी दरी आणि सामाजिक विषमता दूर करतानाच, आपल्याला एक अशी नियामक चौकट उभी करावी लागेल जी नागरिकांच्या वैयक्तिक माहितीचे रक्षण करेल. तांत्रिक प्रगतीला भीतीजनक अतिशयोक्ती टाळून संतुलितपणे पाहणे अनिवार्य आहे, कारण आपला संघर्ष केवळ यंत्रांशी नसून, माहितीचा व्यापार करणाऱ्या या अदृश्य साम्राज्यांशी आहे.

लक्ष्यित जाहिरात प्रणाली : वापरकर्त्यांच्या वर्तणुकीचे भांडवलीकरण आणि डिजिटल उपभोगाचे अर्थकारण

डिजिटल युगातील अर्थव्यवस्थेचा केंद्रबिंदू हा केवळ वस्तूंची निर्मिती नसून, त्या वस्तू योग्य ग्राहकांपर्यंत पोहोचवण्यासाठी वापरली जाणारी 'माहिती' हा आहे. ऐतिहासिकदृष्ट्या जाहिरातबाजी ही 'सार्वत्रिक' स्वरूपाची असायची, जिथे वर्तमानपत्रे, रेडिओ किंवा टेलिव्हिजनच्या माध्यमातून एकाच वेळी सर्व समाजघटकांना एकच संदेश दिला जात असे. यामध्ये विशिष्ट व्यक्तीची आवड किंवा गरज ओळखण्याचे कोणतेही तांत्रिक साधन उपलब्ध नव्हते. मात्र, माहिती तंत्रज्ञानाच्या विकासामुळे 'लक्ष्यित जाहिरात प्रणाली' (Targeted Advertising

System) अस्तित्वात आली, ज्याने जाहिरात क्षेत्राचा चेहरामोहरा पूर्णतः बदलून टाकला आहे. ही प्रणाली वापरकर्त्याच्या प्रत्येक डिजिटल हालचालीवर लक्ष ठेवून, त्याच्या आवडीनिवडीचा आणि मानसिकतेचा अंदाज घेते. समाजशास्त्रीय दृष्टिकोनातून, ही केवळ विपणन यंत्रणा नसून मानवी वर्तणुकीचे तांत्रिक व्यवस्थापन आहे, जिथे डेटाच्या बळावर व्यक्तीला सतत एका विशिष्ट उपभोगवादी चौकटीत ठेवले जाते.

लक्ष्यित जाहिरात प्रणालीचा मुख्य आधार हा वापरकर्त्याच्या 'वर्तनात्मक डेटा'चे (Behavioral Data) विश्लेषण करणे हा आहे. जेव्हा एखादी व्यक्ती इंटरनेटचा वापर करते, तेव्हा ती कळत-नकळत आपल्या अस्तित्वाच्या खुणा मागे सोडत असते. यामध्ये प्रामुख्याने वापरकर्त्याने कोणत्या दुव्यावर (Link) 'क्लिक' केले, शोधयंत्रावर काय 'सर्च' केले आणि त्याने पूर्वी कोणत्या वस्तूंची 'खरेदी' केली, या इतिहासाचे अत्यंत बारकाईने विश्लेषण केले जाते. उदाहरणार्थ, जर एखाद्याने फिरण्यासाठी एखाद्या ठिकाणाची माहिती शोधली असेल, तर त्याला प्रवासाशी संबंधित कंपन्यांच्या जाहिराती दिसू लागतात. हे केवळ योगायोगाने घडत नाही, तर त्यामागे प्रगत अल्गोरिदम कार्य करत असतात. हे अल्गोरिदम वापरकर्त्याच्या डिजिटल पावलांचा मागोवा घेतात आणि त्याच्या वर्तमान गरजा ओळखून त्याला तशाच प्रकारच्या जाहिरातींकडे वळवतात. ही प्रक्रिया इतकी वेगवान आणि सूक्ष्म असते की, वापरकर्त्याला आपण स्वतःहून काहीतरी निवडत आहोत असे वाटते, परंतु प्रत्यक्षात ती निवड डेटा-आधारित यंत्रणेने आधीच निश्चित केलेली असते.

या प्रक्रियेतील पुढचा टप्पा म्हणजे 'वैयक्तिकृत सामग्रीची रचना' (Personalized Content Creation) होय. प्रत्येक वापरकर्त्याचा डेटा वेगळा असल्याने, त्याला दाखवली जाणारी जाहिरात देखील त्याच्या मानसिकतेनुसार बदलली जाते. केवळ उत्पादनाची जाहिरात करणे हा उद्देश नसून, ती कोणत्या भाषेत, कोणत्या रंगात आणि कोणत्या भावनिक आवाहनासह मांडली जावी, हे देखील त्या व्यक्तीच्या प्रोफाइलवरून ठरवले जाते. जर एखाद्याला बचतीची सवय असेल, तर त्याला सवलतींचे (Discount) संदेश दाखवले जातात; तर ज्याला प्रतिष्ठेची ओढ आहे, त्याला त्या वस्तूचे अलिशान स्वरूप समोर आणले जाते. माहितीवर विश्वास ठेवण्याच्या मानवी प्रवृत्तीचा येथे पद्धतशीरपणे वापर केला जातो. वैयक्तिकृत सामग्रीमुळे जाहिराती आणि माहिती यातील सीमा धूसर होतात, ज्यामुळे वापरकर्त्याचा विवेक कमी होऊन तो केवळ एका ग्राहकामध्ये (Consumer) रूपांतरित होतो. ही प्रक्रिया मानवी भावनांचे आणि गरजांचे तांत्रिक संकलन करून त्यांचे आर्थिक नफ्यात रूपांतर करणारी एक मोठी साखळी आहे.

लक्ष्यित जाहिरात प्रणालीचा ग्राहक वर्तनावर होणारा परिणाम अत्यंत खोलवर जाणारा आहे. ही प्रणाली मानवी मेंदूच्या 'तात्काळ समाधानाची ओढ' (Instant Gratification) या प्रवृत्तीचा गैरफायदा घेते. सततच्या शिफारसी आणि गरजेच्या वेळी दिसणाऱ्या जाहिरातींमुळे 'इम्पल्सिव्ह बाइंग' किंवा विनाकारण केली जाणारी खरेदी वाढते. यातून समाजात एक प्रकारची उपभोगवादी संस्कृती रुजते, जिथे व्यक्तीचे अस्तित्व तिने खरेदी केलेल्या वस्तूंवरून ठरवले जाते. भारतीय सामाजिक रचनेत, जिथे मध्यमवर्गाचा विस्तार वेगाने होत आहे, तिथे ही प्रणाली अत्यंत प्रभावी ठरते. मात्र, माहिती तंत्रज्ञानाचा हा परिणाम समाजातील सर्व

घटकांवर एकसमान होत नाही. ज्यांच्याकडे तांत्रिक साक्षरता कमी आहे, असा ग्रामीण आणि उपेक्षित वर्ग या जाहिरातींच्या जाळ्यात अधिक सहजपणे अडकतो. शैक्षणिक असमानतेमुळे अशा जाहिरातींमागील अर्थकारण आणि डेटा विक्रीची प्रक्रिया सामान्य नागरिकाला समजत नाही, ज्यामुळे त्याचे आर्थिक शोषण होण्याची शक्यता अधिक असते.

डेटा आणि सत्तासंबंधांच्या विश्लेषणात, लक्ष्यित जाहिरात प्रणाली ही खाजगी कंपन्या आणि बाजारव्यवस्था यांच्यातील नफेखोरीचे अपत्य आहे. मोठ्या तंत्रज्ञान कंपन्या (Big Tech) नागरिकांचा डेटा संकलित करून तो जाहिरातदारांना विकतात, ज्यातून त्या कंपन्यांना अफाट संपत्ती आणि जागतिक सत्ता प्राप्त होते. या प्रक्रियेत गोपनीयतेचा प्रश्न सर्वात कळीचा ठरतो. नागरिकांना हे माहितही नसते की त्यांची वैयक्तिक माहिती कशा प्रकारे लिलावात काढली जात आहे. भारतीय संदर्भात डिजिटल वैयक्तिक माहिती संरक्षण कायद्याची अंमलबजावणी करताना, अशा जाहिरात प्रणालींवर कडक निर्बंध असणे गरजेचे आहे. नागरिक आणि बाजार यांच्यातील सत्तासंबंधात नागरिक येथे केवळ एक 'डेटा संच' उरला असून, बाजारव्यवस्था डेटाच्या बळावर नागरिकांच्या निवडीच्या स्वातंत्र्यावर गदा आणत आहे. गोपनीयतेचा हा संघर्ष केवळ वैयक्तिक नसून तो लोकशाहीतील स्वायत्ततेशी जोडलेला आहे.

मानसशास्त्रीय आयामांचे विश्लेषण करताना हे स्पष्ट होते की, लक्ष्यित जाहिरातबाजी ही मानवी मेंदूच्या 'पुष्टीकरण पूर्वधारणा' (Confirmation Bias) या प्रवृत्तीला खतपाणी घालते. जेव्हा आपल्याला सतत आपल्याच आवडीची आणि विचारांची माहिती मिळते, तेव्हा

आपली विचारप्रक्रिया बंदिस्त होते. ही विचारधारात्मक गटबांधणी केवळ उत्पादनांपुरती मर्यादित न राहता ती राजकीय मते आणि सामाजिक धारणांवरही प्रभाव टाकते. भीती-आधारित संदेशांचा प्रभाव या प्रणालीच्या माध्यमातून वेगाने पसरतो, कारण ते मानवी भावनांना थेट स्पर्श करतात. तांत्रिक प्रगतीला केवळ मुक्तीकारक किंवा विनाशकारी न ठरवता, तिचे अशा प्रकारे सामाजिक संदर्भात मूल्यांकन करणे आवश्यक आहे, कारण ती आपल्या संस्कृतीचा आणि मानसिकतेचा पाया बदलत आहे. कृत्रिम बुद्धिमत्ता जेव्हा या प्रक्रियेत सहभागी होते, तेव्हा हे नियंत्रण मानवी हस्तक्षेपाच्या पलीकडे जाण्याची भीती असते.

लक्ष्यित जाहिरात प्रणाली ही आधुनिक भांडवलशाहीचे एक अत्यंत प्रगत आणि सूक्ष्म स्वरूप आहे. डेटा हा 'नवे सोने' असेल, तर ही प्रणाली त्या सोन्याचे सर्वात मोठे उपभोग केंद्र आहे. माहितीचे संकलन, विश्लेषण आणि वापर यांतून निर्माण होणारी ही आर्थिक सत्ता मानवी प्रतिष्ठेला केवळ एका सांख्यिकी आकड्यात रूपांतरित करत आहे. ग्रामीण-शहरी दरी आणि सामाजिक विषमता दूर करतानाच, प्रत्येक नागरिकाला या तांत्रिक सापळ्यांची जाणीव करून देणे ही लोकशाहीची जबाबदारी आहे. तांत्रिक प्रगतीला अंधगौरव किंवा भीतीजनक अतिशयोक्ती टाळून संतुलितपणे पाहणे अनिवार्य आहे. जोपर्यंत आपण आपल्या डिजिटल निवडींवर ताबा मिळवत नाही, तोपर्यंत आपण या अवाढव्य डेटा साम्राज्याचे केवळ मूक प्रेक्षक आणि शोषणाचे माध्यम बनून राहू.

रिअल-टाइम बिडिंग : डिजिटल लिलावाचे अदृश्य राजकारण आणि गोपनीयतेचा क्षणिक संघर्ष

डिजिटल जाहिरात क्षेत्रातील तंत्रज्ञानाच्या उत्क्रांतीने माहितीच्या व्यापाराला अशा स्तरावर नेले आहे, जिथे मानवी संमती आणि तांत्रिक वेग यांच्यात एक मोठी दरी निर्माण झाली आहे. ऐतिहासिकदृष्ट्या, जाहिरातींच्या जागांची विक्री ही महिने किंवा आठवडे आधी मानवी वाटाघाटींमधून निश्चित केली जात असे. मात्र, इंटरनेटच्या विस्तारानंतर या प्रक्रियेची जागा 'रिअल-टाइम बिडिंग' (Real-time Bidding) किंवा 'तात्काळ बोली प्रक्रिया' या अत्यंत वेगवान प्रणालीने घेतली आहे. समाजशास्त्रीय दृष्टिकोनातून, ही प्रक्रिया म्हणजे मानवी अवधानाचे (Attention) एका लिलावाच्या वस्तूमध्ये केलेले रूपांतर आहे. जेव्हा एखादा वापरकर्ता एखादे संकेतस्थळ किंवा भ्रमणध्वनीवरील उपयोजन उघडतो, तेव्हा त्या पृष्ठावरील जाहिरातीच्या रिकाम्या जागेसाठी जागतिक स्तरावर एक अदृश्य लिलाव सुरू होतो. हा लिलाव वापरकर्ता पृष्ठ पूर्णपणे उघडण्यापूर्वीच, म्हणजे काही मिलीसेकंदांत पूर्ण होतो. या प्रक्रियेत केवळ जाहिरातीची जागा विकली जात नाही, तर त्या वापरकर्त्याची अत्यंत खाजगी माहिती हजारो कंपन्यांच्या लिलाव केंद्रांपर्यंत पोहोचवली जाते, ज्यामुळे गोपनीयतेच्या संकल्पनेला एक नवीन तांत्रिक आव्हान उभे राहिले आहे.

रिअल-टाइम बिडिंगच्या या कार्यपद्धतीत वापरकर्त्याची माहिती काही सेकंदांत विकली जाण्याची प्रक्रिया अत्यंत गुंतागुंतीची आहे. ज्या क्षणी वापरकर्ता एखादे पान उघडतो, त्या क्षणी त्याच्या ब्राऊझरमधील 'कुकीज' आणि इतर ट्रॅकर्स त्या वापरकर्त्याचे एक तात्पुरते प्रोफाइल

तयार करतात. यामध्ये त्याचे वय, लिंग, स्थान, वापरलेले उपकरण आणि त्या क्षणाची त्याची आवड यांसारख्या शेकडो डेटा पॉइंट्सचा समावेश असतो. ही माहिती 'ॲड एक्सचेंज' नावाच्या डिजिटल बाजारपेठेत पाठवली जाते. तिथे हजारो जाहिरातदार आपल्या अल्गोरिदमच्या साहाय्याने या माहितीवर बोली लावतात. ज्या जाहिरातदाराची बोली सर्वाधिक असते, त्याची जाहिरात वापरकर्त्याच्या पडद्यावर झळकते. राजकीय आणि आर्थिक परिप्रेक्ष्यातून, ही प्रक्रिया म्हणजे नागरिकांच्या खाजगी जीवनाचे केलेले सांख्यिकीकरण आहे. येथे व्यक्ती एक नागरिक किंवा ग्राहक म्हणून उपस्थित नसून, ती केवळ एका बोलीचा विषय (Object) बनलेली असते. या प्रक्रियेचा वेग इतका प्रचंड असतो की, वापरकर्त्याला आपली माहिती जगभर प्रसारित होत आहे याची पुसटशी कल्पनाही नसते.

डेटा प्रवाहाची ही गती आणि प्रमाण (Volume and Velocity of Data) आधुनिक माहिती तंत्रज्ञानातील एक गंभीर पेच निर्माण करतात. एका दिवसात अब्जावधी वेळा असे लिलाव पार पडतात, ज्याचा अर्थ असा की नागरिकांचा डेटा दिवसातून हजारो वेळा वेगवेगळ्या सर्व्हरवर प्रसारित होतो. तांत्रिक भाषेत याला 'डेटा ब्रॉडकास्ट' असे म्हणतात. जेव्हा ही माहिती लिलावासाठी पाठवली जाते, तेव्हा ती केवळ लिलाव जिंकणाऱ्या कंपनीकडेच राहत नाही, तर ज्या कंपन्यांनी बोली लावली पण लिलाव जिंकला नाही, अशा कंपन्यांकडेही त्या वापरकर्त्याचा काही अंश डेटा पोहोचतो. अशा प्रकारे, वापरकर्त्याची माहिती कोठे साठवली जात आहे आणि तिचा भविष्यात काय वापर केला जाईल, यावर कोणताही तांत्रिक ताबा राहत नाही. भारतीय सामाजिक वास्तवात, जिथे ग्रामीण भागात इंटरनेटचा प्रसार होत आहे पण तांत्रिक साक्षरता

अद्यापही प्राथमिक स्तरावर आहे, तिथे अशा प्रकारचा डेटा प्रवाह लोकांच्या आर्थिक आणि सामाजिक सुरक्षेला धोका निर्माण करू शकतो. माहिती तंत्रज्ञानाचा हा परिणाम समाजातील सर्व घटकांवर एकसमान होत नाही; उलट तो सामान्य नागरिकाला माहितीच्या या महाजालात अधिक असुरक्षित बनवतो.

पारदर्शकतेचा अभाव हा रिअल-टाइम बिडिंगमधील सर्वात मोठा नैतिक आणि कायदेशीर प्रश्न आहे. वापरकर्ता जेव्हा एखाद्या संकेतस्थळाच्या 'अटी व शर्ती' मान्य करतो, तेव्हा त्याला या अफाट लिलाव प्रक्रियेची आणि त्यामध्ये सहभागी होणाऱ्या हजारो अज्ञात कंपन्यांची कल्पना दिली जात नाही. ही एक प्रकारची 'माहिती विषमता' (Information Asymmetry) आहे, जिथे तंत्रज्ञान कंपन्यांकडे सर्व माहिती असते आणि नागरिक मात्र पूर्णतः अंधारात असतो. धोरणनिर्मिती प्रक्रियेत या पारदर्शकतेच्या अभावामुळे नियमन करणे कठीण होते. नागरिक आणि बाजार यांच्यातील सत्तासंबंधात नागरिक येथे पूर्णतः परावलंबी आहे, कारण त्याला या लिलावातून बाहेर पडण्याचा (Opt-out) कोणताही सोपा मार्ग उपलब्ध नसतो. गोपनीयतेचा हा संघर्ष केवळ वैयक्तिक नैतिकतेचा उरलेला नसून, तो या अवाढव्य तांत्रिक संरचनेच्या विरोधातील लढा बनला आहे.

भारतीय संदर्भात, 'डिजिटल वैयक्तिक माहिती संरक्षण कायदा २०२३' मुळे अशा प्रकारच्या डेटा प्रवासावर काही मर्यादा येण्याची अपेक्षा असली, तरी तांत्रिक अंमलबजावणीतील आव्हाने मोठी आहेत. रिअल-टाइम बिडिंगमध्ये वापरला जाणारा डेटा अनेकदा निनावी (Anonymized) असल्याचे दावे केले जातात, परंतु प्रगत डेटा सायन्सच्या माध्यमातून या निनावी माहितीचे पुन्हा व्यक्तीकरण (Deanonymization) करणे सहज शक्य आहे. ग्रामीण-शहरी अंतर आणि शैक्षणिक असमानतेमुळे भारतीय मतदारांचे किंवा ग्राहकांचे या लिलावाच्या माध्यमातून जे 'प्रोफाइलिंग' केले जाते, ते राजकीय प्रचारात 'मायक्रो-टार्गेटिंग'साठी वापरले जाण्याची शक्यता अधिक असते. जेव्हा आपली भीती, आपली गरज आणि आपली स्वप्ने या मिलीसेकंदांच्या लिलावात विकली जातात, तेव्हा लोकशाहीतील स्वायत्ततेचा पायाच डळमळीत होतो.

मानसशास्त्रीय आयामांचे विश्लेषण करताना हे स्पष्ट होते की, रिअल-टाइम बिडिंग मानवी मेंदूच्या 'अवधान' प्रवृत्तीवर ताबा मिळवते. अल्गोरिदमला माहित असते की वापरकर्त्याला या क्षणी काय दाखवल्यास तो त्यावर क्लिक करेल. माहितीवर विश्वास ठेवण्याच्या मानवी प्रवृत्तीचा गैरफायदा घेऊन, या लिलावातून आलेली जाहिरात किंवा माहिती व्यक्तीला भावनिकदृष्ट्या उत्तेजित करते. यातून निर्माण होणारी उपभोगवादी संस्कृती किंवा विचारधारात्मक गटबांधणी ही डेटा-आधारित तांत्रिक नियंत्रणाचे फळ आहे. तांत्रिक प्रगतीला केवळ मुक्तीकारक किंवा विनाशकारी न ठरवता, तिचे अशा प्रकारे सामाजिक संदर्भात मूल्यांकन करणे आवश्यक आहे, कारण ती आपल्या नैसर्गिक निवडीच्या प्रक्रियेला स्वयंचलित बनवत आहे. कृत्रिम बुद्धिमत्ता जेव्हा या लिलाव प्रक्रियेत सहभागी होते, तेव्हा हे नियंत्रण अधिक अचूक आणि मानवी हस्तक्षेपाच्या पलीकडे जाते.

रिअल-टाइम बिडिंग ही आधुनिक भांडवलशाहीची एक अत्यंत प्रगत आणि छुपी यंत्रणा आहे. डेटा हा 'नवे सोने' असेल, तर ही बोली प्रक्रिया त्या सोन्याचे सर्वात गतिमान व्यापार केंद्र आहे. या माहितीचे संकलन, विश्लेषण आणि वापर यांचा आर्थिक नफ्याशी असलेला संबंध

चिकित्सक पद्धतीने समजून घेतल्याशिवाय आपण गोपनीयतेचा लढा यशस्वी करू शकत नाही. ग्रामीण-शहरी दरी आणि सामाजिक विषमता दूर करतानाच, आपल्याला एक अशी नियामक चौकट उभी करावी लागेल जी या 'अदृश्य लिलावा'वर अंकुश ठेवेल. तांत्रिक प्रगतीला अंधगौरव किंवा भीतीजनक अतिशयोक्ती टाळून संतुलितपणे पाहणे अनिवार्य आहे, कारण आपला संघर्ष केवळ माहिती विकणाऱ्यांशी नसून, माहितीचा लिलाव करणाऱ्या या स्वयंचलित यंत्रणांशी आहे.

अल्गोरिद्मिक नियंत्रण : शिफारस प्रणाली आणि मानवी विवेकाचे तांत्रिक व्यवस्थापन

माहिती तंत्रज्ञानाच्या उत्क्रांतीमध्ये प्रारंभी इंटरनेटचा वापर केवळ माहिती शोधण्यासाठी केला जात असे, जिथे वापरकर्ता स्वतः पुढाकार घेऊन माहिती मिळवत असे. मात्र, 'मोठ्या डेटा'च्या (Big Data) उपलब्धतेने आणि प्रगत संगणकीय प्रणालींच्या विकासामुळे आज आपण एका अशा युगात प्रवेश केला आहे, जिथे माहिती वापरकर्त्याला शोधत येते. या प्रक्रियेच्या केंद्रस्थानी 'शिफारस प्रणाली' (Recommendation Systems) किंवा 'अल्गोरिद्मिक नियंत्रण' ही संकल्पना आहे. समाजशास्त्रीय दृष्टिकोनातून, हे नियंत्रण केवळ तांत्रिक सुलभतेचा भाग नसून, ते मानवी आवडीनिवडी, विचारप्रक्रिया आणि सामाजिक मतप्रवाहांना वळण देणारे एक शक्तिशाली साधन बनले आहे. ऐतिहासिक संदर्भात पाहिल्यास, पूर्वी सामाजिक संस्था, शिक्षण आणि कुटुंब मानवी जाणिवा घडवत असत; मात्र आजच्या डिजिटल युगात हे कार्य अदृश्य अल्गोरिदम करत आहेत. हे अल्गोरिदम डेटाच्या आधारे व्यक्तीच्या वर्तणुकीचे विश्लेषण करून

तिला काय पाहावे, काय वाचावे आणि काय खरेदी करावे, याचे निर्देश देत असतात, ज्याचा गंभीर परिणाम मानवी स्वायत्ततेवर होत आहे.

अल्गोरिद्मिक शिफारस प्रणाली कशा प्रकारे काम करतात, हे समजून घेणे तांत्रिक आणि सामाजिक दोन्ही दृष्टीने महत्त्वाचे आहे. या प्रणाली प्रामुख्याने दोन पद्धतींवर आधारित असतातः 'कोलोबोरेटिव्ह फिल्टरिंग' (Collaborative Filtering), ज्यामध्ये तुमच्यासारख्याच इतर वापरकर्त्यांच्या आवडीनिवडीचा आधार घेतला जातो, आणि 'कंटेंट-बेस्ड फिल्टरिंग' (Content-based Filtering), जे तुमच्या वैयक्तिक जुन्या नोंदींचे विश्लेषण करते. जेव्हा एखादी व्यक्ती सोशल मीडिया किंवा व्हिडिओ स्ट्रीमिंग मंचावर वेळ घालवते, तेव्हा तिची प्रत्येक हालचाल—कोणता मजकूर किती वेळ पाहिला, कशावर 'लाईक' केले किंवा काय शेअर केले—हे सर्व डेटा पॉइंट्समध्ये रूपांतरित केले जाते. अल्गोरिदम या डेटाचा वापर करून वापरकर्त्याच्या मानसिकतेचा एक 'पॅटर्न' ओळखतात आणि त्याला सतत तशाच प्रकारची सामग्री पुरवतात. या प्रक्रियेत 'डेटा' हा कच्चा माल असतो, तर 'अल्गोरिदम' हे त्या कच्च्या मालावर प्रक्रिया करून मानवी निर्णयांना प्रभावित करणारे उत्पादन तयार करतात. हे नियंत्रण इतके सूक्ष्म असते की वापरकर्त्याला आपली निवड ही स्वतंत्र वाटत असली, तरी ती वास्तवात पूर्वनिर्धारित असते.

वापरकर्त्यांच्या आवडी बदलण्याची आणि त्यांना विशिष्ट दिशेने वळवण्याची या प्रणालींची क्षमता अभूतपूर्व आहे. यालाच 'अल्गोरिद्मिक नजिंग' (Algorithmic Nudging) असेही म्हणतात. जेव्हा एखादी प्रणाली आपल्याला सतत एकाच प्रकारचे विचार किंवा उत्पादने दाखवते, तेव्हा हळूहळू आपली विचारप्रक्रिया त्या दिशेने कलते.

मानसशास्त्रीय दृष्टिकोनातून, मानवी मेंदू हा ओळखीच्या आणि वारंवार समोर येणाऱ्या माहितीवर लवकर विश्वास ठेवतो. शिफारस प्रणाली नेमक्या याच प्रवृत्तीचा गैरफायदा घेतात. माहितीच्या या सततच्या पुनरावृत्तीमुळे व्यक्तीच्या मूळ आवडीनिवडींमध्ये बदल घडवून आणला जाऊ शकतो. ही प्रक्रिया बाजारव्यवस्थेसाठी नफा मिळवण्याचे साधन असली, तरी ती मानवी विवेकाच्या 'मुक्त निवडीच्या' तत्त्वाला सुरुंग लावणारी आहे. व्यक्तीच्या डिजिटल फूटप्रिंटचा वापर करून तिच्या अंतर्मनातील सुप्त इच्छांना उत्तेजित करणे आणि त्याद्वारे उपभोगवादी वर्तन निर्माण करणे, हे डेटा विक्री प्रक्रियेचे अंतिम उद्दिष्ट असते.

सामाजिक मतप्रवाहावर होणारा या प्रणालींचा प्रभाव राजकीय आणि सांस्कृतिक दृष्टिकोनातून अत्यंत चिंताजनक आहे. अल्गोरिद्मिक नियंत्रणामुळे समाजात 'इको चेंबर' (Echo Chamber) किंवा प्रतिध्वनी कक्षांची निर्मिती होते. यामध्ये व्यक्तीला केवळ तिच्या राजकीय किंवा सामाजिक विचारधारेशी सुसंगत असलेलीच माहिती मिळते. यामुळे विरोधी मतांशी होणारा संपर्क तुटतो आणि समाजात ध्रुवीकरण वाढते. भारतीय सामाजिक रचनेचा विचार करता, जिथे भाषिक विविधता आणि जातीय स्तरभेद आधीच अस्तित्वात आहेत, तिथे हे अल्गोरिदम या भेदांना अधिक तीव्र करू शकतात. ग्रामीण आणि शहरी भागातील माहितीच्या प्रवाहात ही यंत्रणा दरी निर्माण करते. उदाहरणार्थ, ग्रामीण मतदारांना त्यांच्या स्थानिक प्रश्नांपेक्षा त्यांच्या धार्मिक किंवा जातीय अस्मितेला खतपाणी घालणारा मजकूर अल्गोरिदमद्वारे अधिक प्रमाणात दाखवला जाऊ शकतो, कारण अशा मजकुरामुळे वापरकर्त्याचा मंचावरील सहभाग (Engagement) वाढतो. माहिती

तंत्रज्ञानाचा हा परिणाम समाजातील समतोल बिघडवण्यास कारणीभूत ठरत आहे.

डेटा आणि मानसशास्त्रीय प्रभाव यांचा संबंध समजून घेताना 'डोपामाइन लूप' (Dopamine Loop) या संकल्पनेचा विचार करणे गरजेचे आहे. सोशल मीडिया मंचावरील शिफारस प्रणाली अशा प्रकारे डिझाइन केल्या जातात की वापरकर्त्याला प्रत्येक नवीन माहिती किंवा नोटिफिकेशनमधून एक प्रकारचे भावनिक उत्तेजन मिळते. भीती, राग किंवा कुतूहल निर्माण करणाऱ्या सामग्रीला अल्गोरिदम प्राधान्य देतात कारण अशा भावना वापरकर्त्याला मंचावर खिळवून ठेवतात. डेटा विक्री प्रक्रियेत, वापरकर्त्याचा 'वेळ' हा सर्वात मोठा नफा असतो. जेव्हा एखादी खाजगी कंपनी आपला डेटा जाहिरातदारांना विकते, तेव्हा ती केवळ माहिती विकत नसते, तर त्या माहितीच्या आधारे तयार केलेले 'मानवी अवधान' (Attention) विकत असते. सत्तेच्या राजकारणात याचा वापर करून विशिष्ट समाजघटकांची मतनिर्मिती नियंत्रित केली जाते. येथे तांत्रिक प्रगती ही मुक्तीचे साधन न राहता मानवी मनाला साखळदंडाने बांधणारी यंत्रणा बनते.

राज्यसंस्था आणि खाजगी कंपन्यांमधील सत्तासंबंधांच्या चौकटीत, अल्गोरिद्मिक नियंत्रण हे धोरणनिर्मिती प्रक्रियेलाही प्रभावित करते. सरकारे अनेकदा सार्वजनिक मत जाणून घेण्यासाठी या मंचांवरील डेटाचा वापर करतात, परंतु हा डेटा अल्गोरिदमद्वारे आधीच 'फिल्टर' केलेला असतो. यामुळे वास्तवाचे चुकीचे चित्र निर्माण होऊ शकते. गोपनीयतेच्या प्रश्नावर चर्चा करताना हे लक्षात येते की, व्यक्तीच्या संमतीशिवाय तिचे मानसशास्त्रीय प्रोफाइलिंग करणे हे नैतिकदृष्ट्या चुकीचे आहे. भारतीय संदर्भात डिजिटल वैयक्तिक माहिती संरक्षण

कायद्यात अशा प्रकारच्या 'वर्तनात्मक निगराणी'वर (Behavioral Surveillance) कडक निर्बंध असणे आवश्यक आहे. नागरिक आणि राज्य, तसेच व्यक्ती आणि बाजार यांच्यातील सत्तासंबंधात नागरिक येथे पूर्णतः पारदर्शक झाला आहे, परंतु अल्गोरिदमची कार्यपद्धती मात्र 'ब्लॅक बॉक्स' प्रमाणे अपारदर्शक राहिली आहे.

कृत्रिम बुद्धिमत्ता आणि स्वयंचलित निर्णयप्रणालीच्या युगात, अल्गोरिद्मिक नियंत्रणाचे धोके अधिक गंभीर होत आहेत. जेव्हा एआय प्रणाली कोणत्याही मानवी हस्तक्षेपाशिवाय काय 'सत्य' आहे आणि काय 'महत्त्वाचे' आहे हे ठरवू लागतात, तेव्हा मानवी संस्कृतीचे डिजिटलीकरण एका धोक्याच्या वळणावर पोहोचते. तांत्रिक प्रगतीला अंधगौरव किंवा भीतीजनक अतिशयोक्ती टाळून संतुलितपणे पाहणे अनिवार्य आहे. या साधनांचे सकारात्मक उपयोग, जसे की शैक्षणिक साहित्याची शिफारस करणे किंवा आपत्ती व्यवस्थापनात माहिती पोहोचवणे, हे मान्य केले पाहिजे; परंतु त्यामागील डेटा शोषणाचे स्वरूप नाकारता येत नाही. ग्रामीण-शहरी अंतर आणि शैक्षणिक असमानता लक्षात घेता, भारतीय समाजात डिजिटल साक्षरतेसोबतच 'अल्गोरिद्मिक साक्षरता' निर्माण करणे ही काळाची गरज आहे, जेणेकरून नागरिक या अदृश्य नियंत्रणाबद्दल सजग होऊ शकतील.

अल्गोरिद्मिक नियंत्रण हे आधुनिक युगातील सत्तेचे एक सूक्ष्म पण व्यापक स्वरूप आहे. डेटा हा 'नवे सोने' असेल, तर शिफारस प्रणाली या त्या सोन्याच्या खाणीतील अशा यंत्रणा आहेत ज्या मानवी मनाचे उत्खनन करत आहेत. या माहितीचे संकलन, विश्लेषण आणि वापर यांचा नफ्याशी असलेला संबंध जोपर्यंत आपण लोकशाही मूल्यांच्या चौकटीत आणत नाही, तोपर्यंत मानवी स्वायत्तता धोक्यातच राहील.

लोकशाहीला केवळ मतदानापुरते मर्यादित न ठेवता, ती माहितीच्या प्रवाहातही टिकवून ठेवणे हे आजच्या पिढीपुढील सर्वात मोठे आव्हान आहे. तांत्रिक प्रगतीला सामाजिक न्यायाच्या आणि मानवी प्रतिष्ठेच्या कसोटीवर घासून पाहणे, हेच या पुस्तकाचे मुख्य सूत्र आहे.

डिजिटल व्यसन : मानवी मेंदूचे तांत्रिक शोषण आणि डेटा-आधारित वर्तणुकीचे अर्थकारण

माहिती तंत्रज्ञानाच्या युगात 'व्यसन' या संकल्पनेचा अर्थ केवळ अमली पदार्थांपुरता मर्यादित न राहता तो डिजिटल अवकाशापर्यंत विस्तारला आहे. ऐतिहासिक दृष्टिकोनातून पाहिल्यास, मानवी जिज्ञासा आणि संवादाची गरज पूर्ण करण्यासाठी तंत्रज्ञानाचा उगम झाला, परंतु आज हेच तंत्रज्ञान मानवी वर्तनाला नियंत्रित करणारे एक अस्त्र बनले आहे. 'डिजिटल व्यसन' ही संकल्पना समजून घेताना ती केवळ वैयक्तिक शिस्तीचा अभाव नसून, ती महाकाय तंत्रज्ञान कंपन्यांनी जाणीवपूर्वक रचलेली एक 'वर्तनात्मक अभियांत्रिकी' (Behavioral Engineering) आहे, हे लक्षात घेणे गरजेचे आहे. समाजशास्त्रीय परिप्रेक्ष्यातून, डिजिटल व्यसन हे माहितीच्या महाजालात मानवी अवधानाचे (Attention) केलेले पद्धतशीर उत्खनन आहे. जेव्हा डेटा हा 'नवे सोने' बनतो, तेव्हा त्या सोन्याची खाण म्हणजे मानवी मेंदू असतो आणि त्यातून जास्तीत जास्त डेटा मिळवण्यासाठी वापरकर्त्याला सतत पडद्याशी (Screen) जोडून ठेवणे हे या कंपन्यांचे मुख्य उद्दिष्ट असते.

डिजिटल व्यसनाची पायाभरणी 'सतत सूचना आणि प्रतिसाद प्रणाली' (Notification and Feedback System) यावर केलेली असते. स्मार्टफोनवर येणारी प्रत्येक 'नोटीफिकेशन' किंवा सूचना ही मानवी

मेंदूसाठी एक बाह्य उद्दीपक म्हणून कार्य करते. या प्रणालीची रचना अशी असते की ती वापरकर्त्यामध्ये 'काहीतरी सुटण्याची भीती' (Fear of Missing Out - FOMO) निर्माण करते. जेव्हा आपल्याला एखादा 'लाईक', 'कॉमेंट' किंवा 'मेसेज' मिळतो, तेव्हा आपण त्याला त्वरित प्रतिसाद देतो. ही प्रक्रिया 'व्हेअरीएबल रिवॉर्ड' किंवा अनिश्चित बक्षीस या सिद्धांतावर आधारित आहे, जो जुगाराच्या अड्ड्यांवरील मशिनमध्ये वापरला जातो. आपल्याला माहित नसते की पुढची नोटीफिकेशन काय असेल, आणि हीच उत्सुकता आपल्याला वारंवार मोबाईल तपासण्यास भाग पाडते. डेटा विक्री प्रक्रियेत ही प्रणाली अत्यंत कळीची आहे, कारण वापरकर्ता जेवढा जास्त वेळ मंचावर घालवेल, तेवढा अधिक त्याचा वर्तनात्मक डेटा गोळा करणे आणि जाहिरातदारांना विकणे सोपे होते.

या प्रक्रियेमागील मानसशास्त्रीय आणि जैविक आयामांचा विचार करताना 'डोपामिन प्रभाव' (Dopamine Effect) समजून घेणे अनिवार्य आहे. डोपामिन हे मेंदूतील एक रसायन आहे जे आनंद, उत्साह आणि प्रेरणेशी संबंधित असते. जेव्हा आपण सोशल मीडियाचा वापर करतो आणि आपल्याला डिजिटल प्रतिसाद मिळतो, तेव्हा मेंदूमध्ये डोपामिनची लाट उसळते. हे रसायन आपल्याला तोच अनुभव पुन्हा घेण्यास प्रवृत्त करते. तंत्रज्ञान कंपन्यांचे अल्गोरिदम अशा प्रकारे डिझाइन केलेले असतात की ते या डोपामिन लूपला सतत कार्यरत ठेवतात. माहितीवर विश्वास ठेवण्याच्या आणि सामाजिक मान्यतेची भूक असण्याच्या मानवी प्रवृत्तीचा येथे पद्धतशीर गैरफायदा घेतला जातो. हे तांत्रिक नियंत्रण इतके सूक्ष्म असते की वापरकर्त्याला आपण केवळ मनोरंजनासाठी मोबाईल वापरत आहोत असे वाटते, परंतु वास्तवात तो एका 'डिजिटल प्रयोगशाळेतील' असा घटक बनलेला

असतो ज्याच्या भावनांचे सांख्यिकीकरण करून त्या नफ्यासाठी वापरल्या जातात.

सोशल मीडिया वापराची सवय ही आता केवळ वैयक्तिक सवय राहिलेली नसून ती एक सामाजिक संरचना बनली आहे. भारतीय सामाजिक रचनेचा विचार करता, ग्रामीण आणि शहरी अशा दोन्ही भागांत स्मार्टफोनचा वापर अपरिहार्य झाला आहे. मात्र, माहिती तंत्रज्ञानाचा हा परिणाम समाजातील सर्व घटकांवर एकसमान होत नाही. शहरी भागातील मध्यमवर्गामध्ये उत्पादकता आणि करिअरवर होणारे परिणाम अधिक प्रकर्षाने जाणवतात, तर ग्रामीण भागात डिजिटल व्यसनामुळे पारंपारिक सामाजिक संवाद आणि कृषी-आधारित जीवनशैलीवर विपरित परिणाम होत आहेत. भाषिक विविधता आणि शैक्षणिक असमानतेमुळे ग्रामीण भागातील तरुण अनेकदा सनसनाटी आणि भावनिक मजकुराच्या जाळ्यात लवकर अडकतात. डिजिटल प्रवेशातील विषमता केवळ इंटरनेटच्या गतीपुरती मर्यादित नसून ती या तांत्रिक शोषणातून स्वतःला वाचवण्याच्या क्षमतेमध्येही दिसून येते. या प्रक्रियेत डेटा आणि सत्तासंबंधांची सांगड घातली जाते, जिथे वापरकर्त्याची स्वायत्तता हळूहळू संपवून त्याला केवळ एक 'डेटा पुरवठादार' बनवले जाते.

डिजिटल व्यसनाचे मानवी उत्पादकता आणि मानसिक आरोग्यावर होणारे परिणाम अत्यंत गंभीर आहेत. सततच्या माहितीच्या प्रवाहामुळे मानवी अवधानाची क्षमता (Attention Span) कमी होत चालली आहे, ज्यामुळे सखोल विचार आणि संशोधनाधारित कामात अडथळे येतात. मानसिक आरोग्याच्या दृष्टीने, सोशल मीडियावरील तुलनात्मक जीवनामुळे नैराश्य, चिंता आणि एकटेपणाची भावना वाढीस लागते.

जेव्हा व्यक्तीचा बहुतांश वेळ डिजिटल आभासात जातो, तेव्हा तिचा प्रत्यक्ष सामाजिक वास्तवाशी असलेला संबंध तुटतो. धोरणनिर्मिती प्रक्रियेत आणि लोक प्रशासनात या समस्येकडे आता एक 'सार्वजनिक आरोग्य संकट' म्हणून पाहिले जात आहे. नागरिक आणि राज्य यांच्यातील सत्तासंबंधात, जर नागरिक मानसिकदृष्ट्या व्यसनाधीन आणि विचलित असेल, तर तो राज्याच्या किंवा खाजगी कंपन्यांच्या धोरणात्मक निर्णयांना चिकित्सकपणे आव्हान देऊ शकत नाही. ही 'डिजिटल अनास्था' लोकशाहीच्या निकोप वाढीसाठी घातक ठरू शकते.

गोपनीयतेच्या प्रश्नावर चर्चा करताना हे लक्षात येते की, डिजिटल व्यसन हे गोपनीयतेचा भंग करण्यासाठी वापरले जाणारे एक साधन आहे. जेव्हा एखादी व्यक्ती ॲपवर व्यसनाधीन होते, तेव्हा ती कोणत्याही अटी व शर्ती न वाचता सर्व परवानग्या देऊन टाकते. कंपन्या या परिस्थितीचा फायदा घेऊन वैयक्तिक माहिती, लोकेशन आणि खाजगी संवादाचा डेटा गोळा करतात. भारतीय संदर्भात डिजिटल वैयक्तिक माहिती संरक्षण कायद्यामध्ये 'अल्गोरिद्मिक डिझाइन' मधील अनैतिक पद्धतींवर (Dark Patterns) निर्बंध असणे आवश्यक आहे. नागरिक आणि बाजार यांच्यातील सत्तासंबंधात बाजारव्यवस्था अधिक शक्तिशाली झाली आहे, कारण तिने ग्राहकाच्या मानसशास्त्रावर ताबा मिळवला आहे. गोपनीयतेचा संघर्ष आता केवळ डेटा चोरीपुरता उरलेला नसून तो आपल्या विचार करण्याच्या आणि स्वतःचे वेळ व्यवस्थापित करण्याच्या स्वातंत्र्यासाठीचा लढा बनला आहे.

कृत्रिम बुद्धिमत्ता आणि स्वयंचलित निर्णयप्रणाली जेव्हा या डिजिटल व्यसनाला खतपाणी घालतात, तेव्हा परिस्थिती अधिक गुंतागुंतीची

होते. एआय प्रणाली हे ओळखतात की कोणत्या वेळी आणि कोणत्या प्रकारचे संदेश वापरकर्त्याला पाठवल्यास तो पुन्हा ॲप उघडेल. तांत्रिक प्रगतीला केवळ मुक्तीकारक किंवा विनाशकारी न ठरवता तिचे अशा प्रकारे सामाजिक संदर्भात मूल्यांकन करणे आवश्यक आहे. तांत्रिक प्रगती ही एकतर्फी नसते; तिचे परिणाम आपण तिची रचना कशी करतो यावर अवलंबून असतात. अंधगौरव टाळून या साधनांच्या सकारात्मक उपयोगावर भर देतानाच, त्यातील शोषणात्मक बाजू उघडी पाडणे हे या पुस्तकाचे मुख्य सूत्र आहे. 'डिजिटल स्वच्छता' (Digital Hygiene) आणि 'डिजिटल डिटॉक्स' सारख्या संकल्पना आता केवळ वैयक्तिक छंद न राहता त्या सामाजिक प्रतिरोधाचे मार्ग बनले पाहिजेत.

डिजिटल व्यसन हे आधुनिक युगातील सत्तेच्या नियंत्रणाचे सर्वात सूक्ष्म रूप आहे. डेटा हा 'नवे सोने' असेल, तर हे व्यसन त्या सोन्याला काढण्यासाठी वापरली जाणारी एक मानसिक साखळी आहे. या माहितीचे संकलन, विश्लेषण आणि वापर यांचा नफ्याशी असलेला संबंध जोपर्यंत आपण तोडत नाही, तोपर्यंत मानवी विवेक तांत्रिक गुलामीतून मुक्त होऊ शकणार नाही. ग्रामीण-शहरी दरी आणि सामाजिक विषमता दूर करतानाच, आपल्याला एक असा समाज घडवावा लागेल जो तंत्रज्ञानाचा वापर करण्यासाठी सक्षम असेल, परंतु त्याच्या आहारी जाणार नाही. लोकशाहीला वाचवण्यासाठी आणि मानवी प्रतिष्ठा जपण्यासाठी आपल्याला आपल्या डिजिटल सवयींचा चिकित्सक अभ्यास करून 'डिजिटल स्वायत्तता' पुन्हा मिळवावी लागेल.

प्रकरण ८ : कृत्रिम बुद्धिमत्ता (AI) आणि डेटा

मशीन लर्निंगसाठी डेटा : यंत्रांच्या शिक्षणाचे इंधन आणि तांत्रिक निर्णयांचे वास्तव

मानवी संस्कृतीच्या इतिहासात बुद्धिमत्ता ही केवळ सजीवांची, विशेषतः मानवाची मक्तेदारी मानली जात असे. मात्र, एकविसाव्या शतकाच्या प्रारंभी माहिती तंत्रज्ञानाने या धारणेला पूर्णतः छेद दिला आहे. आज आपण एका अशा वळणावर उभे आहोत जिथे यंत्रे केवळ आज्ञावलीचे पालन करत नाहीत, तर ती स्वतःच्या अनुभवातून आणि माहितीच्या आधारे 'शिकत' आहेत. या प्रक्रियेला आपण 'मशीन लर्निंग' (Machine Learning) किंवा 'यंत्र शिक्षण' असे संबोधतो. ऐतिहासिकदृष्ट्या पाहिल्यास, प्रारंभीचे संगणक हे मानवाने दिलेल्या विशिष्ट नियमांवर चालत असत. परंतु, विदा विज्ञानाच्या (Data Science) प्रगतीमुळे यंत्रांना प्रचंड मोठ्या प्रमाणावर डेटा पुरवून त्यांना स्वयंचलित निर्णय घेण्यास सक्षम केले जात आहे. समाजशास्त्रीय आणि तांत्रिक परिप्रेक्ष्यातून, मशीन लर्निंग ही केवळ एक संगणकीय प्रक्रिया नसून, ती मानवी ज्ञानाचे आणि अनुभवाचे सांख्यिकीकरण करणारी एक अवाढव्य संरचना आहे. या प्रक्रियेत डेटा हा 'नवे सोने' तर आहेच, परंतु तो यंत्रांच्या बुद्धिमत्तेला आकार देणारे मुख्य इंधनही आहे.

मशीन लर्निंगची संकल्पना समजून घेताना 'प्रशिक्षण डेटा' (Training Data) या घटकाचे महत्त्व अनन्यसाधारण आहे. मशीन लर्निंग म्हणजे अशी एक प्रणाली आहे जी डेटाचा वापर करून त्यातील 'पॅटर्न' किंवा

नमुने शोधते आणि त्या आधारे भविष्यातील वर्तणुकीचे भाकीत वर्तवते. हे शिकणे मानवी शिक्षणासारखेच असते; ज्याप्रमाणे मूल अनेक चित्रे पाहून 'प्राणी' ओळखायला शिकते, त्याचप्रमाणे यंत्राला लाखो-करोडो प्रतिमा, मजकूर आणि आकडेवारी पुरवली जाते. या 'मोठ्या प्रमाणातील प्रशिक्षण डेटा'मुळे यंत्राला अधिक अचूकता प्राप्त होते. राज्यशास्त्राच्या आणि लोक प्रशासनाच्या दृष्टिकोनातून हे अत्यंत महत्त्वाचे आहे, कारण जेव्हा सरकारे धोरणनिर्मितीसाठी मशीन लर्निंगचा वापर करतात, तेव्हा त्या प्रणालीला दिलेला डेटा हाच त्या धोरणाचा आधार असतो. जर हा डेटा व्यापक आणि सर्वसमावेशक नसेल, तर यंत्राने घेतलेले निर्णय हे लोकशाहीतील समानतेच्या तत्त्वाला बाधा पोहोचवू शकतात. सत्तेचे हे नवीन केंद्र आता कोडिंग करणाऱ्यांच्या हातून माहितीच्या साठ्यांकडे सरकले आहे.

डेटा गुणवत्तेचे (Data Quality) महत्त्व मशीन लर्निंगमध्ये सर्वात कळीचे ठरते. तांत्रिक भाषेत एक प्रसिद्ध म्हण आहे— 'कचरा आत, तर कचरा बाहेर' (Garbage In, Garbage Out). यंत्राची बुद्धिमत्ता ही पूर्णतः त्याला दिलेल्या माहितीच्या दर्जावर अवलंबून असते. जर माहिती अचूक, सुसंगत आणि पूर्वग्रहरहित नसेल, तर यंत्राचे निष्कर्ष दिशाभूल करणारे असू शकतात. उदाहरणार्थ, जर एखाद्या बँकेची मशीन लर्निंग प्रणाली केवळ उच्चभ्रू वर्गाच्या आर्थिक डेटावर प्रशिक्षित केली गेली असेल, तर ती प्रणाली आपोआपच उपेक्षित किंवा ग्रामीण वर्गाचे कर्ज अर्ज फेटाळण्याची शक्यता असते. भारतीय सामाजिक रचनेत जिथे जात, धर्म आणि प्रादेशिकता यांमुळे आधीच विषमता आहे, तिथे डेटाची गुणवत्ता तपासणे ही केवळ तांत्रिक गरज नसून ती एक नैतिक जबाबदारी आहे. माहिती तंत्रज्ञानाचा हा परिणाम समाजातील

सर्व घटकांवर एकसमान होत नाही; ज्यांचा डेटा यंत्रणेकडे 'न्यून' किंवा 'चुकीच्या' स्वरूपात आहे, त्यांच्यावर अन्याय होण्याची शक्यता अधिक असते.

चुकीचा डेटा आणि त्याचे चुकीचे परिणाम (Algorithmic Bias) हे मशीन लर्निंगमधील सर्वात मोठे संकट आहे. जर प्रशिक्षण डेटामध्ये ऐतिहासिक भेदाभेद किंवा मानवी पूर्वग्रह दडलेले असतील, तर यंत्र तेच पूर्वग्रह अधिक वेगाने आणि मोठ्या प्रमाणावर अमलात आणते. यालाच 'अल्गोरिद्मिक पक्षपात' असे म्हणतात. गुन्हेगारी नियंत्रण, नोकरभरती किंवा आरोग्य सेवांमध्ये जेव्हा अशा सदोष प्रणाली वापरल्या जातात, तेव्हा त्या विशिष्ट सामाजिक गटांना लक्ष्य करू शकतात. मानसशास्त्रीय दृष्टिकोनातून, मानवाचा यंत्रांच्या निर्णयावर असलेला अवाजवी विश्वास (Automation Bias) या समस्येला अधिक गंभीर बनवतो. आपल्याला वाटते की यंत्र 'तटस्थ' आहे, परंतु प्रत्यक्षात ते त्या डेटाचे प्रतिबिंब असते ज्यातून ते शिकले आहे. माहितीवर विश्वास ठेवण्याच्या मानवी प्रवृत्तीमुळे लोक यंत्राच्या निर्णयाला आव्हान देण्याचे टाळतात, ज्यामुळे चुकीचे सामाजिक परिणाम दृढ होतात.

भारतीय संदर्भात, ग्रामीण-शहरी अंतर आणि भाषिक विविधता यामुळे मशीन लर्निंगसाठी योग्य डेटा मिळवणे आव्हानात्मक आहे. बहुतांश डेटा हा शहरी आणि इंग्रजी भाषिक लोकसंख्येकडून मिळवला जातो, ज्यामुळे ग्रामीण भारताचे वास्तव या यंत्रांच्या 'बुद्धिमत्तेत' प्रतिबिंबित होत नाही. शैक्षणिक असमानतेमुळे ग्रामीण भागातील जनता या तांत्रिक प्रक्रियेतून बाजूला पडते. धोरणनिर्मिती प्रक्रियेत जेव्हा खाजगी कंपन्या आणि राज्यसंस्था मशीन लर्निंगचा वापर करतात, तेव्हा त्यांनी हा डेटा संदर्भासहित तपासणे अनिवार्य आहे. नागरिक आणि राज्य यांच्यातील

सत्तासंबंधात नागरिक येथे अधिक पारदर्शक झाला आहे, परंतु यंत्र ज्या माहितीवरून नागरिकांचे भविष्य ठरवत आहे, ती माहिती आणि प्रक्रिया मात्र अपारदर्शक आहे. गोपनीयतेचा प्रश्न येथे केवळ डेटा चोरीपुरता उरलेला नसून तो 'डेटाच्या अर्थापर्यंत' विस्तारला आहे.

डेटा संकलन आणि वापराचा आर्थिक नफ्याशी असलेला संबंध मशीन लर्निंगला अधिक गतिमान करतो. खाजगी कंपन्यांना अधिक नफा कमावण्यासाठी ग्राहकांच्या वर्तणुकीचे अचूक भाकीत वर्तवणारी यंत्रे हवी असतात. यासाठी ते वापरकर्त्यांच्या प्रत्येक हालचालीचा डेटा संकलित करतात. या प्रक्रियेत ग्राहकाचे रूपांतर केवळ एका 'प्रशिक्षण संचामध्ये' (Training Set) केले जाते. डिजिटल मंचांवर माहितीचे प्रवाह नियंत्रित करणारे अल्गोरिदम हे देखील मशीन लर्निंगवर आधारित असतात, जे सामाजिक मतनिर्मितीवर प्रभाव टाकतात. विचारधारात्मक गटबांधणी मजबूत करण्यासाठी या प्रणालींचा वापर केला जातो, कारण यंत्राला माहित असते की वापरकर्त्याला कोणत्या प्रकारच्या 'चुकीच्या डेटा'मुळे उत्तेजित केले जाऊ शकते. तांत्रिक प्रगतीला केवळ मुक्तीकारक किंवा विनाशकारी न ठरवता, तिचे अशा प्रकारे सामाजिक वास्तवाशी प्रामाणिक राहून मूल्यमापन करणे आवश्यक आहे.

कृत्रिम बुद्धिमत्ता, रूपांतरित दृश्यसामग्री आणि स्वयंचलित निर्णयप्रणाली यांचा उल्लेख करताना अंधगौरव टाळणे गरजेचे आहे. मशीन लर्निंग हे जादू नसून ते गणितावर आणि डेटावर आधारित आहे. या साधनांचे सकारात्मक उपयोग जसे की, पीक रोगांचे निदान करणे किंवा आपत्ती व्यवस्थापन करणे हे मान्य केले पाहिजेत; परंतु त्यामागील डेटा शोषणाचे स्वरूप नाकारता येत नाही. तांत्रिक प्रगतीला एकतर्फी

ठरवण्याऐवजी तिचे सामाजिक संदर्भात मूल्यमापन करावे. माहिती तंत्रज्ञानाचा परिणाम मानवी संस्कृतीवर असा होत आहे की, आपण आता आपल्या निर्णयांचा ताबा हळूहळू यंत्रांकडे सोपवत आहोत. सत्तेच्या या डिजिटल संघर्षात, डेटाची शुद्धता आणि अल्गोरिदमची पारदर्शकता हीच लोकशाही टिकवून ठेवण्याचे मुख्य मार्ग आहेत.

मशीन लर्निंगसाठी वापरला जाणारा डेटा हे आधुनिक युगातील सत्तेचे नवीन चलन आहे. डेटा हा 'नवे सोने' असेल, तर मशीन लर्निंग ही त्या सोन्याचा वापर करून सत्तेचे नवे इमले रचणारी यंत्रणा आहे. या माहितीचे संकलन, विश्लेषण आणि वापर यांचा नफ्याशी आणि प्रशासकीय नियंत्रणाशी असलेला संबंध चिकित्सक पद्धतीने समजून घेतल्याशिवाय आपण भविष्यातील आव्हानांना सामोरे जाऊ शकत नाही. ग्रामीण-शहरी दरी आणि सामाजिक विषमता दूर करतानाच, आपल्याला एक अशी 'एआय नियामक चौकट' उभी करावी लागेल जी तांत्रिक कार्यक्षमतेपेक्षा मानवी प्रतिष्ठेला अधिक महत्त्व देईल. तांत्रिक प्रगतीला संतुलितपणे पाहणे अनिवार्य आहे, कारण आपला संघर्ष केवळ यंत्रांशी नसून, त्या यंत्रांना पुरवल्या जाणाऱ्या 'माहितीच्या गुणवत्तेशी' आणि त्यामागील 'हेतूशी' आहे.

प्रशिक्षण डेटा आणि लेबलिंग उद्योग : डिजिटल युगातील अदृश्य श्रमिक आणि माहितीचे संस्कार

कृत्रिम बुद्धिमत्तेच्या भव्य इमारतीचा पाया ज्या घटकावर उभा आहे, तो म्हणजे 'प्रशिक्षण डेटा' (Training Data). कोणत्याही प्रगत यंत्रणेला 'बुद्धिमत्ता' प्राप्त होण्यासाठी केवळ कच्चा डेटा पुरेसा नसतो, तर त्या डेटावर मानवी संस्कार होणे अनिवार्य असते. ऐतिहासिक

दृष्टिकोनातून पाहिल्यास, औद्योगिक क्रांतीने श्रमिकांना कारखान्यांमध्ये यंत्रांच्या साहाय्याने काम करण्यास भाग पाडले, तर आजची डिजिटल क्रांती श्रमिकांना ही यंत्रे कशी विचार करतील, हे शिकवण्यासाठी राबवत आहे. या प्रक्रियेला तांत्रिक भाषेत 'डेटा लेबलिंग' (Data Labeling) किंवा 'डेटा वर्गीकरण' असे म्हटले जाते. हे काम अत्यंत संथ, पुनरावृत्ती होणारे आणि मानवी निरीक्षणावर आधारित असते. समाजशास्त्रीय परिप्रेक्ष्यातून विचार करताना, ज्या कृत्रिम बुद्धिमत्तेला आपण 'स्वयंचलित' मानतो, त्यामागे जगभरातील लक्षावधी मानवी हातांचे अदृश्य श्रम दडलेले आहेत. हा 'डेटा लेबलिंग उद्योग' आधुनिक जागतिक श्रम बाजारातील एक नवीन आणि गुंतागुंतीची संरचना आहे, जिथे माहितीच्या प्रत्येक तुकड्याला मानवी अर्थ प्राप्त करून दिला जातो.

डेटा वर्गीकरणाची प्रक्रिया ही कृत्रिम बुद्धिमत्तेला जगाचे भान करून देण्याचे काम करते. एखादे स्वायत्त वाहन चालवण्यासाठी रस्त्यावरील अडथळे, पादचारी आणि ट्रॅफिक सिग्नल ओळखणे आवश्यक असते. यासाठी लक्षावधी फोटोंमध्ये हे सर्व घटक मानवी हातांनी 'मार्क' किंवा अधोरेखित करावे लागतात. त्याचप्रमाणे, भाषेतील सूक्ष्म छटा समजून घेण्यासाठी मजकुराचे वर्गीकरण करावे लागते. यालाच 'ॲनोटेशन' असेही म्हणतात. जेव्हा आपण एखादा चॅटबॉट वापरतो आणि तो आपल्याला अचूक उत्तरे देतो, तेव्हा त्यामागे कोणीतरी हजारो चुकीच्या उत्तरांना 'अयोग्य' आणि अचूक उत्तरांना 'योग्य' म्हणून आधीच लेबल लावलेले असते. राज्यशास्त्राच्या आणि लोक प्रशासनाच्या दृष्टिकोनातून हे महत्त्वाचे आहे, कारण यंत्रांनी घेतलेले निर्णय हे या वर्गीकरणाच्या पद्धतीवर अवलंबून असतात. जर वर्गीकरण करणाऱ्या

व्यक्तीचे स्वतःचे काही पूर्वग्रह असतील, तर ते थेट यंत्राच्या बुद्धिमत्तेत उतरतात, ज्यामुळे भविष्यात धोरणनिर्मिती प्रक्रियेत तांत्रिक पक्षपात निर्माण होऊ शकतो.

जागतिक डिजिटल श्रम बाजारामध्ये 'कमी मजुरीवर चालणारा डेटा लेबलिंग उद्योग' हा चिंतेचा आणि चिकित्सेचा विषय ठरला आहे. कृत्रिम बुद्धिमत्ता विकसित करणाऱ्या बड्या तंत्रज्ञान कंपन्या प्रामुख्याने अमेरिका किंवा युरोपमध्ये असल्या, तरी डेटा लेबलिंगचे काम हे प्रामुख्याने विकसनशील देशांमध्ये, जसे की भारत, केनिया किंवा फिलिपिन्समध्ये आउटसोर्स केले जाते. या उद्योगात काम करणाऱ्या श्रमिकांना अत्यंत तुटपुंज्या मजुरीवर तासनतास संगणकासमोर बसून प्रतिमा किंवा मजकुराचे वर्गीकरण करावे लागते. याला 'डिजिटल स्वेटशॉप्स' असेही संबोधले जाते. भारतीय सामाजिक रचनेत, जिथे बेरोजगारी ही मोठी समस्या आहे, तिथे अनेक तरुण या उद्योगाकडे वळतात. मात्र, या कामात कोणतीही शाश्वती, पदोन्नती किंवा कामगार हक्कांचे संरक्षण नसते. माहिती तंत्रज्ञानाचा हा परिणाम समाजातील आर्थिक स्तरांवर अवलंबून असतो; जिथे श्रीमंत देश 'बुद्धिमत्ता' विकतात, तिथे गरीब देशांतील श्रमिक त्या बुद्धिमत्तेला प्रशिक्षित करण्यासाठी आपले श्रम अल्प दरात विकतात.

डेटा लेबलिंग उद्योगातील नैतिक प्रश्न (Ethical Issues) अत्यंत गंभीर आहेत. या प्रक्रियेत श्रमिकांना अनेकदा अत्यंत हिंसक, अश्लील किंवा विचलित करणारा मजकूर वारंवार पाहावा लागतो, जेणेकरून ते यंत्राला 'अशा मजकुराची ओळख' पटवून देऊ शकतील. याचा या श्रमिकांच्या मानसिक आरोग्यावर गंभीर परिणाम होतो, परंतु त्याबद्दल कोणत्याही संस्थात्मक जबाबदारीचा किंवा आरोग्य विम्याचा अभाव

असतो. तसेच, या श्रमिकांना आपण कोणत्या मोठ्या प्रकल्पाचा भाग आहोत किंवा आपण तयार केलेला डेटा कोठे वापरला जाणार आहे, याची कोणतीही पूर्वकल्पना दिली जात नाही. ही 'माहिती विषमता' श्रम आणि भांडवल यांच्यातील सत्तासंबंध अधिक तीव्र करते. गोपनीयतेच्या प्रश्नावर चर्चा करताना हे लक्षात येते की, या प्रक्रियेत अनेकदा वापरकर्त्यांचा खाजगी डेटा या अज्ञात श्रमिकांच्या हाती पोहोचतो, ज्यामुळे माहितीच्या सुरक्षिततेचा मोठा धोका निर्माण होतो.

भारतीय संदर्भात, ग्रामीण आणि शहरी दरीचा विचार करता, अनेक डेटा लेबलिंग कंपन्या आता छोट्या शहरांकडे वळत आहेत, जिथे श्रमिक अधिक स्वस्त दरात उपलब्ध होतात. शैक्षणिक असमानतेमुळे ज्यांच्याकडे प्रगत तांत्रिक कौशल्ये नाहीत, त्यांना या 'मायक्रो-वर्किंग' किंवा सूक्ष्म-श्रमाच्या चक्रात अडकवले जाते. माहिती तंत्रज्ञानाचा हा परिणाम सर्व समाजघटकांवर एकसमान होत नाही; उच्चवर्णीय किंवा शहरी सुशिक्षित वर्ग या प्रणालींचे रचनाकार असतात, तर ग्रामीण किंवा निम्न-उत्पन्न गटातील लोक या प्रणालींचे केवळ 'पोषण' करणारे श्रमिक ठरतात. धोरणनिर्मिती प्रक्रियेत अशा असंघटित डिजिटल श्रमिकांच्या संरक्षणासाठी अद्याप कोणतीही भक्कम कायदेशीर चौकट उपलब्ध नाही. नागरिक आणि राज्य यांच्यातील सत्तासंबंधात, राज्य अनेकदा या उद्योगाला 'रोजगार निर्मिती' म्हणून पाहते, परंतु त्यातील शोषणात्मक स्वरूपाकडे दुर्लक्ष केले जाते.

मानसशास्त्रीय आयामांचे विश्लेषण करताना हे स्पष्ट होते की, डेटा लेबलिंगचे काम मानवी मेंदूला एका यंत्राप्रमाणे वापरते. सततची पुनरावृत्ती आणि कडक टार्गेट्समुळे श्रमिकांची सर्जनशीलता आणि विवेकनिष्ठ विचार करण्याची क्षमता क्षीण होऊ शकते. माहितीवर

विश्वास ठेवण्याच्या मानवी प्रवृत्तीमुळे, यंत्रांनी दिलेली उत्तरे आपण 'नैसर्गिक' मानतो, परंतु वास्तवात ती अशा श्रमिकांच्या श्रमाचे फलित असतात ज्यांना स्वतःचे मत मांडण्याचा अधिकार नसतो. तांत्रिक प्रगतीला अंधगौरव किंवा भीतीजनक अतिशयोक्ती टाळून संतुलितपणे पाहणे अनिवार्य आहे. कृत्रिम बुद्धिमत्ता ही मानवी बुद्धिमत्तेला पर्याय नसून, ती मानवी श्रमाच्या शोषणावर उभी असलेली एक तांत्रिक इमारत आहे, हे वास्तव नाकारता येत नाही.

प्रशिक्षण डेटा आणि लेबलिंग उद्योग हा आधुनिक युगातील सत्तेच्या आणि श्रमाच्या संघर्षाचे नवीन केंद्र आहे. डेटा जर 'नवे सोने' असेल, तर हे श्रमिक त्या सोन्याला शुद्ध करणारे मजूर आहेत, ज्यांचे नाव इतिहासात कोठेही नमूद केले जात नाही. या माहितीचे संकलन, विश्लेषण आणि वापर यांचा नफ्याशी असलेला संबंध जोपर्यंत आपण समतावादी दृष्टिकोनातून पाहत नाही, तोपर्यंत कृत्रिम बुद्धिमत्ता ही मानवी मुक्तीचे साधन ठरू शकणार नाही. ग्रामीण-शहरी अंतर आणि सामाजिक विषमता दूर करण्यासाठी केवळ तंत्रज्ञानाचा प्रसार पुरेसा नाही, तर त्या तंत्रज्ञानाच्या पाठीमागे उभ्या असलेल्या मानवी श्रमाला प्रतिष्ठा देणे ही काळाची गरज आहे. तांत्रिक प्रगतीला सामाजिक न्यायाच्या कसोटीवर घासून पाहणे, हेच या पुस्तकाचे उद्दिष्ट आहे.

चॅटबॉट्स आणि शिफारस प्रणाली : संवादाचे संगणकीकरण आणि निवडींचे अल्गोरिद्मिक व्यवस्थापन

मानवी संवाद आणि निवडीची प्रक्रिया ऐतिहासिकदृष्ट्या सामाजिक, सांस्कृतिक आणि वैयक्तिक संदर्भांतून घडत आली आहे. व्यक्ती काय

बोलते आणि तिला काय आवडते, हे तिच्या भोवतालच्या पर्यावरणावर आणि मानवी अनुभवांवर अवलंबून असायचे. मात्र, डिजिटल युगातील डेटाच्या महापूराने या अत्यंत खाजगी आणि मानवी प्रक्रियेचे तांत्रिक आराखड्यात रूपांतर केले आहे. 'चॅटबॉट्स' (Chatbots) आणि 'शिफारस प्रणाली' (Recommendation Systems) या कृत्रिम बुद्धिमत्तेच्या दोन अशा शाखा आहेत ज्यांनी मानवी संवादाचे आणि निवडीचे पूर्णतः 'डेटा-आधारित' मॉडेल तयार केले आहे. समाजशास्त्रीय दृष्टिकोनातून, हे केवळ तांत्रिक प्रगतीचे लक्षण नसून, मानवी जाणिवांचे आणि प्रतिसादांचे संगणकीकरण करण्याच्या दिशेने टाकलेले एक मोठे पाऊल आहे. येथे 'डेटा' हा केवळ संवादाचा स्त्रोत नसून, तो मानवी वर्तणुकीला एका विशिष्ट साच्यात बसवणारे सत्तासाधन बनला आहे.

या तांत्रिक क्रांतीचा गाभा म्हणजे 'नैसर्गिक भाषा प्रक्रिया' (Natural Language Processing - NLP) होय. ही कृत्रिम बुद्धिमत्तेची अशी शाखा आहे जी यंत्रांना मानवी भाषा समजून घेण्यास, तिचा अर्थ लावण्यास आणि तशाच प्रकारे प्रतिसाद देण्यास सक्षम करते. ऐतिहासिकदृष्ट्या, संगणकाशी संवाद साधण्यासाठी विशिष्ट तांत्रिक कोडची गरज असायची, परंतु 'नैसर्गिक भाषा प्रक्रिये'मुळे आता यंत्रे मानवी संभाषणातील बारकावे, भावना आणि संदर्भ टिपू लागली आहेत. हे साध्य करण्यासाठी लक्षावधी मानवी संवादांचा डेटा यंत्रांना 'प्रशिक्षण डेटा' म्हणून पुरवला जातो. चॅटबॉट्स याच प्रक्रियेवर आधारित असतात. जेव्हा एखादा चॅटबॉट आपल्याशी संवाद साधतो, तेव्हा तो आपल्या शब्दांच्या रचनेवरून आपल्या गरजेचा अंदाज लावतो. लोक प्रशासनाच्या आणि सार्वजनिक धोरणाच्या अभ्यासकांसाठी ही बाब

महत्त्वाची आहे, कारण राज्यसंस्था आता नागरिक सेवांसाठी मानवी कर्मचाऱ्यांऐवजी चॅटबॉट्सचा वापर करत आहे, ज्यामुळे प्रशासकीय संवादातील मानवी ओलावा कमी होऊन तो केवळ डेटा-आधारित निकषांवर चालणारा 'स्वयंचलित' संवाद बनत आहे.

'ग्राहक सेवा स्वयंचलन' (Customer Service Automation) हा चॅटबॉट्सच्या वापराचा सर्वात मोठा आर्थिक आणि व्यावसायिक पैलू आहे. मोठ्या खाजगी कंपन्या आणि बँका आता चॅटबॉट्सच्या माध्यमातून ग्राहकांच्या तक्रारींचे निवारण करतात. यामुळे खर्चात बचत होत असली तरी, यामुळे निर्माण होणारा डेटा हा कंपन्यांच्या नफ्यासाठी वापरला जातो. ग्राहकाने विचारलेले प्रश्न, त्याची बोलण्याची पद्धत आणि त्याची नाराजी किंवा समाधान हे सर्व टिपले जाते. या माहितीच्या आधारे ग्राहकाचे 'प्रोफाईलिंग' केले जाते, ज्याचा वापर करून त्याला भविष्यात कोणती उत्पादने विकावीत, हे ठरवले जाते. भारतीय सामाजिक रचनेत, जिथे ग्रामीण भागात भाषिक विविधता आहे, तिथे इंग्रजी किंवा प्रमाण मराठीवर आधारित चॅटबॉट्स अनेकदा अपयशी ठरतात, ज्यामुळे भाषिक अल्पसंख्याक किंवा ग्रामीण जनता सेवांपासून वंचित राहू शकते. माहिती तंत्रज्ञानाचा हा परिणाम समाजातील शैक्षणिक आणि भाषिक स्तरांनुसार विषम असतो, जिथे सुशिक्षित शहरी वर्ग या प्रणालींचा लाभ घेतो, तर ग्रामीण जनता तांत्रिक गोंधळात अडकून पडते.

दुसरीकडे, 'चित्रपट आणि खरेदी शिफारस मॉडेल' (Recommendation Models) आपल्या निवडींचे सूक्ष्म व्यवस्थापन करत आहेत. आपण नेटफ्लिक्सवर कोणता चित्रपट पाहतो किंवा ॲमेझॉनवर काय खरेदी करतो, हे पूर्णतः या प्रणालींनी नियंत्रित केलेले

असते. हे मॉडेल 'कोलोबोरेटिव्ह फिल्टरिंग' (Collaborative Filtering) या सिद्धांतावर कार्य करतात, जो तुमच्यासारख्याच आवडीच्या इतर हजारो लोकांच्या डेटाचा वापर करून तुम्हाला काय आवडेल, याचा अंदाज लावतो. जेव्हा आपण एखाद्या शिफारशीवर क्लिक करतो, तेव्हा आपण अनवधानाने त्या अल्गोरिदमला अधिक शक्तिशाली बनवत असतो. सत्तेच्या आणि नियंत्रणाच्या दृष्टिकोनातून पाहिले तर, ही एक प्रकारची 'सॉफ्ट पॉवर' आहे, जिथे कंपन्या जाणीवपूर्वक तुमच्या निवडींवर प्रभाव पाडतात. यामुळे व्यक्तीची स्वतःहून शोध घेण्याची (Organic Discovery) वृत्ती कमी होऊन ती अल्गोरिदमने तयार केलेल्या एका 'डिजिटल कोशात' बंदिस्त होते.

वापरकर्त्यांच्या निवडींवर होणारा हा परिणाम केवळ व्यावसायिक नसून तो राजकीय आणि मानसशास्त्रीयही आहे. शिफारस प्रणाली व्यक्तीला अशाच प्रकारची माहिती दाखवतात जी तिच्या पूर्वधारणांना पुष्टी देईल. मानसशास्त्रीय विश्लेषणात, 'पूर्वधारणा पुष्टीकरण' (Confirmation Bias) या मानवी प्रवृत्तीचा येथे पद्धतशीरपणे गैरफायदा घेतला जातो. माहितीच्या या अल्गोरिद्मिक वर्गीकरणामुळे समाजात विचारधारात्मक गटबांधणी मजबूत होते. जेव्हा एखादी व्यक्ती विशिष्ट राजकीय विचारधारेचे व्हिडिओ पाहते, तेव्हा शिफारस प्रणाली तिला तशाच प्रकारचे अधिक जहाल मजकूर दाखवू लागते. यातून निर्माण होणारी 'इको चेंबर' लोकशाहीतील निकोप संवादाला बाधक ठरतात. भारतीय राजकीय व्यवस्थेत, निवडणुकांदरम्यान मतदारांना प्रभावित करण्यासाठी अशा शिफारस प्रणालींचा वापर मोठ्या प्रमाणावर केला जातो, जिथे माहितीचा प्रवाह नियंत्रित करून लोकांची मते वळवली जातात.

डेटा आणि मानसशास्त्रीय प्रभाव यांचा संबंध 'डोपामिन प्रभाव' आणि 'सतत पुनरावृत्ती' या संकल्पनेतून अधिक स्पष्ट होतो. चॅटबॉट्स आणि सोशल मीडिया मंचावरील शिफारस प्रणाली अशा प्रकारे डिझाइन केल्या जातात की वापरकर्त्याला सतत भावनिक उत्तेजन मिळावे. जेव्हा यंत्र आपल्याला आपल्या आवडीचा चित्रपट किंवा माहिती सुचवते, तेव्हा मेंदूमध्ये मिळणारा आनंद आपल्याला त्या मंचावर खिळवून ठेवतो. यालाच 'अटेंशन इकॉनॉमी' किंवा 'अवधानाचे अर्थकारण' असे म्हणतात. येथे वापरकर्त्याचा 'वेळ' हा डेटा विक्री प्रक्रियेतील सर्वात मौल्यवान नफा असतो. नागरिक आणि बाजार यांच्यातील सत्तासंबंधात नागरिक येथे पूर्णतः पारदर्शक झाला आहे, परंतु यंत्रांच्या निर्णयामागील अल्गोरिदम मात्र अपारदर्शक राहिले आहेत. या 'माहिती विषमतेमुळे' व्यक्तीची स्वायत्तता धोक्यात येते, कारण तिचे निर्णय हे तिच्या विवेकापेक्षा तांत्रिक प्रलोभनांवर अधिक आधारित असतात.

गोपनीयतेच्या प्रश्नावर चर्चा करताना हे लक्षात येते की, चॅटबॉट्सशी केलेला संवाद हा खाजगी नसतो. तो संवादाचा प्रत्येक तुकडा यंत्राला 'प्रशिक्षित' करण्यासाठी आणि भविष्यातील डेटा विक्रीसाठी साठवला जातो. भारतीय संदर्भात डिजिटल वैयक्तिक माहिती संरक्षण कायद्याची अंमलबजावणी करताना अशा संवादात्मक डेटाच्या सुरक्षिततेवर कडक निर्बंध असणे आवश्यक आहे. विशेषतः आरोग्य किंवा आर्थिक सेवा देणारे चॅटबॉट्स जेव्हा वैयक्तिक माहिती गोळा करतात, तेव्हा डेटा गळतीचा धोका अधिक असतो. राज्यसंस्था आणि खाजगी कंपन्यांमधील डेटा देवाणघेवाणीत नागरिकांच्या गोपनीयतेचा बळी दिला जाण्याची शक्यता नाकारता येत नाही. प्रशासकीय यंत्रणांनी चॅटबॉट्सचा वापर करताना पारदर्शकता आणि उत्तरदायित्व या

तत्त्वांचे पालन करणे अनिवार्य आहे, जेणेकरून तंत्रज्ञान हे शोषणाचे साधन न बनता सुशासनाचे माध्यम बनेल.

कृत्रिम बुद्धिमत्ता, रूपांतरित दृश्यसामग्री आणि स्वयंचलित निर्णयप्रणाली यांचा उल्लेख करताना अंधगौरव किंवा भीतीजनक अतिशयोक्ती टाळणे गरजेचे आहे. चॅटबॉट्स आणि शिफारस प्रणालींचे सकारात्मक उपयोग, जसे की शिक्षण सुलभ करणे किंवा आपत्ती व्यवस्थापनात योग्य माहिती पोहोचवणे, हे मान्य केले पाहिजेत. परंतु, तांत्रिक प्रगतीला एकतर्फी मुक्तीकारक किंवा विनाशकारी ठरवू नये; तिचे सामाजिक संदर्भात मूल्यमापन करावे. माहिती तंत्रज्ञानाचा परिणाम मानवी संस्कृतीवर असा होत आहे की, आपण आता संवादासाठी आणि निवडीसाठी यंत्रांवर परावलंबी झालो आहोत. ग्रामीण-शहरी अंतर आणि शैक्षणिक असमानता लक्षात घेता, भारतीय समाजात 'डिजिटल विवेक' जागृत करणे ही काळाची गरज आहे, जेणेकरून नागरिक या तांत्रिक नियंत्रणाबद्दल सजग होऊ शकतील.

चॅटबॉट्स आणि शिफारस प्रणाली हे आधुनिक युगातील सत्तेच्या नियंत्रणाचे सर्वात सूक्ष्म रूप आहेत. डेटा हा 'नवे सोने' असेल, तर हे अल्गोरिदम त्या सोन्याचा वापर करून मानवी मनावर राज्य करणारे आधुनिक तंत्रज्ञ आहेत. या माहितीचे संकलन, विश्लेषण आणि वापर यांचा नफ्याशी असलेला संबंध चिकित्सक पद्धतीने समजून घेतल्याशिवाय आपण या डिजिटल युगातील आव्हानांना सामोरे जाऊ शकत नाही. लोकशाहीला वाचवण्यासाठी आणि मानवी प्रतिष्ठा जपण्यासाठी आपल्याला आपल्या संवादाची आणि निवडीची स्वायत्तता पुन्हा मिळवावी लागेल. तांत्रिक प्रगतीला सामाजिक न्यायाच्या कसोटीवर घासून पाहणे आवश्यक आहे.

अल्गोरिद्मिक पक्षपात : तांत्रिक तटस्थतेचा आभास आणि सामाजिक विषमतेचे पुनर्लेखन

मानवी संस्कृतीच्या इतिहासात न्यायाची संकल्पना ही निःपक्षपातीपणा आणि समानतेवर आधारित राहिली आहे. पारंपरिक न्यायदान आणि निर्णयप्रक्रियेत मानवी पूर्वग्रह, आवडीनिवडी आणि त्रुटी असू शकतात, या विचारातूनच एकविसाव्या शतकात 'स्वयंचलित निर्णयप्रणाली' किंवा अल्गोरिदमचा वापर वाढला. ऐतिहासिक दृष्टिकोनातून, तंत्रज्ञानाला नेहमीच 'तटस्थ' मानले गेले आहे; यंत्रे ही केवळ गणितावर चालतात आणि ती मानवाप्रमाणे जात, धर्म किंवा लिंगाच्या आधारावर भेदभाव करत नाहीत, असा एक सर्वमान्य समज निर्माण झाला होता. मात्र, जसजसा कृत्रिम बुद्धिमत्तेचा वापर वाढला, तसतसे हे स्पष्ट झाले की यंत्रे स्वतंत्रपणे विचार करत नसून ती त्यांना पुरवलेल्या 'डेटा'मधील सामाजिक वास्तवाचे प्रतिबिंब असतात. 'अल्गोरिद्मिक पक्षपात' (Algorithmic Bias) ही संकल्पना याच तांत्रिक वास्तवातून उदयाला आली आहे. समाजशास्त्रीय परिप्रेक्ष्यातून, हा पक्षपात म्हणजे तंत्रज्ञानाच्या पडद्याआड दडलेले ते सामाजिक पूर्वग्रह आहेत, जे जुन्या विषमतांना आधुनिक आणि वैज्ञानिक रूप देऊन अधिक दृढ करत आहेत.

अल्गोरिद्मिक पक्षपाताचा उगम प्रामुख्याने डेटा स्रोतांतील सामाजिक पूर्वग्रहांमध्ये (Societal Biases in Data Sources) असतो. मशीन लर्निंग प्रणाली ज्या माहितीवर आधारित असतात, ती माहिती मानवी व्यवहारांतून आणि ऐतिहासिक नोंदींमधून संकलित केलेली असते. जर आपल्या समाजात ऐतिहासिक काळापासून एखाद्या विशिष्ट

समूहाबद्दल पूर्वग्रह असतील, तर ते पूर्वग्रह त्या डेटामध्ये सांख्यिकी स्वरूपात दडलेले असतात. उदाहरणार्थ, जर गेल्या पन्नास वर्षांच्या नोकरभरतीचा डेटा पाहिला, तर त्यात पुरुषांचे वर्चस्व अधिक दिसून येईल. जेव्हा ही माहिती एखाद्या एआय प्रणालीला प्रशिक्षणासाठी दिली जाते, तेव्हा ती प्रणाली 'पुरुष असणे' हे यशाचे लक्षण मानू लागते आणि नकळतपणे स्त्रियांचे अर्ज नाकारू लागते. येथे तांत्रिक चूक नसून, डेटा ज्या सामाजिक वास्तवातून आला आहे, त्या वास्तवातील विषमता यंत्राने 'सत्य' म्हणून स्वीकारलेली असते. राज्यशास्त्राच्या आणि समाजशास्त्राच्या अभ्यासकांसाठी हा एक गंभीर प्रश्न आहे, कारण यामुळे तंत्रज्ञान हे प्रगतीचे साधन न राहता सामाजिक विषमतेला चिरस्थायी करणारे यंत्र बनते.

निर्णयप्रक्रियेतील ही असमानता केवळ सिद्धांतापुरती मर्यादित नसून तिचे प्रत्यक्ष परिणाम 'भरती', 'कर्ज मंजुरी' आणि 'गुन्हेगारी न्याय' यांसारख्या महत्त्वाच्या क्षेत्रांत दिसून येत आहेत. बँकिंग क्षेत्रात जेव्हा कर्ज मंजुरीसाठी अल्गोरिदम वापरले जातात, तेव्हा ते भौगोलिक स्थान, जात किंवा सामाजिक स्तराशी निगडित डेटाचा वापर करतात. भारतीय सामाजिक रचनेत विशिष्ट वस्त्या किंवा प्रदेश हे ऐतिहासिक कारणांमुळे आर्थिकदृष्ट्या मागास राहिलेले असू शकतात. जर यंत्राने केवळ जुन्या डेटाच्या आधारे या भागातील लोकांचे कर्ज अर्ज फेटाळले, तर ती व्यक्तीच्या गुणवत्तेपेक्षा तिच्या सामाजिक पार्श्वभूमीला अधिक महत्त्व देते. यामुळे ग्रामीण आणि उपेक्षित वर्गासाठी प्रगतीचे मार्ग तांत्रिक कारणांमुळे बंद होतात. तसेच, परदेशात गुन्हेगारांच्या पुनरावृत्तीचा अंदाज लावण्यासाठी वापरले जाणारे अल्गोरिदम अनेकदा कृष्णवर्णीय समुदायाबद्दल पक्षपाती असल्याचे सिद्ध झाले

आहे. माहिती तंत्रज्ञानाचा हा परिणाम समाजातील सर्व घटकांवर एकसमान होत नाही; ज्यांच्याकडे सत्तेची आणि संसाधनांची कमतरता आहे, त्यांना या तांत्रिक पक्षपाताचा फटका अधिक बसतो.

न्याय आणि उत्तरदायित्व (Justice and Accountability) हे प्रश्न अल्गोरिद्मिक पक्षपाताच्या केंद्रस्थानी आहेत. जेव्हा एखादा मानवी अधिकारी भेदभाव करतो, तेव्हा त्याला जाब विचारता येतो किंवा त्याच्या निर्णयाला आव्हान देता येते. परंतु, जेव्हा एखादा निर्णय 'अल्गोरिदम'ने घेतला आहे असे सांगितले जाते, तेव्हा त्यामागील तर्क शोधणे कठीण होते. यालाच 'ब्लॅक बॉक्स' (Black Box) समस्या असे म्हणतात. प्रशासकीय यंत्रणा आणि खाजगी कंपन्या अनेकदा या तांत्रिक गुंतागुंतीचा वापर करून स्वतःची जबाबदारी झटकताना दिसतात. धोरणनिर्मिती प्रक्रियेत जर पारदर्शकता नसेल, तर नागरिकांच्या हक्कांचे रक्षण करणे अशक्य होते. भारतीय संदर्भात डिजिटल वैयक्तिक माहिती संरक्षण कायद्यात केवळ डेटा सुरक्षेवर भर न देता, अल्गोरिदमच्या निष्पक्षपातीपणावरही कायदेशीर नियंत्रण असणे आवश्यक आहे. नागरिक आणि राज्य, तसेच व्यक्ती आणि बाजार यांच्यातील सत्तासंबंधात नागरिक येथे पूर्णतः परावलंबी झाला आहे, कारण त्याच्या जीवनाचे महत्त्वाचे निर्णय अशा यंत्रणा घेत आहेत ज्यांची उत्तरदायित्व निश्चित नाही.

भारतीय सामाजिक रचनेतील जात, भाषा आणि प्रदेश यांची भूमिका मशीन लर्निंगमध्ये अधिक गुंतागुंतीची ठरते. भारतातील बहुतांश डेटा हा शहरी आणि उच्चवर्णीय लोकसंख्येकडून मिळवला जातो. भाषिक विविधतेमुळे इंग्रजी मधील अल्गोरिदम अनेकदा भारतीय भाषांतील सूक्ष्म अर्थ ओळखण्यास अपयशी ठरतात. शैक्षणिक असमानतेमुळे

ग्रामीण भागातील जनता या तांत्रिक प्रक्रियेच्या रचनेत सहभागी होऊ शकत नाही. परिणामी, जे अल्गोरिदम बनवले जातात, ते केवळ एका विशिष्ट वर्गाच्या मानसिकतेचे प्रतिनिधित्व करतात. माहिती तंत्रज्ञानाचा हा 'सांस्कृतिक पक्षपात' ग्रामीण मतदारांच्या किंवा ग्राहकांच्या गरजांकडे दुर्लक्ष करतो. धोरणनिर्मिती प्रक्रियेत अशा पक्षपाती यंत्रणांचा वापर झाल्यास, लोकशाहीतील सामाजिक न्यायाच्या उद्दिष्टाला हरताळ फासला जाऊ शकतो. गोपनीयतेचा प्रश्न येथे केवळ माहिती चोरीपुरता नसून तो 'डेटाच्या अर्थ लावण्यातील पक्षपातापर्यंत' विस्तारला आहे.

मानसशास्त्रीय आयामांचे विश्लेषण करताना 'ऑटोमेशन बायस' किंवा 'स्वयंचलित निर्णयांवरील अतिविश्वास' ही संकल्पना महत्त्वाची ठरते. माहितीवर विश्वास ठेवण्याच्या मानवी प्रवृत्तीमुळे लोक यंत्राने दिलेल्या निकालाला 'अचूक' मानतात. जर यंत्राने एखाद्याला 'अपात्र' ठरवले, तर लोक त्यामागील तांत्रिक कारणांचा शोध न घेता ते स्वीकारतात. भीती-आधारित संदेशांचा प्रभाव जसा सोशल मीडियावर पडतो, तसाच प्रभाव यंत्रांच्या 'अचूकतेच्या' बागुलबुवाचा धोरणकर्त्यांवर पडतो. तांत्रिक प्रगतीला केवळ मुक्तीकारक किंवा विनाशकारी न ठरवता, तिचे अशा प्रकारे मानसशास्त्रीय आणि सामाजिक संदर्भात मूल्यमापन करणे आवश्यक आहे. कृत्रिम बुद्धिमत्ता आणि स्वयंचलित निर्णयप्रणाली जर पूर्वग्रहांनी युक्त असतील, तर त्या समाजात नवीन विचारधारात्मक गटबांधणी निर्माण करू शकतात, जिथे तांत्रिक निकषांवर आधारित नवीन प्रकारचे स्तरभेद तयार होतील.

अंधगौरव टाळून या साधनांचे सकारात्मक उपयोग, जसे की आरोग्य सेवेतील अचूक निदान, हे मान्य केले पाहिजेत. परंतु, तांत्रिक प्रगतीला

एकतर्फी ठरवू नये. अल्गोरिद्मिक पक्षपात रोखण्यासाठी 'डेटा ऑडिट' आणि 'अल्गोरिद्मिक ट्रान्सपरन्सी' (पारदर्शकता) अनिवार्य आहे. तंत्रज्ञानाच्या रचनेतच (Privacy by Design) नैतिक मूल्यांचा समावेश करणे गरजेचे आहे. सत्तेच्या या डिजिटल संघर्षात, तंत्रज्ञान हे सत्तेच्या केंद्रीकरणाचे साधन न बनता ते विकेंद्रीकरणाचे आणि समतेचे साधन बनावे, हीच खरी कसोटी आहे. ग्रामीण-शहरी दरी आणि सामाजिक विषमता दूर करण्यासाठी केवळ तांत्रिक कार्यक्षमता असून चालणार नाही, तर एक भक्कम सामाजिक आणि कायदेशीर विवेक असणे अनिवार्य आहे.

अल्गोरिद्मिक पक्षपात हा आधुनिक युगातील सत्तेच्या नियंत्रणाचे सर्वात सूक्ष्म आणि तांत्रिक स्वरूप आहे. डेटा हा 'नवे सोने' असेल, तर हे पक्षपाती अल्गोरिदम त्या सोन्याचा वापर करून विषमतेच्या नवीन भिंती रचत आहेत. या माहितीचे संकलन, विश्लेषण आणि वापर यांचा नफ्याशी असलेला संबंध जोपर्यंत आपण लोकशाही मूल्यांच्या कसोटीवर तपासत नाही, तोपर्यंत तांत्रिक प्रगती ही मानवी सन्मानाला बाधा पोहोचवत राहील. लोकशाहीला वाचवण्यासाठी आपल्याला केवळ माहितीवर ताबा मिळवून चालणार नाही, तर त्या माहितीचा अर्थ लावणाऱ्या यंत्रणांवरही लोकशाही नियंत्रण प्रस्थापित करावे लागेल.

डीपफेक धोका : डिजिटल सत्याचा संकोच आणि आभासी वास्तवाचे राजकारण

मानवी संस्कृतीच्या इतिहासात 'दृश्य' आणि 'ध्वनी' हे सत्याचे सर्वात प्रबळ पुरावे मानले गेले आहेत. "जे डोळ्याला दिसते आणि कानाला ऐकू येते, ते सत्य असते" या मूलभूत समजावर आपला सामाजिक,

कायदेशीर आणि राजकीय व्यवहार आधारलेला आहे. मात्र, कृत्रिम बुद्धिमत्तेच्या क्षेत्रातील प्रगतीने आणि 'डीपफेक' (Deepfake) सारख्या तंत्रज्ञानाच्या उदयाने या ऐतिहासिक विश्वासालाच सुरुंग लावला आहे. डीपफेक म्हणजे प्रगत मशीन लर्निंग आणि विशेषतः 'जेनरेटिव्ह ॲडव्हर्सरियल नेटवर्क' (Generative Adversarial Networks - GAN) या तंत्राचा वापर करून तयार केलेली कृत्रिम दृश्ये, ध्वनी किंवा चित्रफिती (व्हिडिओ) होत. यामध्ये एखाद्या व्यक्तीचा चेहरा, तिचे हावभाव आणि तिचा आवाज हुबेहूब दुसऱ्या व्यक्तीवर किंवा पूर्णतः काल्पनिक पात्रावर 'मॅप' केला जातो. समाजशास्त्रीय आणि माध्यम अध्ययनाच्या परिप्रेक्ष्यातून, डीपफेक हा केवळ तांत्रिक आविष्कार नसून, तो सत्याच्या विखंडनाचा आणि 'पोस्ट-ट्रूथ' (सत्योत्तर) युगाचा एक अत्यंत धोकादायक टप्पा आहे.

डीपफेक तंत्रज्ञानाद्वारे होणारी कृत्रिम दृश्य आणि ध्वनी निर्मिती ही डेटा संकलनाच्या अफाट क्षमतेवर अवलंबून असते. एखाद्या व्यक्तीचा डीपफेक तयार करण्यासाठी त्या व्यक्तीचे हजारो फोटो आणि तिचे तासनतास चालणारे आवाजाचे नमुने यंत्राला प्रशिक्षण डेटा म्हणून दिले जातात. यंत्र या डेटाचे विश्लेषण करून त्या व्यक्तीच्या चेहऱ्यावरील स्नायूंच्या हालचाली आणि आवाजातील चढ-उतार यांचा एक सूक्ष्म आराखडा तयार करते. यानंतर, यंत्र स्वतःहून असे दृश्य तयार करू शकते जे मानवी डोळ्यांना ओळखणे जवळपास अशक्य असते. यालाच 'सिंथेटिक मीडिया' किंवा रूपांतरित दृश्यसामग्री असे म्हणतात. तांत्रिक दृष्टिकोनातून हे बुद्धिमत्तेचे शिखर असले तरी, सामाजिक दृष्टिकोनातून हे 'माहितीच्या शस्त्रीकरणाचे' (Weaponization of Information) एक साधन बनले आहे. जेव्हा सत्याची पडताळणी

करण्याची मानवी क्षमता संपुष्टात येते, तेव्हा संपूर्ण सामाजिक संवाद हा संशयाच्या छायेखाली येतो, ज्याचा परिणाम वैयक्तिक प्रतिष्ठेपासून ते राष्ट्रीय सुरक्षेपर्यंत सर्व स्तरांवर होतो.

चुकीच्या माहितीचा प्रसार (Disinformation) करण्यासाठी डीपफेक हे आजचे सर्वात प्रभावी अस्त्र ठरले आहे. खोट्या बातम्यांच्या तुलनेत डीपफेक अधिक विनाशकारी असते, कारण त्यामध्ये 'पुरावा' हा दृश्यात्मक असतो. माहितीवर विश्वास ठेवण्याच्या मानवी प्रवृत्तीचा येथे पद्धतशीर गैरफायदा घेतला जातो. मानसशास्त्रीय विश्लेषणात, 'व्हिज्युअल डोमिनन्स' किंवा दृश्यात्मक वर्चस्व या संकल्पनेनुसार मानवी मेंदू शब्दांपेक्षा चित्रांवर अधिक वेगाने विश्वास ठेवतो. जेव्हा एखादा प्रसिद्ध नेता किंवा प्रतिष्ठित व्यक्ती प्रत्यक्षात न बोललेले विधान करताना व्हिडिओमध्ये दिसते, तेव्हा ती माहिती वणव्यासारखी पसरते. माहितीच्या पुनरावृत्तीमुळे निर्माण होणारा विश्वास डीपफेकच्या बाबतीत अधिक घट्ट होतो, कारण व्यक्तीला स्वतःच्या डोळ्यांवर अविश्वास दाखवणे कठीण जाते. या तांत्रिक प्रक्रियेमुळे समाजात अविश्वास आणि अराजकता निर्माण होऊ शकते, जिथे खरे काय आणि खोटे काय, याचा निर्णय घेणे सामान्य नागरिकाला अशक्य होते.

डीपफेकचे राजकीय आणि सामाजिक परिणाम अत्यंत खोलवर जाणारे आहेत. निवडणूक प्रक्रियेत मतदारांना प्रभावित करण्यासाठी प्रतिस्पर्धी उमेदवाराच्या खोट्या चित्रफिती किंवा ध्वनीफिती प्रसारित केल्या जाऊ शकतात, ज्यामुळे लोकशाहीतील निकोप स्पर्धेला बाधा पोहोचते. भारतीय सामाजिक रचनेचा विचार करता, जिथे जातीय आणि धार्मिक अस्मिता प्रबळ आहेत, तिथे डीपफेकचा वापर करून सामाजिक दंगली किंवा हिंसाचार भडकावणे सहज शक्य आहे. एखाद्या धर्माच्या किंवा

जातीच्या नेत्याबद्दल आक्षेपार्ह मजकूर तयार करून तो व्हॉट्सॲपसारख्या मंचांवर पसरवला गेल्यास, त्याचे परिणाम प्रत्यक्ष जीवनात अत्यंत भयानक असू शकतात. ग्रामीण आणि शहरी दरीचा विचार करता, ग्रामीण भागातील नागरिक, ज्यांना या तंत्रज्ञानाच्या अस्तित्वाबद्दल पुरेशी कल्पना नाही, ते अशा आभासी वास्तवाचे सर्वात पहिले बळी ठरतात. माहिती तंत्रज्ञानाचा हा परिणाम समाजातील स्थिरतेला धोका निर्माण करणारा असून, तो मानवी संस्कृतीच्या मूळ नैतिक चौकटीला आव्हान देतो.

या संकटावर मात करण्यासाठी तांत्रिक प्रतिबंध उपाय (Technical Mitigations) विकसित केले जात आहेत, परंतु ते डीपफेक तयार करणाऱ्या तंत्रज्ञानाच्या वेगाशी स्पर्धा करण्यात अपयशी ठरत आहेत. 'डीपफेक डिटेक्शन' प्रणाली अल्गोरिदमचा वापर करून व्हिडिओमधील विसंगती शोधण्याचा प्रयत्न करतात, जसे की डोळ्यांची उघडझाप न होणे किंवा त्वचेचा पोत अनैसर्गिक असणे. याशिवाय, डिजिटल वॉटरमार्किंग आणि 'ब्लॉकचेन' तंत्रज्ञानाचा वापर करून माहितीच्या मूळ स्रोताची पडताळणी करण्याचा प्रयत्न केला जात आहे. मात्र, कृत्रिम बुद्धिमत्ता स्वतःला इतक्या वेगाने सुधारत आहे की, एकदा एक त्रुटी सापडली की यंत्र ती पुढच्या वेळी दुरुस्त करते. धोरणनिर्मिती प्रक्रियेत केवळ तांत्रिक उपायांवर विसंबून राहून चालणार नाही, तर एक कडक कायदेशीर चौकट आणि आंतरराष्ट्रीय सहकार्य असणे अनिवार्य आहे. भारतीय संदर्भात 'डिजिटल वैयक्तिक माहिती संरक्षण कायदा' आणि आयटी कायद्यांमध्ये डीपफेकच्या गुन्ह्यांसाठी कठोर शिक्षेची तरतूद करणे ही काळाची गरज आहे.

गोपनीयतेच्या प्रश्नावर चर्चा करताना डीपफेक हे वैयक्तिक प्रतिष्ठेचे सर्वात मोठे शत्रू म्हणून समोर आले आहे. महिलांची बदनामी करण्यासाठी तयार केले जाणारे डीपफेक अश्लील साहित्य (Non-consensual Deepfake Pornography) हा गोपनीयतेच्या अधिकाराचा सर्वात विकृत भंग आहे. यामध्ये व्यक्तीची संमती नसताना तिच्या प्रतिमेचा वापर केला जातो, ज्यामुळे त्या व्यक्तीच्या मानसिक आरोग्यावर आणि सामाजिक स्थानावर कायमस्वरूपी आघात होतो. नागरिक आणि राज्य, तसेच व्यक्ती आणि बाजार यांच्यातील सत्तासंबंधात व्यक्ती येथे पूर्णतः हतबल झाली आहे, कारण तिची स्वतःची ओळख आणि शरीर हे आता तांत्रिक हाताळणीचे विषय बनले आहेत. प्रशासकीय यंत्रणांनी अशा गुन्ह्यांविरुद्ध त्वरित दाद मागण्याची सोय करणे आणि पीडितांना न्याय मिळवून देणे हे सुशासनाचे मुख्य उद्दिष्ट असले पाहिजे.

मानसशास्त्रीय आयामांचे विश्लेषण करताना 'लायर्स डिव्हिडंड' (Liar's Dividend) ही संकल्पना समजून घेणे गरजेचे आहे. डीपफेकच्या भीतीमुळे आता खऱ्या पुराव्यालाही लोक 'डीपफेक' म्हणून नाकारू लागले आहेत. जेव्हा सत्ताधारी किंवा अपराधी व्यक्ती त्यांच्या विरोधातील खरा पुरावा "हा व्हिडिओ बनावट किंवा डीपफेक आहे" असे म्हणून फेटाळून लावतात, तेव्हा सत्याचा विजय होणे कठीण होते. या प्रवृत्तीमुळे समाजात विचारधारात्मक गटबांधणी अधिक घट्ट होते, कारण लोक केवळ त्यांना सोयीचे वाटणारे 'सत्य' स्वीकारतात आणि बाकी सर्व गोष्टींना तांत्रिक फेरफार मानतात. तांत्रिक प्रगतीला केवळ मुक्तीकारक किंवा विनाशकारी न ठरवता, तिचे अशा प्रकारे सामाजिक वास्तवाशी प्रामाणिक राहून मूल्यमापन करणे आवश्यक आहे. कृत्रिम

बुद्धिमत्ता ही मानवी विवेकाची जागा घेऊ शकत नाही, परंतु ती विवेकाला भ्रमित नक्कीच करू शकते.

डीपफेक हा डिजिटल युगातील सत्याच्या संघर्षाचा अंतिम टप्पा आहे. डेटा हा 'नवे सोने' असेल, तर डीपफेक हे त्या सोन्याचा वापर करून तयार केलेले एक आभासी मृगजळ आहे, जे मानवी बुद्धीला चक्रावून टाकते. ग्रामीण-शहरी अंतर आणि शैक्षणिक असमानता लक्षात घेता, भारतीय समाजात 'मीडिया साक्षरता' आणि 'डिजिटल विवेक' जागृत करणे ही आता केवळ शैक्षणिक गरज नसून ती जगण्याची गरज बनली आहे. तांत्रिक प्रगतीला अंधगौरव किंवा भीतीजनक अतिशयोक्ती टाळून संतुलितपणे पाहणे अनिवार्य आहे. सत्तेच्या या डिजिटल संघर्षात, तंत्रज्ञानाचे नियमन आणि मानवी मूल्यांची जोपासना हेच आपल्या लोकशाहीला आणि मानवी प्रतिष्ठेला वाचवू शकतील. डीपफेकच्या युगात सत्याचा मार्ग हा आता तंत्रज्ञानापेक्षा अधिक 'सजग नागरिकत्वा'तून जातो, हेच या विश्लेषणाचे सार आहे.

नोकरी ऑटोमेशन : स्वयंचलित यंत्रणा आणि मानवी श्रमाचे बदलणारे स्वरूप

मानवी संस्कृतीच्या विकासाचा इतिहास हा प्रामुख्याने मानवी श्रम आणि तंत्रज्ञान यांच्यातील उत्क्रांतीचा इतिहास आहे. चाकाच्या शोधापासून ते वाफेच्या इंजिनापर्यंत आणि आता कृत्रिम बुद्धिमत्तेपर्यंत, प्रत्येक तांत्रिक टप्प्याने मानवी कामाच्या पद्धतींना नवीन आकार दिला आहे. ऐतिहासिक दृष्टिकोनातून पाहिल्यास, पूर्वीचे तांत्रिक बदल हे प्रामुख्याने शारीरिक कष्टाच्या कामांचे सुलभीकरण करण्यासाठी होते; मात्र आजचे 'नोकरी ऑटोमेशन' (Job Automation) किंवा

स्वयंचलित यंत्रणा हे मानवाच्या बौद्धिक आणि संज्ञानात्मक कौशल्यांना आव्हान देत आहेत. समाजशास्त्रीय परिप्रेक्ष्यातून, ऑटोमेशन ही केवळ कार्यक्षमता वाढवणारी प्रक्रिया नसून, ती श्रमिकांच्या सामाजिक दर्जाचे, उपजीविकेच्या साधनांचे आणि आर्थिक विषमतेचे पुनर्लेखन करणारी एक अवाढव्य संरचना आहे. डेटा आणि सत्तेच्या या खेळात, मानवी श्रमाचे मूल्य आता केवळ शारीरिक कष्टावर नसून, तो श्रमीक तांत्रिक यंत्रणेशी किती सुसंगत आहे, यावर ठरवले जात आहे.

स्वयंचलित यंत्रणा आणि रोजगार (Automation and Employment) यांच्यातील संबंधांचा विचार करताना हे स्पष्ट होते की, कृत्रिम बुद्धिमत्ता आता केवळ साचेबद्ध कामे करत नाही, तर ती विश्लेषण, निर्णयप्रक्रिया आणि सर्जनशील क्षेत्रातही शिरकाव करत आहे. विसाव्या शतकात कारखान्यांमध्ये रोबोट्सचा वापर सुरू झाला, ज्यामुळे निळ्या कॉलरच्या (Blue-collar) नोकऱ्यांवर परिणाम झाला. परंतु, आजच्या 'मशीन लर्निंग' आणि डेटा-आधारित युगात पांढऱ्या कॉलरच्या (White-collar) नोकऱ्या, जसे की डेटा एंट्री, लेखापरीक्षण, कायदेशीर दस्तऐवजांचे विश्लेषण आणि अगदी सॉफ्टवेअर कोडिंग, यावरही ऑटोमेशनचे सावट आहे. राज्यशास्त्राच्या आणि सार्वजनिक धोरणाच्या अभ्यासकांसाठी हा एक गंभीर प्रश्न आहे, कारण मोठ्या प्रमाणावर होणारे विस्थापन सामाजिक अस्थिरतेला कारणीभूत ठरू शकते. सत्तेचे हे नवीन स्वरूप तांत्रिक मक्तेदारी निर्माण करत असून, जिथे भांडवलदार यंत्रांच्या मालकीद्वारे उत्पादनावर ताबा मिळवतात, तिथे सामान्य श्रमिक आपल्या उपजीविकेसाठी असुरक्षित होतो.

ऑटोमेशनच्या या लाटेत 'नवीन कौशल्यांची गरज' (Need for New Skills) हा घटक कळीचा ठरत आहे. ज्या कामांमध्ये पुनरावृत्ती आणि

सांख्यिकीय तर्क आहे, ती कामे यंत्रे अधिक वेगाने आणि अचूकतेने करत आहेत. अशा वेळी मानवी श्रमिकाला स्वतःला प्रासंगिक ठेवण्यासाठी तांत्रिक साक्षरता, जटिल समस्या निराकरण, भावनिक बुद्धिमत्ता आणि सर्जनशील विचार यांसारख्या उच्च-स्तरीय कौशल्यांची कास धरावी लागत आहे. यालाच 'अपस्किलिंग' किंवा 'रीस्किलिंग' असे म्हटले जाते. मात्र, ही कौशल्ये आत्मसात करण्याची संधी सर्वांना समान उपलब्ध नाही. भारतीय सामाजिक रचनेत, जिथे ग्रामीण आणि शहरी शिक्षणात मोठी दरी आहे, तिथे नवीन कौशल्यांची ही गरज सामाजिक स्तरभेदाला अधिक तीव्र करते. ज्यांच्याकडे संसाधने आहेत, ते तांत्रिक बदलांशी जुळवून घेतात, परंतु ज्यांच्याकडे शिक्षणाचा अभाव आहे, असा मोठा वर्ग रोजगाराच्या स्पर्धेतून बाहेर फेकला जाण्याची भीती आहे.

सामाजिक विषमता वाढण्याची शक्यता (Potential for Rising Social Inequality) हे ऑटोमेशनचे सर्वात चिंताजनक परिमाण आहे. माहिती तंत्रज्ञानाचा हा परिणाम समाजातील सर्व घटकांवर एकसमान होत नाही. ऑटोमेशनमुळे उत्पादकता वाढते आणि नफाही वाढतो, परंतु या नफ्याचे वितरण असमान असते. तंत्रज्ञान मालक आणि उच्च-कुशल कामगार यांची संपत्ती वेगाने वाढते, तर मध्यम आणि निम्न-उत्पन्न गटातील लोकांच्या रोजगारावर संक्रांत येते. भारतीय संदर्भात, जिथे असंघटित क्षेत्रात मोठ्या प्रमाणावर लोक काम करतात, तिथे स्वयंचलित यंत्रणांमुळे श्रमिकांची सौदेबाजीची शक्ती (Bargaining Power) कमी होते. ग्रामीण भागात शेती आणि संबंधित उद्योगांमध्ये जर मोठ्या प्रमाणावर स्वयंचलित यंत्रांचा वापर झाला, तर तिथल्या रोजगाराचे काय होईल, हा धोरणकर्त्यांसमोरचा मोठा पेच आहे.

डेटाच्या या खेळात नागरिक आणि बाजार यांच्यातील सत्तासंबंधात नागरिक येथे अधिक दुर्बल झाला आहे, कारण त्याचे श्रम आता यंत्रांशी स्पर्धा करत आहेत.

धोरणात्मक उपाय (Policy Interventions) शोधताना राज्यसंस्थेला केवळ तंत्रज्ञानाचा अंधगौरव करून चालणार नाही, तर मानवी कल्याणाला प्राधान्य देणाऱ्या चौकटी उभ्या कराव्या लागतील. 'युनिव्हर्सल बेसिक इन्कम' (Universal Basic Income) सारख्या संकल्पनांवर आता जागतिक स्तरावर चर्चा सुरू आहे, जिथे यंत्रांमुळे होणाऱ्या नफ्यावर कर लावून विस्थापित श्रमिकांना आर्थिक सुरक्षा दिली जाऊ शकते. तसेच, शिक्षण पद्धतीत आमूलाग्र बदल करून ती केवळ नोकरी-केंद्री न ठेवता ती लवचिक आणि तांत्रिकदृष्ट्या प्रगत करणे आवश्यक आहे. लोक प्रशासनाच्या दृष्टिकोनातून, सरकारने तंत्रज्ञान आणि मानवी श्रम यांचा मेळ घालणाऱ्या 'सहयोगी ऑटोमेशन' (Collaborative Automation) धोरणांना प्रोत्साहन दिले पाहिजे. तांत्रिक प्रगतीला एकतर्फी मुक्तीकारक किंवा विनाशकारी ठरवू नये; तिचे सामाजिक न्यायाच्या कसोटीवर मूल्यमापन करावे. गोपनीयतेचा प्रश्न येथे श्रमिकांच्या डिजिटल निगराणीशी जोडलेला आहे, जिथे कंपन्या कर्मचाऱ्यांच्या कार्यक्षमतेचा डेटा गोळा करून त्यांच्यावर तांत्रिक दबाव निर्माण करतात.

मानसशास्त्रीय आयामांचे विश्लेषण करताना हे लक्षात येते की, नोकरी जाण्याची भीती किंवा यंत्रांशी असलेली स्पर्धा मानवी मनावर प्रचंड ताण निर्माण करते. माहितीवर विश्वास ठेवण्याच्या मानवी प्रवृत्तीमुळे, व्यवस्थापक अनेकदा मानवी निर्णयांपेक्षा यंत्रांच्या 'कार्यक्षम' अहवालांना अधिक महत्त्व देतात. यातून श्रमिकांमध्ये एक प्रकारची

'डिजिटल अनास्था' आणि स्वतःच्या मूल्याबद्दलची साशंकता निर्माण होते. तांत्रिक प्रगती ही मानवी सन्मानाला बाधा पोहोचवणारी नसावी. कृत्रिम बुद्धिमत्ता आणि स्वयंचलित निर्णयप्रणाली जेव्हा कामाच्या ठिकाणी निर्णय घेतात, तेव्हा त्यामध्ये 'अल्गोरिद्मिक पक्षपात' असण्याची शक्यता असते, जो विशिष्ट सामाजिक गटांच्या प्रगतीत अडथळा ठरू शकतो. अशा वेळी, तांत्रिक प्रगतीला सामाजिक संदर्भात संतुलितपणे पाहणे अनिवार्य आहे.

नोकरी ऑटोमेशन हे आधुनिक युगातील सत्तेच्या आणि श्रमाच्या संघर्षाचे नवीन स्वरूप आहे. डेटा हा 'नवे सोने' असेल, तर स्वयंचलित यंत्रणा त्या सोन्याचा वापर करून सत्तेचे नवे वाटप करत आहेत. ग्रामीण-शहरी दरी आणि शैक्षणिक असमानता दूर करण्यासाठी केवळ तंत्रज्ञानाचा प्रसार पुरेसा नाही, तर श्रमिकांच्या हक्कांचे संरक्षण करणारी एक भक्कम कायदेशीर आणि धोरणात्मक चौकट असणे अनिवार्य आहे. सत्तेच्या या डिजिटल संघर्षात, तंत्रज्ञान हे शोषणाचे साधन न बनता ते मानवी श्रमाला प्रतिष्ठा देणारे आणि मानवी क्षमतेचा विस्तार करणारे साधन बनावे, हीच खऱ्या प्रगतीची कसोटी असेल. तंत्रज्ञानाच्या या अफाट वेगात मानवी विवेक आणि सामाजिक न्याय मागे पडणार नाही, याची काळजी घेणे हीच या पुस्तकाची आणि आजच्या समाजाची सर्वात मोठी जबाबदारी आहे.

प्रकरण ९ : डेटा चोरी आणि सायबर गुन्हे

फिशिंग आणि रॅन्समवेअर : डिजिटल असुरक्षितता आणि माहितीचे अपहरण

माहिती तंत्रज्ञानाच्या युगात 'डेटा' या संपत्तीचे मूल्य ज्या वेगाने वाढले, त्याच वेगाने या संपत्तीवर ताबा मिळवण्यासाठी केल्या जाणाऱ्या गुन्हेगारी कृत्यांचे स्वरूपही बदलले आहे. ऐतिहासिक दृष्टिकोनातून पाहिल्यास, संपत्तीची चोरी ही प्रामुख्याने भौतिक स्वरूपात, म्हणजे घरे किंवा बँका फोडून केली जात असे. मात्र, डिजिटल क्रांतीने या गुन्हेगारीला 'अदृश्य' आणि 'तांत्रिक' परिमाण प्राप्त करून दिले आहे. 'फिशिंग' (Phishing) आणि 'रॅन्समवेअर' (Ransomware) हे आधुनिक सायबर गुन्हेगारीचे असे दोन प्रबळ प्रकार आहेत, ज्यांनी केवळ व्यक्तीची गोपनीयताच धोक्यात आणली नाही, तर जगातील मोठ्या संस्था आणि सरकारी यंत्रणांच्या सुरक्षिततेलाही आव्हान दिले आहे. समाजशास्त्रीय परिप्रेक्ष्यातून विचार करताना, हे गुन्हे केवळ तांत्रिक चुकांचे परिणाम नसून, ते मानवी मानसशास्त्र आणि तांत्रिक संरचनेतील त्रुटींचा गैरफायदा घेणारे एक नियोजित षड्यंत्र आहे. डेटा हा 'नवे सोने' असेल, तर हे गुन्हे त्या सोन्याला लुटण्याचे आधुनिक मार्ग आहेत, ज्यामुळे नागरिक, बाजार आणि राज्य यांच्यातील विश्वासाच्या नात्याला तडा जात आहे.

'फिशिंग' ही संकल्पना समजून घेताना मानवी विश्वासाच्या प्रवृत्तीचा विचार करणे अनिवार्य आहे. तांत्रिक भाषेत, फिशिंग म्हणजे बनावट ईमेल, संदेश किंवा संकेतस्थळांच्या माध्यमातून वापरकर्त्याची

संवेदनशील माहिती, जसे की पासवर्ड, बँक तपशील किंवा क्रेडिट कार्ड क्रमांक चोरी करण्याची प्रक्रिया होय. या प्रक्रियेत गुन्हेगार स्वतःची ओळख एखाद्या विश्वासार्ह संस्थेच्या (उदा. बँक किंवा सरकारी विभाग) नावाने लपवतात. जेव्हा एखादी व्यक्ती अशा बनावट दुव्यावर (Link) क्लिक करते, तेव्हा ती अनवधानाने आपली माहिती गुन्हेगारांच्या स्वाधीन करते. मानसशास्त्रीय दृष्टिकोनातून, फिशिंग हे 'सोशल इंजिनिअरिंग' किंवा सामाजिक अभियांत्रिकीचे एक उदाहरण आहे, जिथे तांत्रिक कौशल्यापेक्षा मानवी भीती, कुतूहल किंवा लोभाचा वापर केला जातो. भारतीय सामाजिक रचनेत, जिथे ग्रामीण भागात डिजिटल साक्षरता अद्यापही बाल्यावस्थेत आहे, तिथे फिशिंगचे प्रमाण अधिक चिंताजनक आहे. भाषिक विविधतेचा फायदा घेऊन स्थानिक भाषांमध्ये असे बनावट संदेश पाठवले जातात, ज्यामुळे सामान्य नागरिक सहजपणे या जाळ्यात अडकतात. माहिती तंत्रज्ञानाचा हा परिणाम समाजातील शैक्षणिक आणि तांत्रिक विषमतेवर प्रकाश टाकतो, जिथे अशिक्षित किंवा अल्पशिक्षित वर्ग या 'डिजिटल दरोड्या'चा सर्वात पहिला बळी ठरतो.

दुसरीकडे, 'रॅन्समवेअर' हा सायबर गुन्ह्यांचा एक अधिक प्रगत आणि विनाशकारी प्रकार आहे. रॅन्समवेअर म्हणजे एक असा द्वेषपूर्ण सॉफ्टवेअर (Malware), जो एखाद्या व्यक्तीची किंवा संस्थेची संपूर्ण संगणक प्रणाली किंवा त्यातील डेटा 'लॉक' करतो किंवा त्याचे सांकेतिक भाषेत (Encryption) रूपांतर करतो. जोपर्यंत पीडित व्यक्ती किंवा संस्था गुन्हेगारांना ठराविक रक्कम (Ransom) देत नाही, तोपर्यंत त्या डेटावर पुन्हा ताबा मिळवणे अशक्य होते. राज्यशास्त्राच्या आणि लोक प्रशासनाच्या दृष्टिकोनातून, रॅन्समवेअर हा केवळ आर्थिक

गुन्हा नसून तो 'प्रशासकीय अपहरणा'चा एक प्रकार आहे. जेव्हा एखाद्या हॉस्पिटलचा, पालिकेचा किंवा संरक्षण विभागाचा डेटा अशा प्रकारे ओलीस धरला जातो, तेव्हा संपूर्ण सार्वजनिक सेवा विस्कळीत होते. या प्रक्रियेत 'डेटा' हे सत्तेचे आणि विखंडनाचे साधन बनते. गुन्हेगार अनेकदा अशा खंडणीची मागणी 'क्रिप्टोकरन्सी'मध्ये करतात, ज्यामुळे त्यांचा मागोवा घेणे अधिक कठीण होते. हे तांत्रिक गुन्हे राज्यसंस्थेच्या 'सुरक्षा पुरवठादार' म्हणून असलेल्या भूमिकेला थेट आव्हान देतात, कारण तांत्रिक सीमारेषा ओलांडून होणारे हे हल्ले कोणत्याही भौगोलिक मर्यादेत बांधलेले नसतात.

रॅन्समवेअरचे संस्थात्मक धोके (Institutional Risks) अत्यंत व्यापक आहेत. जेव्हा एखादी मोठी संस्था रॅन्समवेअरला बळी पडते, तेव्हा केवळ तिचा आर्थिक तोटा होत नाही, तर तिच्याकडे साठवलेला लक्षावधी नागरिकांचा डेटा धोक्यात येतो. माहितीच्या केंद्रीकरणाचा हा सर्वात मोठा नकारात्मक पैलू आहे. जर एखादा सरकारी डेटाबेस हॅक झाला, तर नागरिकांची खाजगी माहिती काळ्या बाजारात विकली जाऊ शकते. यामुळे निर्माण होणारे 'विश्वास संकट' (Trust Deficit) नागरिकांना डिजिटल सेवा वापरण्यापासून परावृत्त करू शकते. धोरणनिर्मिती प्रक्रियेत सायबर सुरक्षेला आता राष्ट्रीय सुरक्षेइतकेच महत्त्व दिले जात आहे. भारतीय संदर्भात 'सर्ट-इन' (CERT-In) सारख्या संस्था अशा हल्ल्यांचा प्रतिकार करण्यासाठी कार्य करत आहेत, परंतु तांत्रिक प्रगती आणि गुन्हेगारीच्या बदलत्या पद्धती यांच्यातील शर्यत अत्यंत वेगाने सुरू आहे. गोपनीयतेच्या प्रश्नावर चर्चा करताना हे लक्षात येते की, रॅन्समवेअरमुळे वैयक्तिक माहितीची केवळ

चोरी होत नाही, तर त्या माहितीचा वापर करून व्यक्तीला सामाजिक किंवा राजकीय स्तरावर ब्लॅकमेल केले जाऊ शकते.

मानसशास्त्रीय आयामांचे विश्लेषण करताना हे स्पष्ट होते की, फिशिंग आणि रॅन्समवेअर हे 'भीती' आणि 'तातडी' या दोन मानवी संवेदनांवर आधारित असतात. "तुमचे बँक खाते बंद होणार आहे" किंवा "तुमची माहिती नष्ट केली जाईल" असे संदेश मानवी विवेकाला बाजूला सारून त्वरित कृती करण्यास प्रवृत्त करतात. माहितीवर विश्वास ठेवण्याच्या मानवी प्रवृत्तीचा गैरफायदा घेऊन, हे गुन्हेगार डिजिटल माध्यमांतून एक प्रकारचे 'भयपट' तयार करतात. तांत्रिक प्रगतीला केवळ मुक्तीकारक किंवा विनाशकारी न ठरवता, तिचे अशा प्रकारे सामाजिक संदर्भात मूल्यांकन करणे आवश्यक आहे. तांत्रिक प्रगती ही विनाशकारी किंवा मुक्तीकारक नसते, तर ती कोणाच्या हातात आहे आणि तिचा हेतू काय आहे, यावर तिचे स्वरूप अवलंबून असते. कृत्रिम बुद्धिमत्ता जेव्हा या गुन्ह्यांमध्ये सहभागी होते, तेव्हा फिशिंग ईमेल अधिक वैयक्तिक आणि हुबेहूब वाटू लागतात, ज्यामुळे त्यांचा शोध घेणे कठीण होते.

ग्रामीण-शहरी अंतर आणि शैक्षणिक असमानता लक्षात घेता, भारतीय समाजात 'डिजिटल स्वच्छता' (Digital Hygiene) आणि सायबर सुरक्षेचे शिक्षण देणे ही काळाची गरज आहे. ग्रामीण मतदारांच्या किंवा ग्राहकांच्या डेटाचे संरक्षण करण्यासाठी केवळ कायदे असून चालणार नाही, तर एक भक्कम तांत्रिक सुरक्षा कवच आणि लोकांमध्ये जागरूकता असणे अनिवार्य आहे. नागरिक आणि राज्य, तसेच व्यक्ती आणि बाजार यांच्यातील सत्तासंबंधात नागरिक येथे पूर्णतः असुरक्षित झाला आहे, कारण त्याच्या डिजिटल अस्तित्वाचे रक्षण करण्याची जबाबदारी ज्या संस्थांवर आहे, त्या संस्था स्वतःच या हल्ल्यांचे लक्ष्य

बनत आहेत. धोरणनिर्मिती प्रक्रियेत सायबर विमा (Cyber Insurance) आणि डेटा रिकव्हरी सारख्या तांत्रिक उपायांचा समावेश करणे आता अनिवार्य झाले आहे.

फिशिंग आणि रॅन्समवेअर हे डिजिटल युगातील संपत्तीच्या आणि सत्तेच्या संघर्षाचे हिंसक पैलू आहेत. डेटा जर 'नवे सोने' असेल, तर हे सायबर गुन्हे त्या सोन्याच्या मालकीवरून सुरू असलेल्या जागतिक युद्धाचे भाग आहेत. या माहितीचे संकलन, विश्लेषण आणि वापर यांचा नफ्याशी असलेला संबंध जोपर्यंत सुरक्षिततेच्या निकषांवर तपासला जात नाही, तोपर्यंत डिजिटल अर्थव्यवस्था पूर्णतः विश्वासार्ह बनू शकणार नाही. लोकशाहीला वाचवण्यासाठी आणि मानवी प्रतिष्ठा जपण्यासाठी आपल्याला केवळ तांत्रिक कुलपे लावून चालणार नाही, तर एक सजग आणि तांत्रिकदृष्ट्या साक्षर समाज घडवावा लागेल. तांत्रिक प्रगतीला सामाजिक न्यायाच्या आणि सुरक्षिततेच्या कसोटीवर घासून पाहणे आवश्यक आहे.

सिम स्वॅप फसवणूक : डिजिटल ओळखीचे अपहरण आणि वित्तीय असुरक्षिततेचे नवीन परिमाण

डिजिटल अर्थव्यवस्थेच्या विस्तारामध्ये 'मोबाईल क्रमांक' हा केवळ संवादाचे साधन न राहता तो व्यक्तीच्या डिजिटल ओळखीचा आणि वित्तीय व्यवहारांचा मुख्य कणा बनला आहे. ऐतिहासिक दृष्टिकोनातून पाहिल्यास, बँकिंग व्यवहारांसाठी प्रत्यक्ष स्वाक्षरी किंवा भौतिक उपस्थिती अनिवार्य होती. मात्र, माहिती तंत्रज्ञानाच्या प्रगतीने ही ओळख 'वन टाइम पासवर्ड' (OTP) अर्थात एकवेळचा सांकेतिक क्रमांक आणि मोबाईल क्रमांकाशी जोडलेल्या प्रमाणीकरण प्रणालीवर

आधारित केली आहे. 'सिम स्वॅप फसवणूक' (SIM Swap Fraud) ही याच तांत्रिक साखळीतील सर्वात कमकुवत दुव्याचा गैरफायदा घेणारी गुन्हेगारी पद्धत आहे. समाजशास्त्रीय परिप्रेक्ष्यातून, हा गुन्हासुद्धा केवळ तांत्रिक नसून तो सामाजिक अभियांत्रिकी आणि प्रशासकीय त्रुटींचा मिलाफ आहे. जेव्हा गुन्हेगार एखाद्या व्यक्तीचा मोबाईल क्रमांक स्वतःच्या ताबात घेतात, तेव्हा ते केवळ एक सिम कार्ड बदलत नाहीत, तर त्या व्यक्तीच्या संपूर्ण डिजिटल अस्तित्वाचे आणि आर्थिक सत्तेचे अपहरण करतात. डेटा हा 'नवे सोने' असेल, तर मोबाईल क्रमांक ही त्या सोन्याच्या तिजोरीची किल्ली आहे आणि सिम स्वॅप ही ती किल्ली चोरण्याची अत्यंत सूक्ष्म पद्धत आहे.

'मोबाईल क्रमांक हस्तांतरण' ही सिम स्वॅप फसवणुकीची प्राथमिक आणि सर्वात महत्त्वाची पायरी आहे. यामध्ये गुन्हेगार प्रथम विविध माध्यमातून, जसे की 'फिशिंग' किंवा सोशल मीडियावरील माहितीद्वारे, पीडित व्यक्तीचा वैयक्तिक डेटा गोळा करतात. यामध्ये नाव, जन्मतारीख, पत्ता आणि ओळखपत्रांचे तपशील यांचा समावेश असतो. एकदा ही माहिती हाती लागली की, गुन्हेगार मोबाईल सेवा पुरवठादार कंपनीशी (टेलीकॉम ऑपरेटर) संपर्क साधतात आणि स्वतःची ओळख पीडित व्यक्ती म्हणून पटवून देतात. सिम कार्ड हरवल्याचे किंवा खराब झाल्याचे बनावट कारण सांगून ते त्याच क्रमांकाचे नवीन सिम कार्ड स्वतःच्या नावावर सक्रिय करून घेतात. ज्या क्षणी नवीन सिम सक्रिय होते, त्या क्षणी पीडित व्यक्तीच्या मूळ सिम कार्डचे नेटवर्क बंद होते. राज्यशास्त्राच्या आणि लोक प्रशासनाच्या दृष्टिकोनातून, ही प्रक्रिया सेवा पुरवठादार कंपन्यांच्या पडताळणी यंत्रणेतील गंभीर दोषांवर बोट ठेवते. नागरिक आणि राज्य यांच्यातील सत्तासंबंधात, जेव्हा खाजगी

कंपन्यांकडे नागरिकांच्या ओळखीचे प्रमाणीकरण करण्याची जबाबदारी असते, तेव्हा तिथे होणारी थोडीही चूक नागरिकाला पूर्णतः हतबल करू शकते.

बँक खात्यांमध्ये अनधिकृत प्रवेश (Unauthorized Access to Bank Accounts) हा या फसवणुकीचा मुख्य आर्थिक उद्देश असतो. आजच्या काळात बहुतांश बँकिंग व्यवहार हे मोबाईल क्रमांकावर आधारित आहेत. एकदा सिम कार्ड गुन्हेगाराच्या ताब्यात आले की, तो पीडित व्यक्तीच्या इंटरनेट बँकिंगचा पासवर्ड बदलण्यासाठी (Reset) विनंती करतो. यासाठी लागणारा 'ओटीपी' थेट गुन्हेगाराच्या मोबाईलवर येतो. यामुळे कोणत्याही भौतिक पुराव्याशिवाय गुन्हेगार बँक खात्यातील सर्व रक्कम वळवू शकतात. भारतीय सामाजिक रचनेत, जिथे ग्रामीण भागात 'डिजिटल इंडिया' मोहिमेमुळे लोक वेगाने ऑनलाइन बँकिंगकडे वळले आहेत, तिथे ही फसवणूक अत्यंत विनाशकारी ठरू शकते. ग्रामीण भागातील वापरकर्ते अनेकदा मोबाईल नेटवर्क जाण्याला तांत्रिक अडचण मानून त्याकडे दुर्लक्ष करतात, ज्याचा फायदा गुन्हेगारांना मिळतो. माहिती तंत्रज्ञानाचा हा परिणाम समाजातील तांत्रिक साक्षरतेच्या स्तरावर अवलंबून असतो; जिथे सजग शहरी ग्राहक त्वरित तक्रार करतो, तिथे ग्रामीण जनता या 'अदृश्य दरोड्या'ला बळी पडण्याची शक्यता अधिक असते.

सिम स्वॅप फसवणुकीचे सामाजिक आणि संस्थात्मक परिणाम विश्वासार्हतेच्या संकटात रूपांतरित होतात. जेव्हा एखाद्या व्यक्तीचे आयुष्यभराचे उत्पन्न काही मिनिटांत लंपास होते, तेव्हा तिचा डिजिटल यंत्रणेवरील विश्वास उडतो. धोरणनिर्मिती प्रक्रियेत केवळ आर्थिक व्यवहारांची गती वाढवण्यापेक्षा त्यांच्या सुरक्षेला प्राधान्य देणे आता

अनिवार्य झाले आहे. बँकिंग आणि दूरसंचार क्षेत्रातील नियामक संस्थांनी, जसे की आरबीआय (RBI) आणि ट्राय (TRAI), या प्रक्रियेत अधिक कडक नियमन करणे गरजेचे आहे. उदाहरणार्थ, सिम कार्ड बदलल्यानंतर ठराविक काळापर्यंत त्या क्रमांकावर बँकिंग संदेश किंवा ओटीपी येण्यावर निर्बंध घालणे, हा एक धोरणात्मक उपाय असू शकतो. गोपनीयतेच्या प्रश्नावर चर्चा करताना हे लक्षात येते की, आपला मोबाईल क्रमांक आता सार्वजनिक माहितीचा भाग बनला आहे, ज्यामुळे तो गुन्हेगारांसाठी सोपे लक्ष्य ठरतो. नागरिक आणि बाजार यांच्यातील सत्तासंबंधात नागरिक येथे पूर्णतः उघडा पडला आहे, कारण त्याची वित्तीय सुरक्षा एका साध्या सिम कार्डवर अवलंबून आहे.

प्रतिबंधात्मक उपायांचे (Preventive Measures) विश्लेषण करताना वैयक्तिक सजगता आणि संस्थात्मक बदल या दोन्हीची आवश्यकता आहे. वैयक्तिक पातळीवर, नागरिकांनी आपली खाजगी माहिती सोशल मीडियावर उघड करणे टाळले पाहिजे. मोबाईल नेटवर्क अचानक गेल्यास त्याकडे दुर्लक्ष न करता त्वरित कंपनीशी संपर्क साधणे आणि बँकिंग व्यवहारांसाठी केवळ 'ओटीपी'वर अवलंबून न राहता 'बायोमेट्रिक' किंवा 'ॲप-आधारित' प्रमाणीकरणाचा वापर करणे गरजेचे आहे. संस्थात्मक पातळीवर, मोबाईल कंपन्यांनी नवीन सिम देताना प्रत्यक्ष उपस्थिती आणि कडक बायोमेट्रिक पडताळणी अनिवार्य करणे आवश्यक आहे. भारतीय संदर्भात डिजिटल वैयक्तिक माहिती संरक्षण कायद्यामध्ये टेलीकॉम कंपन्यांच्या उत्तरदायित्वाबद्दल स्पष्ट तरतूद असणे गरजेचे आहे. माहिती तंत्रज्ञानाचा परिणाम मानवी वर्तनावर असा झाला आहे की, आपण सोयीसाठी सुरक्षिततेचा बळी देत आहोत. तांत्रिक प्रगतीला केवळ मुक्तीकारक न मानण्याचे हे एक

महत्त्वाचे कारण आहे, कारण तिने गुन्हेगारांना आपल्या घरापर्यंत पोहोचण्याची तांत्रिक वाट मोकळी करून दिली आहे.

मानसशास्त्रीय आयामांचे विश्लेषण करताना 'तातडीची संवेदना' (Sense of Urgency) या गुन्हेगारी धोरणाचा विचार करणे आवश्यक आहे. गुन्हेगार अनेकदा पीडित व्यक्तीला कॉल करून तिला घाबरवतात किंवा तिला माहिती विचारण्यासाठी विशिष्ट मानसिक दबावाखाली आणतात. माहितीवर विश्वास ठेवण्याच्या मानवी प्रवृत्तीचा गैरफायदा घेऊन, हे 'सोशल इंजिनिअरिंग' केले जाते. तांत्रिक प्रगतीला अंधगौरव किंवा भीतीजनक अतिशयोक्ती टाळून संतुलितपणे पाहणे अनिवार्य आहे. कृत्रिम बुद्धिमत्ता जेव्हा या प्रक्रियेत सहभागी होते, तेव्हा आवाजाची नक्कल करून (Voice Cloning) सिम स्वॅप करणे अधिक सोपे होते. अशा वेळी तांत्रिक उपायांपेक्षा मानवी विवेक आणि सावधगिरी हाच सर्वात मोठा बचाव ठरतो. ग्रामीण-शहरी दरी आणि शैक्षणिक असमानता लक्षात घेता, भारतीय समाजात सायबर सुरक्षेचे शिक्षण हे आता प्राथमिक शिक्षणाप्रमाणेच महत्त्वाचे झाले आहे.

सिम स्वॅप फसवणूक ही डिजिटल युगातील संपत्तीच्या आणि सत्तेच्या संघर्षाचे एक हिंसक पण अदृश्य रूप आहे. डेटा जर 'नवे सोने' असेल, तर मोबाईल क्रमांक ही त्या सोन्याला जागतिक बाजारपेठेशी जोडणारी नाळ आहे. या माहितीचे संकलन, विश्लेषण आणि वापर यांचा नफ्याशी असलेला संबंध जोपर्यंत आपण सुरक्षिततेच्या निकषांवर तपासत नाही, तोपर्यंत डिजिटल स्वायत्तता धोक्यातच राहील. लोकशाहीला वाचवण्यासाठी आणि मानवी प्रतिष्ठा जपण्यासाठी आपल्याला केवळ तांत्रिक कुलपे लावून चालणार नाही, तर एक सजग आणि तांत्रिकदृष्ट्या साक्षर समाज घडवावा लागेल. तांत्रिक प्रगतीला

सामाजिक न्यायाच्या आणि सुरक्षिततेच्या कसोटीवर घासून पाहणे आवश्यक आहे.

ओटीपी फ्रॉड : विश्वासाचे उल्लंघन आणि डिजिटल व्यवहारातील मानसशास्त्रीय सापळा

माहिती तंत्रज्ञानाच्या युगात आर्थिक व्यवहारांच्या सुरक्षिततेसाठी 'एकवेळचा सांकेतिक क्रमांक' (One-Time Password - OTP) ही संकल्पना एक अत्यंत महत्त्वाचा तांत्रिक सुरक्षा स्तर म्हणून उदयास आली. ऐतिहासिक दृष्टिकोनातून पाहिल्यास, बँकिंग व्यवहारांसाठी वापरकर्त्याची स्वाक्षरी किंवा प्रत्यक्ष उपस्थिती ही सुरक्षिततेची मानके होती. मात्र, डिजिटल क्रांतीने ही प्रक्रिया अधिक वेगवान आणि सुलभ करण्यासाठी मोबाईलवर आधारित प्रमाणीकरण प्रणाली स्वीकारली. या प्रणालीमध्ये ओटीपी हा वापरकर्त्याची ओळख पटवणारा अंतिम दुवा मानला जातो. मात्र, गुन्हेगारांनी याच तांत्रिक सुविधेचा वापर करून 'ओटीपी फ्रॉड' (OTP Fraud) नावाचा एक नवा गुन्हेगारी प्रकार विकसित केला आहे. समाजशास्त्रीय परिप्रेक्ष्यातून, ओटीपी फ्रॉड हा केवळ तांत्रिक हॅकिंगचा प्रकार नसून, तो मानवी विश्वासाचे आणि मानसशास्त्रीय कमकुवतपणाचे पद्धतशीर शोषण करणारा 'सामाजिक अभियांत्रिकी' (Social Engineering) चा एक भाग आहे. डेटा हा 'नवे सोने' असेल, तर ओटीपी ही त्या सोन्याच्या तिजोरीचे कुलूप उघडणारी क्षणिक किल्ली आहे, जिचे रक्षण करण्यात आलेले अपयश व्यक्तीला आर्थिकदृष्ट्या पूर्णतः उध्वस्त करू शकते.

ओटीपी फ्रॉडची प्रक्रिया ही प्रामुख्याने विश्वास निर्माण करून माहिती मागवण्यावर (Establishing Trust to Extract Information) आधारित

असते. यामध्ये गुन्हेगार तांत्रिक कौशल्यापेक्षा संवाद कौशल्याचा अधिक वापर करतात. गुन्हेगार स्वतःची ओळख एखादा बँक अधिकारी, विमा कंपनीचा प्रतिनिधी किंवा सरकारी कर्मचारी म्हणून करून देतात. पीडित व्यक्तीचा विश्वास संपादन करण्यासाठी ते त्या व्यक्तीचा प्राथमिक डेटा, जसे की नाव, जन्मतारीख किंवा पत्ता, जो आधीच विविध 'डेटा लीक' मधून मिळवलेला असतो, त्याचा उल्लेख करतात. "तुमचे बँक खाते बंद होणार आहे", "तुमच्या डेबिट कार्डची मुदत संपली आहे" किंवा "तुम्हाला मोठे बक्षीस लागले आहे" अशा प्रकारची विधाने करून वापरकर्त्याच्या मनात भीती किंवा लोभ निर्माण केला जातो. जेव्हा व्यक्ती घाबरते किंवा उत्तेजित होते, तेव्हा तिची तर्कशक्ती क्षीण होते आणि याच संधीचा फायदा घेऊन गुन्हेगार "समस्या सोडवण्यासाठी तुमच्या मोबाईलवर आलेला क्रमांक सांगा" असे आवाहन करतात. हा क्षणिक संवाद मानवी विवेकाचा तांत्रिक छळाशी झालेला पराभव असतो.

मानसशास्त्रीय फसवणूक (Psychological Deception) हा ओटीपी फ्रॉडचा सर्वात कळीचा पैलू आहे. मानवी मेंदू हा निसर्गतःच सत्तेला किंवा अधिकाराला (Authority) मान देणारा असतो. जेव्हा एखादा व्यक्ती "मी बँकेच्या मुख्य कार्यालयातून बोलत आहे" असे सांगते, तेव्हा समोरची व्यक्ती उपजतच त्याच्या आज्ञेचे पालन करण्यास तयार होते. माहितीवर विश्वास ठेवण्याच्या मानवी प्रवृत्तीचा येथे पद्धतशीर गैरफायदा घेतला जातो. गुन्हेगार 'तातडीची संवेदना' (Sense of Urgency) निर्माण करतात, ज्यामुळे पीडित व्यक्तीला विचार करण्यास वेळ मिळत नाही. तांत्रिक भाषेत, याला 'प्रमाणीकरण उल्लंघन' असे म्हटले जाते, परंतु वास्तवात हे एक 'भावनिक अपहरण' असते.

भारतीय सामाजिक रचनेत, जिथे ग्रामीण भागात बँकिंग सेवांचे डिजिटलीकरण वेगाने झाले आहे परंतु तांत्रिक साक्षरता त्या वेगाने वाढलेली नाही, तिथे अशा प्रकारच्या मानसशास्त्रीय सापळ्यांना बळी पडण्याचे प्रमाण अधिक आहे. ग्रामीण मतदारांच्या किंवा ग्राहकांच्या डेटाचे संरक्षण करण्यासाठी केवळ तांत्रिक भिंती पुरेशा नाहीत, तर त्यांना या छुप्या मानसिक युद्धापासून वाचवणे हे राज्यसंस्थेसमोरील मोठे आव्हान आहे.

जागरूकतेचे महत्त्व (Importance of Awareness) आणि संस्थात्मक जबाबदारी यावर चर्चा करताना हे स्पष्ट होते की, केवळ कायदे करून सायबर गुन्हे थांबवता येणार नाहीत. ओटीपी फ्रॉडमध्ये तांत्रिक त्रुटीपेक्षा 'मानवी त्रुटी' (Human Error) मोठी भूमिका बजावते. त्यामुळे, नागरिकांनी "बँक कधीही तुमचा ओटीपी मागत नाही" या साध्या सत्याचे पालन करणे अनिवार्य आहे. मात्र, केवळ नागरिकांवर जबाबदारी टाकून राज्यसंस्था आणि बँकिंग यंत्रणा मोकळ्या होऊ शकत नाहीत. धोरणनिर्मिती प्रक्रियेत अशा प्रणाली विकसित करणे आवश्यक आहे ज्या ओटीपीवरील अवलंबित्व कमी करतील. उदाहरणार्थ, 'मल्टी-फॅक्टर ऑथेंटिकेशन' (बहु-स्तरीय प्रमाणीकरण) किंवा 'बायोमेट्रिक' पडताळणी हे अधिक सुरक्षित पर्याय ठरू शकतात. भारतीय संदर्भात डिजिटल वैयक्तिक माहिती संरक्षण कायद्याची अंमलबजावणी करताना, नागरिकांच्या डेटाच्या संरक्षणासोबतच त्यांना सायबर साक्षर बनवण्यासाठी व्यापक मोहीम राबवणे हे सुशासनाचे मुख्य उद्दिष्ट असले पाहिजे.

ओटीपी फ्रॉडचे आर्थिक आणि सामाजिक परिणाम व्यक्तीच्या आत्मविश्वासावर मोठा आघात करतात. जेव्हा एखाद्याचे कष्टाचे पैसे

काही सेकंदात नाहीसे होतात, तेव्हा त्याचा डिजिटल इंडिया किंवा एकूणच आधुनिक बँकिंग यंत्रणेवरील विश्वास उडतो. ही 'डिजिटल अनास्था' लोकशाहीसाठी आणि आर्थिक प्रगतीसाठी बाधक आहे. माहिती तंत्रज्ञानाचा परिणाम समाजातील सर्व घटकांवर एकसमान होत नाही; ज्यांच्याकडे तांत्रिक कौशल्ये आहेत असा शहरी उच्चभ्रू वर्ग स्वतःचे रक्षण करू शकतो, परंतु ग्रामीण आणि अल्पशिक्षित वर्ग या 'अदृश्य दरोड्या'चा सर्वात सोपा बळी ठरतो. शैक्षणिक असमानता ही येथे केवळ माहितीच्या अभावापुरती मर्यादित नसून ती सुरक्षिततेच्या अभावाशी जोडलेली आहे. नागरिक आणि राज्य, तसेच व्यक्ती आणि बाजार यांच्यातील सत्तासंबंधात नागरिक येथे पूर्णतः परावलंबी आहे, कारण त्याच्या वित्तीय सुरक्षेची किल्ली त्याने अनवधानाने दुसऱ्याच्या हाती सोपवलेली असते.

तांत्रिक प्रगतीला केवळ मुक्तीकारक किंवा विनाशकारी न ठरवता, तिचे अशा प्रकारे सामाजिक संदर्भात मूल्यांकन करणे आवश्यक आहे. कृत्रिम बुद्धिमत्ता आणि स्वयंचलित निर्णयप्रणाली जेव्हा या फसवणुकीमध्ये सहभागी होतात, तेव्हा गुन्हेगारांना हुबेहूब मानवी वाटणारे 'आवाज' (Voice Cloning) तयार करून लोकांची फसवणूक करणे अधिक सोपे होते. अशा वेळी अंधगौरव टाळून तांत्रिक प्रगतीला सामाजिक न्यायाच्या आणि सुरक्षिततेच्या कसोटीवर घासून पाहणे अनिवार्य आहे. गोपनीयतेच्या प्रश्नावर चर्चा करताना हे लक्षात येते की, आपला मोबाईल क्रमांक आता केवळ संवादाचे साधन राहिला नसून तो आपल्या संपत्तीचे प्रवेशद्वार बनला आहे. प्रशासकीय यंत्रणांनी सायबर गुन्ह्यांच्या निवारणासाठी वेगवान आणि सुलभ यंत्रणा उभारणे गरजेचे

आहे, जेणेकरून पीडित व्यक्तीला केवळ 'तंत्रज्ञानातील बळी' म्हणून पाहिले जाणार नाही.

ओटीपी फ्रॉड हा डिजिटल युगातील संपत्तीच्या आणि सत्तेच्या संघर्षाचे एक सूक्ष्म पण वेदनादायी रूप आहे. डेटा जर 'नवे सोने' असेल, तर ओटीपी ही त्या सोन्याचे रक्षण करणारी नाजूक काच आहे, जिचा गैरवापर रोखण्यासाठी तांत्रिक साक्षरतेसोबतच 'डिजिटल विवेक' जागृत करणे आवश्यक आहे. ग्रामीण-शहरी दरी आणि सामाजिक विषमता दूर करतानाच, प्रत्येक नागरिकाला आपल्या डिजिटल हक्कांबद्दल आणि सुरक्षिततेबद्दल सजग करणे ही खऱ्या लोकशाहीची कसोटी आहे. तांत्रिक प्रगतीला संतुलितपणे पाहणे अनिवार्य आहे, कारण आपला लढा केवळ यंत्रांशी नसून, त्या यंत्रांमागे दडलेल्या मानवी लोभ आणि कपटाशी आहे.

डार्क वेब : डिजिटल जगाचे अदृश्य तळघर आणि माहितीचा काळा बाजार

मानवी संस्कृतीमध्ये ज्याप्रमाणे मुख्य बाजारपेठांच्या जोडीला नेहमीच एक छुप्या व्यवहारांची समांतर अर्थव्यवस्था अस्तित्वात राहिली आहे, त्याचप्रमाणे इंटरनेटच्या अफाट विश्वातही एक असा भाग आहे जो सामान्य नजरेपासून पूर्णतः दूर असतो. ऐतिहासिक दृष्टिकोनातून पाहिल्यास, प्रारंभीचे इंटरनेट हे माहितीच्या मुक्त प्रवाहासाठी बनवले गेले होते, परंतु सुरक्षेच्या आणि गोपनीयतेच्या वाढत्या गरजांमधून अशा काही तांत्रिक अवकाशांची निर्मिती झाली जे शोधयंत्रांच्या (Search Engines) आवाक्याबाहेर होते. यालाच आपण 'डार्क वेब' (Dark Web) किंवा 'अंधारजाळे' असे संबोधतो. समाजशास्त्रीय आणि

राज्यशास्त्रीय परिप्रेक्ष्यातून विचार करताना, डार्क वेब हे केवळ तांत्रिक प्रगत जाळे नसून, ते डिजिटल युगातील संपत्ती, सत्ता आणि गोपनीयतेच्या संघर्षाचे सर्वात टोकाचे आणि अनाकलनीय स्वरूप आहे. जिथे सामान्य इंटरनेटवर डेटा हा जाहिरातदारांसाठी 'सोने' असतो, तिथे डार्क वेबवर हाच डेटा गुन्हेगारी जगासाठी आणि सत्तेच्या अवैध खेळांसाठी 'चलन' म्हणून वापरला जातो.

डार्क वेब हे सामान्य इंटरनेटपेक्षा पूर्णतः वेगळे जाळे असून त्याची तांत्रिक रचना अनामिकतेवर (Anonymity) आधारलेली आहे. आपण दैनंदिन जीवनात वापरतो ते 'सरफेस वेब' (Surface Web) हे गुगल किंवा बिंग सारख्या शोधयंत्रांनी सूचीकृत केलेले असते. त्याखाली 'डीप वेब' (Deep Web) असते, ज्यामध्ये बँकिंग तपशील किंवा खाजगी डेटाबेस असतात जे पासवर्डने सुरक्षित असतात. मात्र, डार्क वेब हा या सर्वांच्या तळाशी असलेला असा भाग आहे, जिथे पोहोचण्यासाठी 'टॉर' (TOR - The Onion Router) सारख्या विशेष सॉफ्टवेअरची गरज असते. हे तंत्रज्ञान वापरकर्त्याच्या माहितीचा प्रवास अनेक स्तरांमधून (Layers) पाठवते, ज्यामुळे संदेश पाठवणारा आणि स्वीकारणारा यांची खरी ओळख पटवणे अशक्यप्राय होते. राज्यसंस्थेच्या आणि लोक प्रशासनाच्या दृष्टिकोनातून, डार्क वेब हे एक दुहेरी अस्त्र आहे; ते एका बाजूला दडपशाही असलेल्या देशांतील कार्यकर्त्यांना अभिव्यक्तीसाठी गुप्तता प्रदान करते, तर दुसऱ्या बाजूला गुन्हेगारांना कायद्याच्या कक्षेबाहेर राहून व्यवहार करण्याची मुभा देते.

डार्क वेबवरील गुप्त व्यवहार (Secret Transactions) हे प्रामुख्याने अनियंत्रित आणि बेकायदेशीर स्वरूपाचे असतात. यामध्ये अंमली पदार्थांची विक्री, शस्त्रास्त्रांची तस्करी, बनावट ओळखपत्रे आणि सर्वात

महत्त्वाचे म्हणजे 'चोरीचा डेटा विक्री' यांचा समावेश होतो. डार्क वेबवर एक अशी समांतर अर्थव्यवस्था चालते जिथे व्यवहारांसाठी 'क्रिप्टोकरन्सी'चा वापर केला जातो, ज्यामुळे पैशांचा मागोवा घेणे कठीण होते. माहिती तंत्रज्ञानाचा हा परिणाम समाजातील नैतिक चौकटीला आव्हान देणारा आहे. बाजारव्यवस्थेचा हा असा स्तर आहे जिथे कोणत्याही नियमांचे किंवा धोरणांचे पालन केले जात नाही. येथे 'डेटा' हे केवळ माहितीचे संकलन नसून, ते मानवी आयुष्याला धोक्यात टाकणारे एक स्फोटक साधन बनते. धोरणनिर्मिती प्रक्रियेत अशा अदृश्य बाजारपेठांवर नियंत्रण मिळवणे हे जागतिक सुरक्षा यंत्रणांसमोरील सर्वात मोठे तांत्रिक आव्हान ठरले आहे.

चोरीचा डेटा विक्री हा डार्क वेबवरील सर्वात मोठा आणि संघटित व्यवसाय आहे. विविध बँका, रुग्णालये, ई-कॉमर्स कंपन्या आणि सरकारी संकेतस्थळांवरून हॅक केलेला डेटा—ज्यामध्ये करोडो नागरिकांचे नाव, पत्ता, पॅन क्रमांक, आधार क्रमांक आणि क्रेडिट कार्ड तपशील असतात—येथे लिलावात काढला जातो. याला 'डेटा डंप' (Data Dump) असे म्हटले जाते. एकदा ही माहिती डार्क वेबवर पोहोचली की, तिचा वापर करून 'सिम स्वॅप', 'फिशिंग' किंवा 'ओटीपी फ्रॉड' यांसारखे गुन्हे केले जातात. भारतीय सामाजिक रचनेत, जिथे ग्रामीण भागात तांत्रिक साक्षरता कमी आहे, तिथे लोकांचा डेटा डार्क वेबवर विक्रीला असणे ही एक अत्यंत गंभीर बाब आहे. ग्रामीण मतदारांच्या किंवा ग्राहकांच्या माहितीचे असे तांत्रिक अपहरण केवळ आर्थिक तोट्याला कारणीभूत ठरत नाही, तर त्यातून सामाजिक स्तरावर व्यक्तीची प्रतिष्ठाही मलिन केली जाऊ शकते. नागरिक आणि राज्य यांच्यातील सत्तासंबंधात नागरिक येथे पूर्णतः असुरक्षित आणि

हतबल ठरतो, कारण त्याच्या खाजगी आयुष्याची माहिती कोठेतरी एका अदृश्य डिजिटल बाजारात विकली जात असते.

कायदेशीर आणि सुरक्षेचे प्रश्न (Legal and Security Challenges) डार्क वेबच्या बाबतीत अधिक गुंतागुंतीचे होतात. डार्क वेबवर कोणत्याही देशाचे कायदे थेट लागू होत नाहीत, कारण त्याचे सर्व्हर जगभरात विखुरलेले असतात. भारतीय सायबर कायद्यांमध्ये, विशेषतः 'डिजिटल वैयक्तिक माहिती संरक्षण कायदा २०२३' मध्ये डेटा गळतीबद्दल तरतुदी असल्या, तरी डार्क वेबवर विक्री होणाऱ्या माहितीचा शोध लावणे आणि तिथल्या गुन्हेगारांना पकडणे ही एक प्रचंड मोठी प्रशासकीय मर्यादा आहे. राज्यसंस्थेसाठी ही 'डिजिटल सार्वभौमत्वा'ची लढाई आहे. जर नागरिकांचा डेटा अशा प्रकारे गुप्त जाळ्यांवर विकला जात असेल, तर राज्याची 'सुरक्षा पुरवठादार' ही भूमिका संशयाच्या भोवऱ्यात सापडते. लोक प्रशासनाच्या दृष्टिकोनातून, सायबर पोलिसांची तांत्रिक क्षमता वाढवणे आणि आंतरराष्ट्रीय संस्थांशी (उदा. इंटरपोल) सहकार्य करणे अनिवार्य झाले आहे. गोपनीयतेचा प्रश्न येथे केवळ वैयक्तिक नैतिकतेचा नसून तो 'संस्थात्मक अपयशा'शी जोडलेला आहे.

मानसशास्त्रीय आयामांचे विश्लेषण करताना हे स्पष्ट होते की, डार्क वेब हे 'भय' आणि 'अनिश्चिततेचा' एक स्रोत आहे. माहितीवर विश्वास ठेवण्याच्या मानवी प्रवृत्तीचा वापर करून जसे सामान्य इंटरनेटवर फसवणूक केली जाते, तसेच डार्क वेबवरील माहितीचा आधार घेऊन समाजात घबराट पसरवली जाऊ शकते. तांत्रिक प्रगतीला केवळ मुक्तीकारक न मानण्याचे हे एक महत्त्वाचे कारण आहे, कारण तिने गुन्हेगारीला एका अशा स्तरावर नेले आहे जिथे मानवी विवेक आणि

पारंपारिक सुरक्षा यंत्रणा कुचकामी ठरतात. कृत्रिम बुद्धिमत्ता जेव्हा डार्क वेबवर वापरली जाते, तेव्हा स्वयंचलित हॅकिंग आणि माहितीचे वर्गीकरण अधिक वेगाने होते, ज्यामुळे माहितीच्या चोरीचा वेग वाढतो. तांत्रिक प्रगतीला अंधगौरव किंवा भीतीजनक अतिशयोक्ती टाळून संतुलितपणे पाहणे अनिवार्य आहे; डार्क वेब हे तंत्रज्ञानाचे 'विनाशकारी' रूप आहे, ज्याचा सामाजिक संदर्भात चिकित्सक उहापोह होणे गरजेचे आहे.

ग्रामीण-शहरी दरी आणि शैक्षणिक असमानता लक्षात घेता, भारतीय समाजात डार्क वेबबद्दलची जागरूकता अत्यंत कमी आहे. अनेक नागरिकांना हे माहितही नसते की त्यांची माहिती अशा कोणत्याही गुप्त जाळ्यावर असू शकते. शैक्षणिक अभ्यासक्रमात आणि सार्वजनिक जनजागृती मोहिमांमध्ये या छुप्या धोक्यांचा समावेश करणे आता अनिवार्य झाले आहे. माहिती तंत्रज्ञानाचा परिणाम सर्व समाजघटकांवर एकसमान होत नाही; ज्यांच्याकडे तांत्रिक कौशल्ये आहेत, ते स्वतःचा बचाव करू शकतात, परंतु सामान्य नागरिक या तांत्रिक अंधाराचे सहज शिकार बनतात. नागरिक आणि राज्य, तसेच व्यक्ती आणि बाजार यांच्यातील सत्तासंबंध अधिक पारदर्शक होण्याऐवजी डार्क वेबमुळे ते अधिक धूसर आणि धोकादायक झाले आहेत.

डार्क वेब हे डिजिटल युगातील संपत्तीच्या आणि सत्तेच्या संघर्षाचे सर्वात गडद वास्तव आहे. डेटा जर 'नवे सोने' असेल, तर डार्क वेब हा त्या सोन्याची तस्करी करणारा असा एक काळोखी बोगदा आहे, ज्यावर कोणाचेही नियंत्रण नाही. या माहितीचे संकलन, विश्लेषण आणि वापर यांचा गुन्हेगारी नफ्याशी असलेला संबंध जोपर्यंत आपण जागतिक स्तरावर नियंत्रित करत नाही, तोपर्यंत डिजिटल सुरक्षिततेची

संकल्पना अपूर्णच राहील. लोकशाहीला वाचवण्यासाठी आणि मानवी प्रतिष्ठा जपण्यासाठी आपल्याला केवळ दृश्य इंटरनेटच नव्हे, तर या अदृश्य जाळ्यांवरही लक्ष ठेवण्याची तांत्रिक क्षमता विकसित करावी लागेल. तांत्रिक प्रगतीला सामाजिक न्यायाच्या आणि सुरक्षिततेच्या कसोटीवर घासून पाहणे आवश्यक आहे.

प्रकरण १० : भविष्यातील डेटा विश्व

डेटा मालकी हक्क : डिजिटल संसाधनांचे स्वामित्व आणि स्वायत्ततेचा संघर्ष

मानवी संस्कृतीच्या प्रदीर्घ प्रवासात 'मालकी' किंवा 'स्वामित्व' (Ownership) ही संकल्पना प्रामुख्याने जमीन, सोने किंवा नैसर्गिक संसाधनांसारख्या भौतिक घटकांशी निगडित होती. ऐतिहासिक दृष्टिकोनातून पाहिल्यास, ज्यांच्याकडे या संसाधनांची मालकी होती, त्यांच्याकडेच राजकीय आणि सामाजिक सत्ता केंद्रित झालेली होती. मात्र, विसाव्या शतकाच्या अखेरीस आणि एकविसाव्या शतकाच्या प्रारंभी 'डेटा' या अमूर्त घटकाने जगातील सर्वात मौल्यवान संसाधनाचे स्थान पटकावले आहे. "डेटा व्यक्तीचा की कंपनीचा?" हा प्रश्न केवळ तांत्रिक वादाचा नसून, तो आधुनिक युगातील मानवी हक्क आणि सत्तेच्या फेरवाटपाचा एक मूलभूत प्रश्न आहे. समाजशास्त्रीय परिप्रेक्ष्यातून विचार करताना, डेटा मालकी हक्काचा हा संघर्ष म्हणजे डिजिटल युगातील एक नवीन 'वर्गांतर' आहे, जिथे माहिती निर्माण करणारा नागरिक आणि ती माहिती संकलित करणारी बाजारव्यवस्था यांच्यात संसाधनांच्या अधिकारावरून तीव्र चढाओढ सुरू आहे.

डेटा मालकी हक्काच्या केंद्रस्थानी 'वैयक्तिक माहितीवरील नियंत्रण' (Control over Personal Information) हा कळीचा मुद्दा आहे. आजच्या डिजिटल अर्थव्यवस्थेत कंपन्या असा दावा करतात की, त्यांनी पुरवलेल्या सेवांच्या मोबदल्यात वापरकर्त्याने दिलेला डेटा हा त्यांचा 'बौद्धिक मालमत्ता' (Intellectual Property) हक्क आहे. मात्र,

राज्यशास्त्राच्या आणि मानवी हक्कांच्या दृष्टिकोनातून, डेटा हा व्यक्तीच्या व्यक्तिमत्वाचा विस्तार आहे. जशी आपल्या शरीरावर किंवा आपल्या विचारांवर आपली नैसर्गिक मालकी असते, तशीच आपल्या डिजिटल पावलांवरही आपलीच मालकी असणे अपेक्षित आहे. जेव्हा एखादी कंपनी वापरकर्त्याचा डेटा त्याच्या संमतीशिवाय किंवा केवळ तांत्रिक अटींच्या आधारे विकते, तेव्हा ती व्यक्तीच्या 'माहितीपूर्ण स्वायत्ततेचा' (Informational Autonomy) भंग करत असते. हे तांत्रिक नियंत्रण व्यक्तीला केवळ एका 'उत्पादनात' रूपांतरित करते, ज्यामुळे नागरिक आणि बाजार यांच्यातील सत्तासंबंध अधिक विषम होतात.

डेटा सार्वभौमत्व (Data Sovereignty) ही संकल्पना या संघर्षाला जागतिक आणि राष्ट्रीय परिमाण प्राप्त करून देते. डेटा सार्वभौमत्व म्हणजे ज्या देशातील नागरिकांचा डेटा आहे, त्या देशाच्या कायद्यांनी आणि भौगोलिक सीमेने त्या डेटाचे नियमन करणे होय. ऐतिहासिक काळी ज्याप्रमाणे वसाहतवादी शक्ती दुसऱ्या देशांच्या नैसर्गिक संसाधनांवर ताबा मिळवत असत, तसाच प्रकार आज 'डिजिटल वसाहतवादा'च्या (Digital Colonialism) स्वरूपात पाहायला मिळतो. मोठ्या बहुराष्ट्रीय तंत्रज्ञान कंपन्या विकसनशील देशांतील नागरिकांचा डेटा गोळा करून तो परदेशांतील सर्व्हरवर साठवतात, ज्यामुळे त्या देशातील प्रशासकीय यंत्रणा आणि न्यायव्यवस्थेचे त्या माहितीवर नियंत्रण राहत नाही. लोक प्रशासनाच्या दृष्टिकोनातून, डेटा सार्वभौमत्व हे राष्ट्राच्या सुरक्षेसाठी आणि धोरणनिर्मितीसाठी अत्यंत अनिवार्य आहे. जर आपल्या नागरिकांचा आर्थिक, आरोग्यविषयक आणि सामाजिक डेटा परकीय कंपन्यांच्या ताब्यात असेल, तर ती

देशाच्या धोरणात्मक स्वातंत्र्याला दिलेली एक प्रकारे तांत्रिक चूनौती आहे.

भारतीय सामाजिक रचनेत डेटा मालकी हक्काचा प्रश्न अधिक गुंतागुंतीचा होतो. ग्रामीण-शहरी अंतर आणि शैक्षणिक असमानता यामुळे 'संमती' (Consent) या संकल्पनेचा अर्थच बदलून जातो. ग्रामीण भागातील अनेक नागरिक विविध डिजिटल सेवांचा वापर करताना कोणत्याही अटी व शर्ती न वाचता आपली माहिती कंपन्यांच्या स्वाधीन करतात. ही केवळ तांत्रिक साक्षरतेची कमतरता नसून, ती माहितीच्या वितरणातील विषमता आहे. माहिती तंत्रज्ञानाचा हा परिणाम समाजातील उपेक्षित घटकांवर अधिक गंभीर होतो, कारण त्यांच्याकडे आपल्या डेटाच्या चोरीबद्दल दाद मागण्यासाठी कायदेशीर किंवा आर्थिक बळ नसते. धोरणनिर्मिती प्रक्रियेत 'डेटा लोकशाही' (Data Democracy) आणणे आवश्यक आहे, जिथे प्रत्येक नागरिकाला आपल्या माहितीचा वापर कसा आणि कोठे केला जात आहे, हे विचारण्याचा आणि ती माहिती काढून घेण्याचा (Right to Erasure) अधिकार असेल.

डेटा संकलन आणि मालकीचा संबंध थेट सत्तेच्या नियंत्रणाशी आहे. राज्यसंस्था लोककल्याणकारी योजनांच्या अंमलबजावणीसाठी मोठ्या प्रमाणावर डेटा गोळा करते, परंतु या डेटाची खरी मालकी कोणाकडे आहे—राज्याकडे की नागरिकाकडे—यावर अद्याप जागतिक स्तरावर एकमत झालेले नाही. जर राज्याने नागरिकाचा डेटा कोणत्याही संरक्षणाशिवाय खाजगी कंपन्यांना विकला, तर तो सामाजिक कराराचा (Social Contract) विश्वासघात ठरतो. प्रशासकीय नियंत्रणाशी निगडित असलेल्या या प्रक्रियेत डेटाचे 'लोक मालमत्ता' (Public

Asset) म्हणून वर्गीकरण करणे गरजेचे आहे, परंतु त्यामध्ये वैयक्तिक गोपनीयतेचा बळी दिला जाऊ नये. भारतीय संदर्भात डिजिटल वैयक्तिक माहिती संरक्षण कायदे हे या मालकी हक्काला कायदेशीर अधिष्ठान देण्याचा प्रयत्न करत आहेत, परंतु तांत्रिक अंमलबजावणीतील मर्यादांमुळे या अधिकारांचे प्रत्यक्ष पालन होणे आव्हानात्मक आहे.

मानसशास्त्रीय आयामांचे विश्लेषण करताना हे स्पष्ट होते की, जेव्हा व्यक्तीला आपल्या माहितीवरील मालकी हक्क हरवल्याची जाणीव होते, तेव्हा तिच्यात एक प्रकारची 'डिजिटल असहायता' निर्माण होते. माहितीवर विश्वास ठेवण्याच्या मानवी प्रवृत्तीचा गैरफायदा घेऊन अल्गोरिदम आपल्याला असे भासवतात की, डेटा देणे हे अनिवार्य आहे. भीती-आधारित संदेशांच्या प्रभावामुळे लोक सुरक्षेसाठी स्वतःची स्वायत्तता सोडण्यास तयार होतात. तांत्रिक प्रगतीला केवळ मुक्तीकारक न मानण्याचे हे एक महत्त्वाचे कारण आहे, कारण तिने आपल्या ओळखीचे भांडवलीकरण केले आहे. कृत्रिम बुद्धिमत्ता जेव्हा या माहितीचा वापर करून निर्णय घेते, तेव्हा मालकी हक्काचा प्रश्न अधिक तीव्र होतो; कारण यंत्र ज्या माहितीवरून शिकते, त्या माहितीच्या मूळ निर्मात्याला (वापरकर्त्याला) त्यातून मिळणाऱ्या नफ्याचा कोणताही वाटा मिळत नाही.

तांत्रिक प्रगतीला अंधगौरव किंवा भीतीजनक अतिशयोक्ती टाळून संतुलितपणे पाहणे अनिवार्य आहे. डेटा जर 'नवे सोने' असेल, तर त्या सोन्यावर पहिला अधिकार त्या व्यक्तीचा असला पाहिजे जिच्या अस्तित्वातून तो निर्माण झाला आहे. डेटा विक्री प्रक्रिया पारदर्शक असणे आणि वापरकर्त्याला 'डेटा पोर्टेबिलिटी' (Data Portability -

एका सेवा पुरवठादाराकडून दुसऱ्याकडे डेटा नेण्याचा अधिकार) मिळणे, हे आधुनिक लोकशाहीतील स्वातंत्र्याचे नवीन परिमाण आहे. ग्रामीण मतदारांच्या किंवा ग्राहकांच्या डेटाचे संरक्षण करणे ही आता केवळ तांत्रिक गरज नसून ती सामाजिक न्यायाची लढाई आहे. सत्तेच्या या डिजिटल संघर्षात, तंत्रज्ञान हे मानवी मालकीचे रक्षण करणारे साधन बनावे, हीच खऱ्या प्रगतीची कसोटी असेल.

डेटा मालकी हक्क हा डिजिटल युगातील संपत्ती, सत्ता आणि गोपनीयतेच्या संघर्षाचा केंद्रबिंदू आहे. या माहितीचे संकलन, विश्लेषण आणि वापर यांचा नफ्याशी असलेला संबंध जोपर्यंत आपण लोकशाही मूल्यांच्या कसोटीवर तपासत नाही, तोपर्यंत मानवी स्वायत्तता धोक्यातच राहील. लोकशाहीला वाचवण्यासाठी आणि मानवी प्रतिष्ठा जपण्यासाठी आपल्याला केवळ माहिती तंत्रज्ञानाचा वापर करून चालणार नाही, तर त्या माहितीच्या 'स्वामित्वा'वर नागरिकाचा अधिकार प्रस्थापित करावा लागेल. तांत्रिक प्रगतीला सामाजिक संदर्भात संतुलितपणे पाहणे आवश्यक आहे.

डेटा डिव्हिडंड : डिजिटल संपत्तीचे न्याय्य वाटप आणि सामाजिक न्यायाचा नवीन आयाम

मानवी इतिहासात जेव्हा जेव्हा नवीन संसाधने उदयाला आली, तेव्हा तेव्हा त्या संसाधनांतून मिळणाऱ्या नफ्याच्या वाटपावरून तीव्र संघर्ष आणि चर्चा झाल्या आहेत. औद्योगिक क्रांतीनंतर नैसर्गिक साधनसंपत्तीच्या वापराबाबत जशी 'रॉयल्टी' किंवा लाभांशाची संकल्पना विकसित झाली, तशीच चर्चा आज डिजिटल युगात 'डेटा डिव्हिडंड' (Data Dividend) किंवा डेटा लाभांश या संकल्पनेभोवती

फिरत आहे. डेटा लाभांश म्हणजे नागरिकांच्या वैयक्तिक माहितीचा वापर करून तंत्रज्ञान कंपन्या जो अफाट नफा कमावतात, त्यातील ठराविक वाटा किंवा आर्थिक लाभ थेट त्या माहितीच्या मूळ मालकाला, म्हणजेच नागरिकाला मिळणे होय. ऐतिहासिक दृष्टिकोनातून पाहिल्यास, आतापर्यंत डेटा संकलनाची प्रक्रिया ही एकतर्फी राहिली आहे, जिथे कंपन्या विनामूल्य सेवांच्या बदल्यात नागरिकांचा डेटा घेतात आणि त्यातून अब्जावधी डॉलर्सची संपत्ती निर्माण करतात. समाजशास्त्रीय परिप्रेक्ष्यातून, डेटा लाभांश ही संकल्पना या शोषणात्मक रचनेला आव्हान देणारी असून, ती डिजिटल अर्थव्यवस्थेत नागरिकाचे स्थान केवळ 'वापरकर्ता' म्हणून न ठेवता त्याला 'भागधारक' म्हणून प्रस्थापित करण्याचा प्रयत्न करते.

नागरिकांना डेटा वापरातून आर्थिक लाभ मिळणे हा विचार वरवर पाहता अत्यंत आकर्षक वाटतो, परंतु त्याची व्यवहार्यता आणि मर्यादा (Feasibility and Limitations) यांचा सखोल अभ्यास करणे अनिवार्य आहे. तांत्रिक स्तरावर, एका व्यक्तीच्या डेटाचे मूल्य हे अत्यंत नगण्य असते; मात्र जेव्हा लाखो लोकांचा डेटा एकत्र केला जातो, तेव्हा त्याला सामूहिक मूल्य प्राप्त होते. अशा परिस्थितीत, प्रत्येक व्यक्तीला तिच्या डेटाच्या बदल्यात किती मोबदला द्यावा, याचे सांख्यिकीय सूत्र ठरवणे अत्यंत गुंतागुंतीचे आहे. तसेच, जर नागरिकांनी पैशांच्या बदल्यात आपली गोपनीयता विकण्यास सुरुवात केली, तर समाजात 'गोपनीयता' ही केवळ श्रीमंतांची मक्तेदारी बनण्याची भीती आहे. गरीब आणि गरजू लोक आर्थिक लाभासाठी आपल्या खाजगी माहितीवरील हक्क सोडून देतील, ज्यामुळे त्यांच्यावर डिजिटल देखरेखीचे प्रमाण वाढू शकते. लोक प्रशासनाच्या आणि सार्वजनिक धोरणाच्या

अभ्यासकांसाठी ही एक मोठी नैतिक कोंडी आहे, जिथे आर्थिक लाभ आणि वैयक्तिक गोपनीयता यांमध्ये समतोल साधणे जिकिरीचे ठरते.

सामाजिक न्यायाचा प्रश्न (Question of Social Justice) डेटा लाभांश संकल्पनेच्या केंद्रस्थानी आहे. भारतीय सामाजिक रचनेचा विचार करता, ग्रामीण-शहरी अंतर आणि शैक्षणिक असमानता यामुळे या लाभांशाचे वाटप समप्रमाणात होईलच याची शाश्वती नाही. तंत्रज्ञान कंपन्या प्रामुख्याने शहरी आणि उच्चभ्रू वर्गाच्या डेटाला अधिक मूल्य देतात, कारण त्यांची खरेदीक्षमता अधिक असते. याउलट, ग्रामीण भागातील नागरिकांचा डेटा जाहिरातदारांसाठी कमी मौल्यवान ठरू शकतो, ज्यामुळे त्यांना मिळणारा लाभांशही कमी असेल. ही प्रक्रिया समाजात नवीन प्रकारची डिजिटल विषमता निर्माण करू शकते. माहिती तंत्रज्ञानाचा हा परिणाम समाजातील आधीच अस्तित्वात असलेल्या स्तरभेदांना अधिक गडद करणारा ठरू शकतो. धोरणनिर्मिती प्रक्रियेत 'डेटा लोकशाही' आणि 'डिजिटल समानता' या तत्त्वांचे पालन करणे आवश्यक आहे, जेणेकरून डेटा लाभांश हा केवळ वैयक्तिक नफा न ठरता तो सामाजिक कल्याणाचे साधन बनेल.

डेटा लाभांशाची अंमलबजावणी करण्यासाठी राज्यसंस्थेची भूमिका अत्यंत महत्त्वाची आहे. काही विचारवंतांच्या मते, हा लाभांश थेट व्यक्तीला देण्याऐवजी तो 'डेटा टॅक्स' किंवा माहिती कराच्या स्वरूपात राज्याने जमा करावा आणि त्यातून सार्वजनिक सेवा, जसे की शिक्षण आणि आरोग्य, यांचा विस्तार करावा. यालाच 'सामूहिक डेटा लाभांश' असे संबोधले जाते. प्रशासकीय नियंत्रणाशी निगडित असलेल्या या प्रक्रियेत नागरिक आणि राज्य यांच्यातील सत्तासंबंध पुन्हा एकदा अधोरेखित होतात. जर राज्याने नागरिकांचा डेटा वापरण्यासाठी

कंपन्यांकडून मोबदला घेतला, तर तो पैसा पारदर्शकपणे सामाजिक न्यायासाठी वापरला जातो की नाही, हे पाहणे महत्त्वाचे आहे. भारतीय संदर्भात, जिथे डिजिटल वैयक्तिक माहिती संरक्षण कायदा २०२३ नुकताच अस्तित्वात आला आहे, तिथे डेटा लाभांशासारख्या प्रगत संकल्पनांना कायदेशीर चौकटीत बसवणे हे एक मोठे धोरणात्मक आव्हान आहे.

मानसशास्त्रीय आयामांचे विश्लेषण करताना हे स्पष्ट होते की, डेटा लाभांशामुळे मानवी वर्तनाचे 'वस्तूकरण' (Commodification) होण्याची शक्यता आहे. माहितीवर विश्वास ठेवण्याच्या मानवी प्रवृत्तीचा वापर करून कंपन्या लोकांना छोटे आर्थिक प्रलोभन दाखवून अधिक संवेदनशील माहिती संकलित करू शकतात. भीती-आधारित संदेशांऐवजी येथे 'लोभ-आधारित' संदेशांचा वापर करून नागरिकांच्या गोपनीयतेचा बळी दिला जाऊ शकतो. तांत्रिक प्रगतीला केवळ मुक्तीकारक मानण्याचा अंधगौरव येथे टाळला पाहिजे. कृत्रिम बुद्धिमत्ता आणि स्वयंचलित निर्णयप्रणाली जेव्हा या प्रक्रियेत सहभागी होतात, तेव्हा डेटाचे मूल्य ठरवणे मानवी हस्तक्षेपाच्या पलीकडे जाते, ज्यामुळे पारदर्शकतेचा अभाव निर्माण होतो. ग्रामीण मतदारांच्या किंवा ग्राहकांच्या डेटाचे मूल्यमापन करताना त्यांच्या सामाजिक वास्तवाचा विचार केला जात नाही, ज्यामुळे त्यांना या आर्थिक साखळीत दुय्यम स्थान मिळते.

डेटा संकलन, विश्लेषण आणि वापर यांचा नफ्याशी असलेला संबंध जोपर्यंत बदलला जात नाही, तोपर्यंत डेटा लाभांश हा केवळ एक तात्पुरता उपाय ठरेल. नागरिक आणि बाजार यांच्यातील सत्तासंबंध अधिक पारदर्शक होण्यासाठी 'डेटा ट्रस्ट' (Data Trusts) सारख्या

संकल्पनांचा विचार करणे गरजेचे आहे. डेटा ट्रस्ट म्हणजे अशा स्वायत्त संस्था ज्या नागरिकांच्या वतीने त्यांच्या डेटाचे व्यवस्थापन करतील आणि त्यातून मिळणारा नफा किंवा फायदे नागरिकांपर्यंत पोहोचवतील. यामुळे व्यक्तीला स्वतःच्या माहितीवर अधिक नियंत्रण मिळेल आणि मोठ्या कंपन्यांच्या मक्तेदारीला लगाम बसेल. तांत्रिक प्रगतीला सामाजिक संदर्भात संतुलितपणे पाहणे अनिवार्य आहे; ती विनाशकारी किंवा मुक्तीकारक नसते, तर आपण तिची धोरणात्मक रचना कशी करतो, यावर तिचे परिणाम अवलंबून असतात.

डेटा लाभांश ही संकल्पना डिजिटल युगातील संपत्ती आणि सत्तेच्या फेरवाटपाची एक महत्त्वाची नांदी आहे. डेटा जर 'नवे सोने' असेल, तर त्या सोन्याच्या खाणीतून निघणाऱ्या नफ्यावर केवळ उत्खनन करणाऱ्या कंपन्यांचाच नव्हे, तर ज्यांच्या जमिनीतून (म्हणजेच ज्यांच्या आयुष्यातून) तो डेटा निघाला आहे, अशा नागरिकांचाही वाटा असायला हवा. ग्रामीण-शहरी दरी आणि सामाजिक विषमता दूर करण्यासाठी डेटा लाभांशाचा वापर प्रभावीपणे केला जाऊ शकतो, परंतु त्यासाठी एक भक्कम कायदेशीर आणि नैतिक अधिष्ठान असणे आवश्यक आहे. सत्तेच्या या डिजिटल संघर्षात, तंत्रज्ञान हे शोषणाचे साधन न बनता ते मानवी कल्याणाचे आणि सामाजिक न्यायाचे माध्यम बनावे.

GDPR तुलना : जागतिक गोपनीयता मानके आणि भारतीय कायदेशीर चौकटीचे चिकित्सक विश्लेषण

मानवी हक्कांच्या जागतिक इतिहासामध्ये वैयक्तिक स्वातंत्र्याचे रक्षण करण्यासाठी वेळोवेळी विविध कायदेशीर प्रगत पावले उचलली गेली

आहेत. ज्याप्रमाणे विसाव्या शतकात मानवी हक्कांच्या जागतिक जाहीरनाम्याने व्यक्तीच्या मूलभूत सन्मानाला प्रतिष्ठा दिली, त्याचप्रमाणे एकविसाव्या शतकाच्या डिजिटल युगात युरोपियन युनियनच्या 'सामान्य डेटा संरक्षण नियमन' (General Data Protection Regulation - GDPR) या कायद्याने माहितीच्या गोपनीयतेला एक जागतिक मानदंडाचे स्वरूप प्राप्त करून दिले आहे. ऐतिहासिक दृष्टिकोनातून, हा कायदा २०१८ मध्ये लागू झाला, ज्याचा मुख्य उद्देश नागरिकांना त्यांच्या वैयक्तिक माहितीवर पुन्हा नियंत्रण मिळवून देणे हा होता. समाजशास्त्रीय परिप्रेक्ष्यातून विचार करताना, हा केवळ एक तांत्रिक कायदा नसून, तो डिजिटल वसाहतवादाला आणि महाकाय तंत्रज्ञान कंपन्यांच्या अनियंत्रित सत्तेला लगाम घालणारा एक राजकीय जाहीरनामा आहे. माहिती तंत्रज्ञानाचा परिणाम मानवी स्वायत्ततेवर कसा होतो, याचे विश्लेषण करण्यासाठी या कायद्याचा अभ्यास समाजशास्त्र आणि राज्यशास्त्राच्या विद्यार्थ्यांसाठी अनिवार्य ठरतो.

युरोपियन गोपनीयता कायद्यांचे, विशेषतः जीडीपीआरचे सर्वात मोठे वैशिष्ट्य म्हणजे 'संमती' (Consent) आणि 'पारदर्शकता' (Transparency) या संकल्पनांना दिलेले कायदेशीर महत्त्व होय. या कायद्यानुसार, कोणत्याही कंपनीला वापरकर्त्याचा डेटा गोळा करण्यापूर्वी त्याची स्पष्ट, विशिष्ट आणि माहितीपूर्ण संमती घेणे बंधनकारक आहे. "आम्ही तुमचा डेटा वापरू शकतो का?" या प्रश्नाचे उत्तर केवळ 'हो' किंवा 'नाही' या स्वरूपात न ठेवता, तो डेटा कशासाठी वापरला जाणार आहे, तो किती काळ साठवला जाणार आहे आणि तो कोणाला विकला जाणार आहे, याची सविस्तर माहिती

वापरकर्त्याला देणे आवश्यक आहे. तसेच, नागरिकांना 'विसरण्याचा अधिकार' (Right to be Forgotten) प्रदान करण्यात आला आहे, ज्यामुळे व्यक्ती आपली माहिती डिजिटल अवकाशातून कायमची काढून टाकण्याची विनंती करू शकते. लोक प्रशासनाच्या आणि सार्वजनिक धोरणाच्या दृष्टिकोनातून, ही पारदर्शकता नागरिक आणि बाजार यांच्यातील सत्तासंबंधांना अधिक समतोल बनवते, जिथे व्यक्ती केवळ एक 'डेटा पॉईंट' न राहता एक स्वायत्त नागरिक म्हणून उभी राहते.

भारतीय 'डिजिटल वैयक्तिक माहिती संरक्षण कायदा २०२३' (DPDP Act 2023) शी तुलना करताना काही महत्त्वाचे साम्य आणि भेद प्रकर्षाने समोर येतात. दोन्ही कायद्यांचे मूळ उद्दिष्ट नागरिकांच्या डेटाचे संरक्षण करणे हेच असले तरी, त्यांच्या अंमलबजावणीच्या पद्धतीमध्ये फरक आहे. भारताचा कायदा हा अधिक 'सुलभ' आणि 'प्रशासकीय सुलभतेवर' भर देणारा आहे. जीडीपीआरमध्ये व्यक्तीला तिच्या डेटावर अत्यंत व्यापक अधिकार दिलेले आहेत, तर भारतीय कायद्यात राज्यसंस्थेला 'राष्ट्रीय सुरक्षा' आणि 'सार्वजनिक हित' या नावाखाली काही विशेष सवलती (Exemptions) देण्यात आल्या आहेत. राज्यशास्त्राच्या चौकटीत, हा भेद नागरिक आणि राज्य यांच्यातील सत्तासंबंधांवर प्रकाश टाकतो. भारतासारख्या विकसनशील देशात, जिथे ग्रामीण-शहरी अंतर आणि शैक्षणिक असमानता मोठी आहे, तिथे राज्यसंस्थेचे नियंत्रण अधिक प्रबळ राहते. भारतीय कायद्यात 'डेटा फिड्युशियरी' (माहितीचा विश्वस्त) ही संकल्पना महत्त्वाची आहे, जी कंपन्यांवर माहिती सुरक्षित ठेवण्याची जबाबदारी सोपवते, परंतु

त्यामधील त्रुटी आणि अंमलबजावणीतील आव्हाने जीडीपीआरच्या तुलनेत अधिक जटिल आहेत.

भारतीय सामाजिक रचनेचा विचार करता, भाषिक विविधता आणि डिजिटल प्रवेशातील विषमता यामुळे कायद्याची अंमलबजावणी करणे कठीण ठरते. युरोपमध्ये तांत्रिक साक्षरतेचे प्रमाण अधिक असल्याने तिथले नागरिक जीडीपीआर अंतर्गत आपल्या हक्कांचा प्रभावी वापर करू शकतात. मात्र, भारतात ग्रामीण मतदारांच्या किंवा ग्राहकांच्या डेटाचे संरक्षण करताना केवळ कायदा असून चालणार नाही, तर तो त्यांना त्यांच्या भाषेत आणि समजेल अशा पद्धतीने उपलब्ध होणे गरजेचे आहे. माहिती तंत्रज्ञानाचा परिणाम समाजातील सर्व घटकांवर एकसमान होत नाही; ज्यांच्याकडे कायदेशीर आणि तांत्रिक समज आहे, तेच या कायद्याचा लाभ घेऊ शकतात. धोरणनिर्मिती प्रक्रियेत या 'डिजिटल दरीचा' विचार अनिवार्यपणे करावा लागतो. जर कायद्यातील तरतुदी केवळ इंग्रजीमध्ये किंवा तांत्रिक शब्दांत बंदिस्त राहिल्या, तर ग्रामीण भागातील उपेक्षित वर्ग या संरक्षणापासून वंचित राहण्याची भीती असते.

डेटा संकलन, विश्लेषण आणि वापर यांचा नफ्याशी असलेला संबंध जीडीपीआरने अत्यंत कडक दंडात्मक तरतुदींद्वारे नियंत्रित केला आहे. जर एखाद्या कंपनीने नियमांचे उल्लंघन केले, तर तिला त्यांच्या जागतिक उलाढालीच्या ठराविक टक्के इतका प्रचंड दंड भरावा लागतो. याउलट, भारतीय कायद्यातील दंडाची रक्कम ही मर्यादित असून ती प्रशासकीय मंडळाच्या निर्णयावर अवलंबून आहे. सत्तेच्या राजकारणात आणि बाजारव्यवस्थेच्या खेळात, मोठ्या कंपन्या अनेकदा दंडाची रक्कम भरून आपला व्यवसाय सुरू ठेवणे पसंत करतात. अशा

वेळी, कायद्याचे स्वरूप हे केवळ कागदोपत्री न राहता ते 'निवारक' (Deterrent) असणे आवश्यक आहे. नागरिक आणि बाजार यांच्यातील या संघर्षात, गोपनीयतेचे रक्षण करणे हे आता केवळ वैयक्तिक नैतिकतेचे काम नसून ती संस्थात्मक संरचनेची जबाबदारी बनली आहे. भारतीय कायद्यातील 'संमती व्यवस्थापक' (Consent Manager) ही संकल्पना एक सकारात्मक पाऊल असली तरी, तिची प्रत्यक्ष तांत्रिक अंमलबजावणी कशी होते, यावरच त्याचे यश अवलंबून असेल.

मानसशास्त्रीय आयामांचे विश्लेषण करताना हे स्पष्ट होते की, कडक गोपनीयतेचे कायदे मानवी वर्तनात सुरक्षिततेची भावना निर्माण करतात. माहितीवर विश्वास ठेवण्याच्या मानवी प्रवृत्तीमुळे लोक सेवांचा वापर करतात, परंतु वारंवार होणाऱ्या डेटा गळतीमुळे त्यांच्यात भीती निर्माण होते. जीडीपीआरसारखे कायदे या भीतीवर उतारा म्हणून कार्य करतात. तांत्रिक प्रगतीला अंधगौरव किंवा भीतीजनक अतिशयोक्ती टाळून संतुलितपणे पाहणे अनिवार्य आहे. कृत्रिम बुद्धिमत्ता आणि स्वयंचलित निर्णयप्रणालीच्या युगात, अल्गोरिद्मिक पारदर्शकता हा एक नवीन मानवी हक्क म्हणून उदयाला येत आहे. भारतीय कायद्यात अल्गोरिदमच्या निष्पक्षपातीपणाबद्दल अधिक स्पष्ट तरतुदी असणे गरजेचे आहे, कारण माहितीचे अल्गोरिद्मिक वर्गीकरण हे विचारधारात्मक गटबांधणीला बळ देते, जे लोकशाहीतील सामाजिक मतनिर्मितीवर प्रभाव पाडते.

जीडीपीआर आणि भारतीय कायद्याची तुलना ही डिजिटल युगातील दोन भिन्न शासन पद्धतींची तुलना आहे. युरोप वैयक्तिक अधिकारांवर भर देतो, तर भारत विकास आणि प्रशासकीय नियंत्रणाचा समतोल साधण्याचा प्रयत्न करतो. डेटा जर 'नवे सोने' असेल, तर हे कायदे त्या

सोन्याचे वाटप आणि रक्षण करण्याचे नियम आहेत. ग्रामीण-शहरी दरी आणि सामाजिक विषमता दूर करण्यासाठी तंत्रज्ञानाचा वापर करताना मानवी प्रतिष्ठेचा बळी दिला जाऊ नये, हेच या सर्व कायदेशीर संघर्षाचे सार आहे. सत्तेच्या या डिजिटल खेळात, तंत्रज्ञान हे मानवी मुक्तीचे साधन बनावे, यासाठी जागतिक स्तरावर एकसमान आणि कडक गोपनीयता मानके असणे ही काळाची गरज आहे.

डिजिटल साक्षरता : तांत्रिक गुलामगिरीकडून माहितीपूर्ण स्वातंत्र्याकडे

मानवी संस्कृतीचा इतिहास हा प्रामुख्याने साक्षरतेच्या प्रसाराचा आणि त्यातून निर्माण झालेल्या वैचारिक क्रांतीचा इतिहास आहे. ज्याप्रमाणे मध्ययुगीन काळात वाचन आणि लेखनाची साक्षरता ही सत्तेच्या विकेंद्रीकरणासाठी आणि लोकशाहीच्या निर्मितीसाठी आवश्यक ठरली, त्याचप्रमाणे एकविसाव्या शतकाच्या 'डेटा' प्रधान युगात 'डिजिटल साक्षरता' (Digital Literacy) ही नागरिकत्वाचे एक नवीन आणि अनिवार्य अंग बनली आहे. ऐतिहासिक दृष्टिकोनातून, साक्षरतेचा अर्थ केवळ अक्षर ओळख असा होता, परंतु आजच्या तांत्रिक संरचनेत साक्षरतेचा अर्थ बदलला असून तो आता डिजिटल साधनांचा वापर, माहितीची सत्यता पडताळणे आणि आपल्या डेटाचे रक्षण करणे या स्तरावर पोहोचला आहे. समाजशास्त्रीय परिप्रेक्ष्यातून, डिजिटल साक्षरता हे केवळ तांत्रिक कौशल्य नसून, ते डिजिटल युगातील संपत्ती, सत्ता आणि गोपनीयतेच्या संघर्षात स्वतःला सुरक्षित ठेवण्याचे एक सामाजिक शस्त्र आहे. माहिती तंत्रज्ञानाचा परिणाम मानवी विवेक

आणि स्वायत्ततेवर कसा होतो, याचे चिकित्सक विश्लेषण करण्यासाठी डिजिटल साक्षरतेच्या विविध आयामांचा अभ्यास करणे अनिवार्य ठरते.

डिजिटल साक्षरतेचा पाया 'शालेय स्तरावर शिक्षण' (Education at School Level) यातून रचला जाणे काळाची गरज आहे. आजची पिढी ही 'डिजिटल नेटिव्ह' किंवा जन्मतःच तंत्रज्ञानाच्या सानिध्यात वाढलेली पिढी असली, तरी त्यांना तंत्रज्ञानाचा केवळ वापर माहित असतो, त्यामागील अर्थकारण आणि राजकारण नव्हे. शालेय अभ्यासक्रमात केवळ संगणकाचे तांत्रिक ज्ञान देऊन चालणार नाही, तर विद्यार्थ्यांना 'अल्गोरिद्मिक साक्षरता' आणि 'डेटा गोपनीयता' या विषयांचे शिक्षण देणे आवश्यक आहे. मुले जेव्हा सोशल मीडिया किंवा शैक्षणिक ॲप्स वापरतात, तेव्हा त्यांच्याकडून जो डेटा संकलित केला जातो, त्याचे भविष्यातील परिणाम काय असू शकतात, हे त्यांना शालेय वयातच समजले पाहिजे. धोरणनिर्मिती प्रक्रियेत आणि लोक प्रशासनात शिक्षण क्षेत्रातील हा बदल दीर्घकालीन सामाजिक सुधारणेसाठी पायाभूत ठरू शकतो. भारतीय सामाजिक रचनेत, जिथे ग्रामीण भागातील शाळांमध्ये मूलभूत सोयींचा अभाव आहे, तिथे डिजिटल साक्षरतेचे हे शिक्षण देणे एक मोठे आव्हान आहे. शैक्षणिक असमानता ही केवळ रोजगाराच्या संधींना प्रभावित करत नाही, तर ती भविष्यातील नागरिकांच्या 'डिजिटल हक्कांना' देखील धोक्यात आणते.

नागरिक जागरूकता (Citizen Awareness) हा डिजिटल साक्षरतेचा दुसरा आणि अत्यंत व्यापक आयाम आहे. केवळ शालेय शिक्षण पुरेसे नाही, तर सर्व वयोगटातील नागरिकांना, विशेषतः ग्रामीण आणि उपेक्षित घटकांना, डिजिटल विश्वातील धोक्यांची आणि संधींची जाणीव करून देणे गरजेचे आहे. जेव्हा एखादा नागरिक ऑनलाइन

बँकिंग, सरकारी सेवा किंवा सोशल मीडियाचा वापर करतो, तेव्हा त्याला 'फिशिंग', 'ओटीपी फ्रॉड' आणि 'फेक न्यूज' यांसारख्या संकटांची माहिती असणे अनिवार्य आहे. ही जागरूकता केवळ तांत्रिक माहितीपुरती मर्यादित नसून, ती आपल्या 'गोपनीयतेच्या हक्का'बद्दलची जाणीव असायला हवी. राज्यसंस्था आणि खाजगी कंपन्या आपल्यावर कशा प्रकारे निगराणी (Surveillance) ठेवू शकतात, हे सामान्य नागरिकाला समजले पाहिजे. माहिती तंत्रज्ञानाचा हा परिणाम समाजातील साक्षरतेच्या स्तरावर अवलंबून असतो; जिथे सजग नागरिक आपल्या डेटावर ताबा मिळवतो, तिथे साक्षरतेचा अभाव असलेला नागरिक तांत्रिक शोषणाचा बळी ठरतो. धोरणनिर्मिती प्रक्रियेत नागरिक साक्षरता ही केवळ एक मोहीम नसून ती लोकशाही बळकट करणारी एक निरंतर चालणारी प्रक्रिया असायला हवी.

माहितीचे चिकित्सक विश्लेषण (Critical Analysis of Information) हे डिजिटल साक्षरतेचे सर्वात महत्त्वाचे आणि वैचारिक अंग आहे. आज आपण माहितीच्या महापुरात जगत आहोत, जिथे 'सत्य' शोधणे हे एक आव्हान बनले आहे. डिजिटल साक्षरतेचा खरा उद्देश नागरिकांना माहितीचे केवळ 'ग्राहक' न ठेवता त्यांना माहितीचे 'चिकित्सक' बनवणे हा आहे. कोणती बातमी खोटा अजेंडा पसरवण्यासाठी आहे, अल्गोरिदम आपल्याला विशिष्ट विचारधारात्मक कोशात (Echo Chamber) कसे अडकवत आहेत आणि सोशल मीडियावरील 'ट्रेंड' हे नैसर्गिक आहेत की कृत्रिमरीत्या तयार केलेले आहेत, हे ओळखण्याची क्षमता नागरिकांमध्ये विकसित होणे गरजेचे आहे. मानसशास्त्रीय आयामांचे विश्लेषण करताना हे स्पष्ट होते की, माहितीवर विश्वास ठेवण्याच्या मानवी प्रवृत्तीचा गैरफायदा घेऊन समाजात ध्रुवीकरण

वाढवले जाते. चिकित्सक विश्लेषणामुळे नागरिक भीती-आधारित संदेशांना आणि भावनिक उत्तेजनाला बळी पडत नाहीत. तांत्रिक प्रगतीला अंधगौरव किंवा भीतीजनक अतिशयोक्ती टाळून संतुलितपणे पाहण्याची वृत्ती या साक्षरतेतूनच निर्माण होते.

भारतीय संदर्भात, ग्रामीण-शहरी अंतर आणि भाषिक विविधता लक्षात घेता डिजिटल साक्षरतेचे स्वरूप हे स्थानिक संदर्भाशी जुळणारे असायला हवे. केवळ इंग्रजी भाषेतून दिलेले तांत्रिक ज्ञान ग्रामीण मतदारांच्या किंवा ग्राहकांच्या कामाचे नसते. त्यांना त्यांच्या भाषेत, त्यांच्या जगण्याच्या संदर्भातून—जसे की शेती, बँकिंग किंवा स्थानिक प्रशासन—डिजिटल साक्षर बनवणे आवश्यक आहे. माहिती तंत्रज्ञानाचा परिणाम सर्व समाजघटकांवर एकसमान होत नाही; ज्यांच्याकडे भाषिक आणि तांत्रिक प्रभुत्व आहे, ते या डिजिटल अर्थव्यवस्थेत सत्ता गाजवतात. ग्रामीण आणि उपेक्षित वर्गाला या सत्तेच्या खेळात समान स्थान मिळवून देण्यासाठी 'डिजिटल समावेशकता' (Digital Inclusion) हा धोरणात्मक प्राधान्याचा विषय असायला हवा. नागरिक आणि राज्य यांच्यातील सत्तासंबंध अधिक पारदर्शक आणि लोकशाहीवादी करण्यासाठी डिजिटल साक्षरता हे एक महत्त्वाचे माध्यम आहे.

डेटा संकलन, विश्लेषण आणि वापर यांचा नफ्याशी असलेला संबंध जोपर्यंत सामान्य माणसाला समजत नाही, तोपर्यंत तो आपली गोपनीयता सुरक्षित ठेवू शकत नाही. डिजिटल साक्षरतेमुळे नागरिकांना 'डिजिटल वैयक्तिक माहिती संरक्षण कायदा २०२३' सारख्या कायद्यांचे महत्त्व समजते आणि ते आपल्या हक्कांची मागणी करू शकतात. सत्तेच्या या डिजिटल संघर्षात, तंत्रज्ञान कंपन्यांच्या

मक्तेदारीला आव्हान देण्यासाठी संघटित आणि साक्षर नागरिकत्व ही सर्वात मोठी ताकद आहे. तांत्रिक प्रगतीला केवळ मुक्तीकारक मानण्याचा मोह टाळला पाहिजे; ती मुक्तीकारक तेव्हाच ठरेल जेव्हा तिचा वापर करणारा समाज जागृत आणि विवेकी असेल. कृत्रिम बुद्धिमत्ता आणि स्वयंचलित निर्णयप्रणालीच्या युगात, यंत्रांच्या मर्यादा समजून घेणे आणि मानवी विवेक शाबूत ठेवणे हीच खरी डिजिटल साक्षरता आहे.

डिजिटल साक्षरता हा भविष्यातील डेटा विश्वाचा पाया आहे. डेटा जर 'नवे सोने' असेल, तर डिजिटल साक्षरता हे ते सोने ओळखण्याचे आणि त्याचे रक्षण करण्याचे ज्ञान आहे. ग्रामीण-शहरी दरी आणि सामाजिक विषमता दूर करण्यासाठी केवळ तंत्रज्ञानाचा प्रसार पुरेसा नाही, तर त्या तंत्रज्ञानाचा वापर करण्याची वैचारिक क्षमता विकसित करणे अनिवार्य आहे. तांत्रिक प्रगतीला सामाजिक न्यायाच्या आणि मानवी प्रतिष्ठेच्या कसोटीवर घासून पाहणे, हेच या संशोधनाचे सार आहे. लोकशाहीला केवळ मतदानापुरते मर्यादित न ठेवता, ती माहितीच्या प्रवाहात आणि डिजिटल अधिकारांच्या संरक्षणात टिकवून ठेवणे, हेच आपल्या पिढीपुढील सर्वात मोठे आव्हान आहे.

डेटा लोकशाही की डेटा हुकूमशाही? : तांत्रिक सत्तेचे ध्रुवीकरण आणि भविष्यातील धोरणात्मक आव्हाने

मानवी इतिहासाच्या प्रत्येक टप्प्यावर सत्तेचे स्वरूप हे त्या काळातील सर्वात मौल्यवान संसाधनावर आधारित राहिले आहे. कृषी युगात जमीन हे सत्तेचे केंद्र होते, तर औद्योगिक युगात भांडवल आणि यंत्रांनी ही जागा

घेतली. आजच्या डिजिटल युगात 'डेटा' हे सत्तेचे नवीन चलन बनले आहे. आपण सध्या एका अशा ऐतिहासिक वळणावर उभे आहोत, जिथे तंत्रज्ञानाचे हे अफाट सामर्थ्य एकतर लोकशाही मूल्यांना अधिक बळकट करू शकते किंवा एका नवीन प्रकारच्या 'डिजिटल हुकूमशाहीला' (Digital Dictatorship) जन्म देऊ शकते. ऐतिहासिक दृष्टिकोनातून पाहिल्यास, माहितीचे संकलन हे पूर्वी केवळ प्रशासकीय कार्यासाठी केले जात असे; मात्र आज ते मानवी वर्तणुकीवर नियंत्रण मिळवण्याचे माध्यम बनले आहे. समाजशास्त्रीय आणि राज्यशास्त्रीय परिप्रेक्ष्यातून, हा संघर्ष केवळ तांत्रिक नसून तो मानवी स्वायत्तता, सामाजिक न्याय आणि राजकीय अधिकार यांच्यातील मूलभूत संघर्ष आहे. माहिती तंत्रज्ञानाचा परिणाम मानवी संस्कृतीवर कसा होणार आहे, हे पूर्णतः 'डेटा लोकशाही' आणि 'डेटा हुकूमशाही' यांमधील संतुलनावर अवलंबून आहे.

'माहितीचे विकेंद्रीकरण' (Decentralization of Information) हा डेटा लोकशाहीचा मुख्य आधार आहे. लोकशाहीत सत्ता ही एका ठिकाणी केंद्रित न होता ती विखुरलेली असावी, हे तत्त्व माहितीच्या अधिकाराच्या बाबतीतही लागू होते. डेटा लोकशाही म्हणजे केवळ डेटाची उपलब्धता नव्हे, तर त्या डेटावर नागरिकांचा असलेला ताबा, त्याच्या वापराबाबतची पारदर्शकता आणि त्यातून मिळणाऱ्या लाभाचे न्याय्य वाटप होय. जेव्हा माहितीचे प्रवाह मुक्त असतात आणि सामान्य नागरिकाला आपल्या डेटाचे संकलन का आणि कसे केले जाते, हे माहित असते, तेव्हाच खऱ्या अर्थाने नागरिक सक्षमीकरण घडून येते. भारतीय सामाजिक रचनेचा विचार करता, ग्रामीण-शहरी अंतर आणि शैक्षणिक असमानता दूर करण्यासाठी माहितीचे हे विकेंद्रीकरण अत्यंत

महत्त्वाचे आहे. जेव्हा ग्रामीण भागातील शेतकरी, श्रमिक किंवा अल्पशिक्षित नागरिक आपल्या डिजिटल हक्कांबद्दल सजग होतो, तेव्हाच तांत्रिक प्रगतीचे मुक्तीकारक स्वरूप समोर येते. धोरणनिर्मिती प्रक्रियेत डेटाचे हे लोकशाहीकरण नागरिकांना केवळ 'माहितीचे ग्राहक' न ठेवता त्यांना 'माहितीचे निर्माते' आणि मालक म्हणून प्रस्थापित करते.

याउलट, 'केंद्रीकृत डेटा नियंत्रणाचे धोके' (Risks of Centralized Data Control) हे एका नवीन प्रकारच्या डिजिटल हुकूमशाहीची नांदी ठरू शकतात. जेव्हा एखाद्या देशातील सर्व नागरिकांचा अत्यंत संवेदनशील डेटा—जसे की त्यांचे राजकीय विचार, आर्थिक व्यवहार, आरोग्य आणि सामाजिक संबंध—केवळ राज्यसंस्था किंवा काही मोजक्या महाकाय खाजगी कंपन्यांच्या ताब्यात असतो, तेव्हा सत्तेचे प्रचंड ध्रुवीकरण होते. या केंद्रीकरणामुळे 'निरीक्षण समाज' (Surveillance Society) निर्माण होतो, जिथे नागरिकांच्या प्रत्येक हालचालीवर तांत्रिक नजर ठेवली जाते. राज्यशास्त्राच्या दृष्टिकोनातून, अशी हुकूमशाही पारंपारिक लष्करी हुकूमशाहीपेक्षा अधिक भयानक असते, कारण ती अदृश्य असते आणि मानवी मनावर अल्गोरिदमच्या माध्यमातून नियंत्रण मिळवते. जर डेटाचा वापर केवळ प्रशासकीय नियंत्रणासाठी किंवा विरोधातील आवाज दाबण्यासाठी केला गेला, तर लोकशाहीतील अभिव्यक्ती स्वातंत्र्य आणि गोपनीयतेचा अधिकार पूर्णतः संपुष्टात येतो. नागरिक आणि राज्य यांच्यातील सत्तासंबंधात जेव्हा राज्य 'सर्वज्ञ' होते, तेव्हा नागरिक केवळ एक 'सांख्यिकीय घटक' (Data Subject) बनून राहतो.

नागरिक सक्षमीकरण विरुद्ध निरीक्षण समाज (Citizen Empowerment vs Surveillance Society) हा आजच्या जागतिक धोरणनिर्मितीमधील सर्वात मोठा पेच आहे. एकीकडे, तंत्रज्ञानाचा वापर करून सरकारी योजना थेट लाभार्थीपर्यंत पोहोचवणे (प्रशासकीय सुलभता) हे सक्षमीकरणाचे लक्षण मानले जाते; परंतु दुसरीकडे, त्याच तांत्रिक साखळीचा वापर करून नागरिकांच्या खासगी आयुष्यात डोकावणे हा निरीक्षणाचा भाग ठरतो. मानसशास्त्रीय आयामांचे विश्लेषण करताना हे स्पष्ट होते की, सततच्या निगराणीमुळे मानवी वर्तनात एक प्रकारचा संकोच निर्माण होतो, ज्याला 'चिलिंग इफेक्ट' म्हणतात. माहितीवर विश्वास ठेवण्याच्या मानवी प्रवृत्तीचा गैरफायदा घेऊन राज्य किंवा कंपन्या 'भय-आधारित संदेशांद्वारे' आपली ध्येयधोरणे लादू शकतात. तांत्रिक प्रगतीला अंधगौरव किंवा भीतीजनक अतिशयोक्ती टाळून संतुलितपणे पाहणे अनिवार्य आहे. कृत्रिम बुद्धिमत्ता आणि स्वयंचलित निर्णयप्रणाली जेव्हा या प्रक्रियेत सहभागी होतात, तेव्हा हे नियंत्रण अधिक अचूक आणि मानवी हस्तक्षेपाच्या पलीकडे जाते, ज्यामुळे सामाजिक न्यायाचा प्रश्न अधिक जटिल होतो.

भविष्यातील धोरण दिशा (Future Policy Direction) ठरवताना आपल्याला 'डेटा सार्वभौमत्व' आणि 'डिजिटल नागरिकत्व' या संकल्पनांवर भर द्यावा लागेल. केवळ कायदे करून (उदा. डीपीडीपी कायदा २०२३) भागणार नाही, तर त्यांची तांत्रिक अंमलबजावणी ही पारदर्शक आणि नागरिक-केंद्री असावी लागेल. धोरणकर्त्यांनी 'प्रायव्हसी बाय डिझाईन' (रचनेतच गोपनीयता) हे तत्त्व स्वीकारणे गरजेचे आहे, जिथे कोणत्याही तांत्रिक प्रणालीची निर्मिती करताना नागरिकांच्या गोपनीयतेचा विचार प्राथमिक स्तरावरच केला जातो.

भारतीय संदर्भात, भाषिक विविधता आणि डिजिटल प्रवेशातील विषमता लक्षात घेता, माहितीचे नियमन करणाऱ्या संस्थांनी ग्रामीण आणि उपेक्षित वर्गाच्या हक्कांचे संरक्षण करण्यासाठी विशेष यंत्रणा उभी करावी. नागरिक, राज्य आणि बाजार यांच्यातील सत्तासंबंध अधिक लोकशाहीवादी करण्यासाठी 'डेटा ट्रस्ट' आणि 'डेटा लाभांश' यांसारख्या संकल्पनांना कायदेशीर अधिष्ठान देणे ही भविष्यातील दिशा असायला हवी.

डेटा संकलन, विश्लेषण आणि वापर यांचा नफ्याशी असलेला संबंध जोपर्यंत बदलला जात नाही, तोपर्यंत डिजिटल हुकूमशाहीचा धोका कायम राहील. माहिती तंत्रज्ञानाचा परिणाम समाजातील विचारधारात्मक गटबांधणीवर कसा होतो, हे आपण 'इको चेंबर' आणि 'मायक्रो-टार्गेटिंग' सारख्या प्रकरणांतून पाहिले आहे. भविष्यातील डेटा विश्व हे केवळ गणितावर नाही, तर ते मानवी मूल्यांवर आणि नैतिकतेवर आधारलेले असायला हवे. तंत्रज्ञानाला एकतर्फी मुक्तीकारक किंवा विनाशकारी ठरवू नये; तिचे सामाजिक संदर्भात मूल्यमापन करावे. ग्रामीण मतदारांच्या किंवा ग्राहकांच्या डेटाचे मूल्य केवळ आर्थिक नफ्यासाठी न ठरवता, त्यांच्या सामाजिक विकासासाठी वापरले जाणे, हीच खऱ्या 'डेटा लोकशाही'ची कसोटी आहे.

डेटा लोकशाही की डेटा हुकूमशाही, हा प्रश्न आपल्याला आपल्या डिजिटल भविष्याची निवड करण्यास प्रवृत्त करतो. डेटा जर खरोखरच 'नवे सोने' असेल, तर त्या सोन्याच्या मालकीवरून सुरू असलेला हा संघर्ष मानवी सभ्यतेच्या भविष्याची दिशा निश्चित करेल. आपण एक असा समाज घडवणार आहोत का, जिथे तंत्रज्ञान मानवी स्वातंत्र्याचा विस्तार करेल? की आपण अशा व्यवस्थेचे भाग बनणार आहोत, जिथे

डेटाच्या बळावर मानवी विवेकाचे अपहरण केले जाईल? या पुस्तकातील सर्व विश्लेषणाचा सारांश हाच आहे की, तंत्रज्ञान हे नेहमीच मानवी नियंत्रणाखाली असावे आणि त्याचा वापर सामाजिक न्यायाच्या आणि मानवी प्रतिष्ठेच्या कसोटीवर घासून पाहिला जावा. लोकशाहीला वाचवण्यासाठी आपल्याला केवळ माहितीवर ताबा मिळवून चालणार नाही, तर त्या माहितीचा वापर सत्तेच्या विकेंद्रीकरणासाठी करण्याची वैचारिक आणि धोरणात्मक जिद्द बाळगावी लागेल.

अंतिम निष्कर्षः डिजिटल लोकशाहीच्या दिशेने – आव्हाने आणि भविष्यातील शक्यता

“डेटा म्हणजे नवे सोनेः डिजिटल युगातील संपत्ती, सत्ता आणि गोपनीयतेचा संघर्ष” या शैक्षणिक आणि संशोधनाधारित ग्रंथाच्या माध्यमातून आपण डिजिटल क्रांतीच्या विविध आणि गुंतागुंतीच्या पैलूंचा सखोल उहापोह केला आहे. या संपूर्ण प्रवासात आपण हे पाहिले की, डेटा हा केवळ तांत्रिक घटक नसून तो आधुनिक काळातील संपत्तीचे नवीन रूप, सत्तेचे नवीन केंद्र आणि गोपनीयतेच्या नवीन संघर्षाचा केंद्रबिंदू बनला आहे. ऐतिहासिक दृष्टिकोनातून पाहिल्यास, ज्याप्रमाणे औद्योगिक क्रांतीने श्रमाचे आणि उत्पादनाचे स्वरूप बदलले, त्याचप्रमाणे माहिती तंत्रज्ञानाने मानवी संस्कृतीचे, सामाजिक रचनेचे आणि राजकीय प्रक्रियेचे पूर्णतः संगणकीकरण केले आहे. या निष्कर्षाप्रत पोहोचताना आपण हे स्पष्टपणे जाणले आहे की, डेटा संकलनाचे हे अफाट सामर्थ्य एकीकडे प्रशासकीय सुलभता आणि आर्थिक प्रगतीच्या संधी उपलब्ध करून देत असले, तरी दुसरीकडे ते मानवी स्वायत्तता आणि लोकशाही मूल्यांसमोर मोठे आव्हान उभे करत आहे.

डिजिटल युगातील सत्तासंबंधांचे चिकित्सक विश्लेषण करताना हे स्पष्ट होते की, सत्तेचे केंद्रीकरण आता केवळ राज्यसंस्थेकडे राहिलेले नसून ते महाकाय तंत्रज्ञान कंपन्यांकडे सरकले आहे. या कंपन्यांनी 'डेटा दलाल', 'अल्गोरिद्मिक नियंत्रण' आणि 'लक्ष्यित जाहिरात प्रणाली' यांसारख्या साधनांच्या माध्यमातून मानवी वर्तणुकीचे भांडवलीकरण केले आहे. नागरिक आणि बाजार यांच्यातील या विषम

संबंधात नागरिक केवळ एक 'डेटा संच' बनून राहिला आहे. भारतीय सामाजिक रचनेचा विचार करता, ग्रामीण-शहरी अंतर आणि शैक्षणिक असमानता यांमुळे माहिती तंत्रज्ञानाचा परिणाम सर्व समाजघटकांवर एकसमान होत नाही. ज्यांच्याकडे तांत्रिक साक्षरता आहे असा वर्ग या डिजिटल अर्थव्यवस्थेचा लाभ घेतो, तर उपेक्षित आणि ग्रामीण वर्ग हा 'डिजिटल व्यसन', 'फिशिंग' आणि 'ओटीपी फ्रॉड' यांसारख्या संकटांचा सर्वात सोपा बळी ठरतो. ही तांत्रिक विषमता सामाजिक न्यायाच्या वाटेतील मोठा अडथळा असून ती भविष्यातील धोरणनिर्मितीपुढील मुख्य्य चूनौती आहे.

गोपनीयतेचा प्रश्न हा केवळ वैयक्तिक नैतिकतेचा विषय नसून तो लोकशाहीच्या अस्तित्वाचा प्रश्न आहे, हे या संशोधनाचे मुख्य्य सार आहे. भारतीय संविधानाने दिलेल्या गोपनीयतेच्या मूलभूत अधिकाराला डिजिटल युगात 'डिजिटल वैयक्तिक माहिती संरक्षण कायदा २०२३' सारख्या कायदेशीर चौकटींची गरज असली, तरी केवळ कायदे पुरेसे नाहीत. राज्यसंस्थेचे वाढते नियंत्रण आणि खासगी कंपन्यांची निगराणी यांच्यात नागरिकाचा खाजगी अवकाश (Private Space) संकुचित होत चालला आहे. 'इको चेंबर' आणि 'मायक्रो-टार्गेटिंग' मुळे समाजात होणारे ध्रुवीकरण लोकशाही संवादाला बाधक ठरत आहे. माहितीवर विश्वास ठेवण्याच्या मानवी प्रवृत्तीचा गैरफायदा घेऊन 'डीपफेक' आणि 'खोट्या बातम्यां'द्वारे निर्माण केले जाणारे 'भ्रमित सत्य' हे मानवी विवेकाला आव्हान देत आहे. तांत्रिक प्रगतीला अंधगौरव किंवा भीतीजनक अतिशयोक्ती टाळून संतुलितपणे पाहणे अनिवार्य असून, तंत्रज्ञान हे मानवी मुक्तीचे साधन बनावे यासाठी त्याचा वापर मानवी प्रतिष्ठेच्या कसोटीवर घासून पाहणे गरजेचे आहे.

भविष्यातील डेटा विश्वाचा विचार करताना, आपण 'डेटा लोकशाही' की 'डेटा हुकूमशाही' यापैकी कोणत्या मार्गाची निवड करतो, यावर मानवी संस्कृतीचे भवितव्य अवलंबून असेल. डेटा मालकी हक्क नागरिकाकडे असणे, माहितीचे विकेंद्रीकरण करणे आणि 'डेटा डिव्हिडंड' सारख्या संकल्पनांतून नफ्याचे न्याय्य वाटप करणे ही भविष्यातील धोरणात्मक दिशा असायला हवी. 'मशीन लर्निंग' आणि 'कृत्रिम बुद्धिमत्ता' यांसारखी साधने निष्पक्षपाती आणि पारदर्शक असणे ही केवळ तांत्रिक गरज नसून ती एक नैतिक अनिवार्यता आहे. डिजिटल साक्षरता ही केवळ तांत्रिक कौशल्य नसून ती एक 'राजकीय साक्षरता' बनली पाहिजे, जेणेकरून प्रत्येक नागरिक या अदृश्य सत्तेच्या खेळाला चिकित्सकपणे आव्हान देऊ शकेल. तांत्रिक प्रगती आणि मानवी स्वातंत्र्य यांचा मेळ घालणे हेच या आधुनिक युगातील सर्वात मोठे आव्हान असून, त्याचा मार्ग सजग नागरिकत्व आणि सर्वसमावेशक सार्वजनिक धोरणांतूनच जातो.

शेवटी, या ग्रंथाचा निष्कर्ष हाच आहे की, डेटा जरी 'नवे सोने' असला तरी मानवी विवेक आणि सामाजिक न्याय हे त्या सोन्यापेक्षाही अधिक मौल्यवान आहेत. आपण एका अशा डिजिटल समाजाची निर्मिती केली पाहिजे जिथे तंत्रज्ञान मानवी स्वायत्ततेचा विस्तार करेल, तिचे अपहरण करणार नाही. ग्रामीण मतदारांपासून ते शहरी ग्राहकांपर्यंत प्रत्येकाच्या गोपनीयतेचे रक्षण करणे आणि तांत्रिक सत्तेचे विकेंद्रीकरण करणे हीच खरी प्रगती ठरेल. या पुस्तकातील विश्लेषण विद्यार्थ्यांनी आणि धोरणकर्त्यांनी केवळ माहिती म्हणून न घेता, एक चिकित्सक दृष्टिकोन म्हणून स्वीकारावे, अशी अपेक्षा आहे. डिजिटल युगातील हा संपत्ती, सत्ता आणि गोपनीयतेचा संघर्ष संपलेला नाही, तर तो एका नवीन

वळणावर पोहोचला आहे; आणि त्यामध्ये मानवी मूल्यांचे रक्षण करणे ही आपल्या सर्वांची सामूहिक जबाबदारी आहे.

परिशिष्ट : डिजिटल युगातील परिभाषा, संदर्भ आणि संशोधनासाठी मार्गदर्शक तत्त्वे

"डेटा म्हणजे नवे सोनेः डिजिटल युगातील संपत्ती, सत्ता आणि गोपनीयतेचा संघर्ष" या ग्रंथाचा उद्देश केवळ सद्यस्थितीचे विश्लेषण करणे हा नसून, या विषयातील अभ्यासक आणि विद्यार्थ्यांना पुढील संशोधनासाठी एक पायाभूत चौकट उपलब्ध करून देणे हा आहे. या परिशिष्टाचा उद्देश पुस्तकात वापरल्या गेलेल्या तांत्रिक संकल्पनांचे अधिक सुलभ मराठी स्पष्टीकरण देणे आणि या क्षेत्रातील महत्त्वपूर्ण जागतिक आणि भारतीय संदर्भांची तोंडओळख करून देणे हा आहे. डिजिटल क्षेत्रातील वेगाने बदलणारी तांत्रिक परिभाषा अनेकदा अभ्यासासाठी अडथळा ठरू शकते, त्यामुळे या परिभाषांचे सामाजिक आणि राजकीय संदर्भात स्पष्टीकरण करणे आवश्यक आहे. हे परिशिष्ट विद्यार्थ्यांना संशोधनासाठी योग्य दिशा देण्यासोबतच तांत्रिक गुंतागुंत समजून घेण्यास मदत करेल.

१. तांत्रिक पारिभाषिक शब्दावली (**Glossary**)

डिजिटल अर्थव्यवस्थेचा आणि सत्तेचा अभ्यास करताना काही तांत्रिक शब्दांचा वापर अनिवार्य होतो. 'अल्गोरिदम' (Algorithm) म्हणजे केवळ संगणकीय आज्ञावली नसून, ती माहितीचे विश्लेषण करून ठराविक निष्कर्ष काढणारी एक तार्किक साखळी आहे. सामाजिक संदर्भात, याला आपण 'निर्णयप्रक्रिया स्वयंचलन' म्हणू शकतो. 'डेटा मायनिंग' (Data Mining) म्हणजे अफाट माहितीच्या साठ्यातून विशिष्ट नमुने आणि संबंध शोधण्याची प्रक्रिया होय. 'बिग डेटा' (Big Data) ही संकल्पना केवळ माहितीच्या आकाराशी संबंधित नसून, ती

माहितीचा वेग, विविधता आणि अचूकता या त्रिसूत्रीवर आधारित आहे. 'मशीन लर्निंग' (Machine Learning) म्हणजे यंत्रांना माहितीच्या आधारे स्वतःचे निर्णय घेण्यास सक्षम करणे, ज्याला आपण 'यंत्र शिक्षण' असेही म्हणू शकतो. 'एन्क्रिप्शन' (Encryption) म्हणजे माहितीचे सांकेतिक भाषेत रूपांतर करणे, जेणेकरून मूळ माहिती केवळ अधिकृत व्यक्तीलाच वाचता येईल. 'डार्क वेब' (Dark Web) म्हणजे इंटरनेटचा असा भाग जो सामान्य शोधयंत्रांना दिसत नाही आणि जिथे अनामिकता जपली जाते.

२. महत्त्वपूर्ण कायदेशीर आणि धोरणात्मक संदर्भ

या पुस्तकातील विश्लेषण अधिक सखोल करण्यासाठी काही जागतिक आणि भारतीय कायदेशीर संदर्भांचा अभ्यास करणे आवश्यक आहे. युरोपियन युनियनचा 'सामान्य डेटा संरक्षण नियमन' (General Data Protection Regulation - GDPR) हा जागतिक स्तरावरील सर्वात प्रभावी गोपनीयता कायदा मानला जातो. भारताच्या संदर्भात, 'डिजिटल वैयक्तिक माहिती संरक्षण कायदा २०२३' (Digital Personal Data Protection Act - DPDPA 2023) हा मैलाचा दगड ठरला आहे. याशिवाय, २०१८ मधील न्यायमूर्ती बी. एन. श्रीकृष्ण समितीचा अहवाल हा भारतीय डेटा धोरणाची पायाभरणी करणारा दस्तऐवज आहे. सर्वोच्च न्यायालयाचा 'न्यायमूर्ती के. एस. पुट्टास्वामी विरुद्ध भारत सरकार' (२०१७) हा खटला, ज्याने गोपनीयतेला मूलभूत अधिकार म्हणून मान्यता दिली, तो राज्यशास्त्राच्या आणि विधी शाखेच्या विद्यार्थ्यांसाठी अत्यंत महत्त्वाचा संदर्भ आहे. तसेच, 'माहिती तंत्रज्ञान कायदा २०००' (IT Act 2000) आणि त्यातील सुधारित नियम हे सायबर गुन्ह्यांच्या अभ्यासासाठी पायाभूत आहेत.

३. संशोधकांसाठी दिशा आणि पद्धतशास्त्र

या विषयावर संशोधन करू इच्छिणाऱ्या विद्यार्थ्यांनी केवळ तांत्रिक बाबींवर लक्ष केंद्रित न करता त्यांच्या सामाजिक प्रभावाचा विचार करावा. संशोधनासाठी 'मिश्र पद्धतशास्त्र' (Mixed Methods Research) अधिक उपयुक्त ठरू शकते, ज्यामध्ये सांख्यिकीय डेटाच्या जोडीला गुणात्मक विश्लेषण, जसे की सखोल मुलाखती आणि 'केस स्टडीज' (Case Studies) यांचा समावेश असावा. ग्रामीण आणि शहरी भागातील डिजिटल दरीचा अभ्यास करताना 'तुलनात्मक पद्धती' (Comparative Method) वापरणे अधिक प्रभावी ठरते. संशोधकांनी 'डेटा एथिक्स' किंवा माहिती नैतिकतेचा विचार करताना संमती, गोपनीयता आणि सामाजिक न्याय या तत्त्वांना प्राधान्य द्यावे. विशेषतः भारतीय संदर्भात, भाषिक विविधता आणि डिजिटल प्रवेशातील विषमता (Digital Divide) या घटकांचे विश्लेषण केल्याशिवाय डिजिटल युगातील सत्तेचा अभ्यास पूर्ण होऊ शकत नाही.

४. पुढील वाचनासाठी शिफारस केलेले विषय आणि साधने

डिजिटल युगातील बदलांचा वेग लक्षात घेता, विद्यार्थ्यांनी केवळ पुस्तकी ज्ञानावर अवलंबून न राहता जागतिक स्तरावरील विश्वसनीय संस्थांचे अहवाल आणि संशोधन पत्रिकांचा मागोवा घ्यावा. 'इंटरनेट अँड मोबाईल असोसिएशन ऑफ इंडिया' (IAMAI), 'सर्ट-इन' (CERT-In) आणि 'ट्राय' (TRAI) यांसारख्या संस्थांचे वार्षिक अहवाल भारतीय वास्तवाचे सांख्यिकीकरण मांडतात. जागतिक स्तरावर 'केंब्रिज ॲनालिटिका' सारख्या प्रकरणांचे सखोल वाचन राजकीय

ध्रुवीकरण आणि डेटा विक्री प्रक्रिया समजून घेण्यास मदत करेल. कृत्रिम बुद्धिमत्तेच्या सामाजिक परिणामांचा अभ्यास करण्यासाठी 'एआय एथिक्स' वरील जागतिक चर्चांचे अनुसरण करणे अनिवार्य आहे. हे परिशिष्ट अभ्यासकांना या अफाट विषयातील महत्त्वाचे दुवे शोधण्यास आणि स्वतःचे स्वतंत्र वैचारिक विश्लेषण विकसित करण्यास साहाय्यभूत ठरेल.

संदर्भ ग्रंथसूची (Bibliography)

१. प्रमुख जागतिक संदर्भ ग्रंथ (Key International Books)

- **Zuboff, Shoshana** (2019). *The Age of Surveillance Capitalism: The Fight for a Human Future at the New Frontier of Power.* PublicAffairs. (डेटा संकलनातून मानवी वर्तणुकीचे भांडवलीकरण समजून घेण्यासाठी).
- **Harari, Yuval Noah** (2018). *21 Lessons for the 21st Century.* Jonathan Cape. (माहिती तंत्रज्ञान आणि राजकीय आव्हानांच्या विश्लेषणासाठी).
- **O'Neil, Cathy** (2016). *Weapons of Math Destruction: How Big Data Increases Inequality and Threatens Democracy.* Crown. (अल्गोरिद्मिक पक्षपात आणि सामाजिक विषमतेसाठी).
- **Srnicek, Nick** (2017). *Platform Capitalism.* Polity Press. (डिजिटल मंचांच्या आर्थिक रचनेच्या अभ्यासासाठी).
- **Castells, Manuel** (2010). *The Rise of the Network Society.* Wiley-Blackwell. (नेटवर्क सोसायटी आणि सामाजिक परिवर्तनाच्या सिद्धांतासाठी).
- **Mayer-Schönberger, Viktor & Cukier, Kenneth** (2013). *Big Data: A Revolution That Will Transform How We Live, Work, and Think.* Eamon Dolan/Houghton Mifflin Harcourt.
- **Eubanks, Virginia** (2018). *Automating Inequality: How High-Tech Tools Profile, Police, and Punish the Poor.* St. Martin's Press.

२. भारतीय कायदेशीर आणि शासकीय संदर्भ (Indian Legal & Policy Documents)

- **Ministry of Law and Justice** (2023). *The Digital Personal Data Protection Act, 2023.* Gazette of India. (भारतीय डेटा संरक्षण कायद्याचा प्राथमिक स्रोत).
- **Justice B.N. Srikrishna Committee** (2018). *A Free and Fair Digital Economy: Protecting Privacy, Empowering Indians.* Ministry of Electronics and Information Technology (MeitY). (डेटा धोरणाचा पायाभूत अहवाल).

- **Supreme Court of India** (2017). *Justice K.S. Puttaswamy (Retd.) vs Union of India*. (गोपनीयता हा मूलभूत अधिकार असल्याचे ऐतिहासिक निकालपत्र).
- **TRAI** (2018). *Recommendations on Privacy, Security and Ownership of Data in the Telecom Sector*. Telecom Regulatory Authority of India.
- **NITI Aayog** (2018). *National Strategy for Artificial Intelligence #AIforAll*. (एआय आणि सामाजिक विकासाचा धोरणात्मक आराखडा).

३. संशोधन अहवाल आणि सांख्यिकी (Research Reports & Statistics)

- **IAMAI & Kantar** (2023-24). *Internet in India Report*. (भारतीय इंटरनेट वापरकर्ते आणि ग्रामीण-शहरी दरीचे सांख्यिकीकरण).
- **UNCTAD** (2021). *Digital Economy Report: Cross-border Data Flows and Development*. United Nations.
- **World Economic Forum** (2024). *The Global Risks Report*. (सायबर गुन्हेगारी आणि चुकीच्या माहितीच्या धोक्यांचे विश्लेषण).
- **CERT-In** (2025). *Annual Cyber Security Report*. Indian Computer Emergency Response Team. (भारतातील सायबर हल्ले आणि रॅन्समवेअर प्रवृत्तींचा अभ्यास).

४. शैक्षणिक नियतकालिके आणि माध्यमे (Journals & Media Resources)

- *Science, Technology and Society (SAGE Journals).*
- *Media, Culture & Society.*
- *MIT Technology Review.*
- *Wired Magazine (Analysis on Deepfakes and Algorithmic Bias).*
- *The Hindu & The Guardian (Data Mining and Cambridge Analytica Case Studies).*

www.ingramcontent.com/pod-product-compliance
Lightning Source LLC
LaVergne TN
LVHW020233210926
848481LV00016B/1803

9798903924998